प्रार्थना

माधवी देसाई

मेहता पब्लिशिंग हाऊस

✆ +91 020-24476924 / 24460313 / Mob. No. 9545000513

Email : production@mehtapublishinghouse.com

Website : www.mehtapublishinghouse.com

PRARTHANA by MADHAVI DESAI

प्रार्थना : माधवी देसाई / कादंबरी

Email : author@mehtapublishinghouse.com

प्रकाशक : सुनील अनिल मेहता, मेहता पब्लिशिंग हाऊस,
१९४१, सदाशिव पेठ, माडीवाले कॉलनी, पुणे – ४११०३०.

मुद्रक : ट्रिनिटी ॲकॅडमी फॉर कॉर्पोरेट ट्रेनिंग लिमिटेड

मुखपृष्ठ : चंद्रमोहन कुलकर्णी

प्रकाशनकाल : १९९५ / फेब्रुवारी, २००० / पुनर्मुद्रण : मे, २०१५

किंमत : ₹ २२०

P Book ISBN 9788171619504
E Book ISBN 9788184987355
E Books available on : amazonkindle Apple Books Google Play Books

---

निसर्गाचा आर्त हळवा, पवित्र, लडिवाळ,
गाढ आश्वासक असा सूर –
जिने एखाद्या प्रार्थनेसारखा, आपल्या कंठात
जपला
व माणसांना जगण्याचं बळ दिलं,
त्या स्वरसम्राज्ञी लता मंगेशकर
यांना माझी प्रार्थना अर्पण

– माधवी देसाई

मनोगत

'प्रार्थना' ह्या माझ्या गोमंतकीय समाजजीवनावर आधारित सामाजिक ललित कादंबरीची दुसरी आवृत्ती मेहता पब्लिशिंग हाऊस, पुणे या प्रकाशन संस्थेतर्फे आज प्रकाशित होत आहे, याबद्दल मला स्वत:ला मनापासून समाधान वाटत आहे.

कादंबरी लिहिताना भाषेची अडचण खूप जाणवत होती. छोट्याशा गोव्यात दर पाच मैलांवर भाषेचा ढंग बदलतो. शब्द तेच, पण उच्चारण्याचे, वापरण्याचे ढंग वेगळे. इथले कॅथलिक्स जे कोंकणी बोलतात, त्यांचे उच्चार पोर्तुगीज भाषेप्रमाणे असतात व अनेक पोर्तुगीज शब्दांचा सर्रास वापर करतात. हे सर्व कादंबरीच्या मूळ मराठी भाषेशी जमवून घ्यावे लागले.

मी कुणी जाणकार लेखिका नव्हेच. साहित्याचा सखोल अभ्यास वगैरे मी केलेला नाही. पण उदंड अनुभवांना शब्दबद्ध करताना, मला माझे अनुभव व भटकंती उपयोगी पडते. कल्पनांना ताण देऊन काही निर्माण करावे लागत नाही. शब्द, प्रसंग आपसूक उभे असतात.

महालक्ष्मीचे वास्तव्य असणाऱ्या या परिसरात सरस्वतीही वास्तव्य करते आहेच. या शांत, पवित्र अशा वातावरणात राहता आले व गोमंतकीय समाजजीवनावर एक कादंबरी लिहून झाली, याचे मला अत्यंत समाधान आहे. त्याचे साहित्यिक मोल किती ? याचे मूल्यमापन मी मनात आणत नाही, पण माझ्या लेखनावर प्रेम करणाऱ्या माझ्या वाचकांना मी काही आनंद देऊ शकले; तर ते माझे परमभाग्य, असे मला वाटते.

या कादंबरीचे पहिले वाचक, श्री विश्राम बेडेकर, हे ज्येष्ठ साहित्यिक आहेत. यापरते भाग्य कोणते ? त्यांनी कौतुक केले व मौलिक सूचनाही दिल्या. प्रा. अनंत मनोहर, प्रा. ज्योत्स्ना कमल व प्रा. शरद दळवी, प्रा. मीरा तारळेकर यांनीही वाचन करून अभिप्राय दिले. दीपक लोबो याने ख्रिश्चन धर्मगुरू, प्रार्थना, सेमिनरीज् यांबद्दल मोलाची माहिती दिली. सौ. आसावरी भोकरे व श्री. किशोर जाधव यांनी सुरेख अक्षरात प्रेस कॉपी तयार केली.

सर्वांचे ऋण शब्दातीत आहे.

ज्या वाचकांसाठी हे लेखन केले, त्यांच्या हाती ही कादंबरी सुपूर्द करते आहे.

– माधवी देसाई

पुरस्कार

तुमची कादंबरी लक्षपूर्वक वाचली. विषय चांगला आहे. भावना-विचारांच्या प्रांतात बऱ्याच मोठ्या परिघाचा आहे. त्यावरून तुमची धाव दूरची आहे, हे लक्षात येते. उद्दिष्ट गाठण्याच्या प्रयत्नात कष्टांच्या बाबतीत कसूर केली गेली नाही, हेही जाणवते.

हा विषय कादंबरीच्या स्वरूपात मांडण्यासाठी तुम्ही निवडलेली जागाही सर्वस्वी अनुकूल अशीच आहे. एरव्ही एक लहान पण निसर्गसुंदर परिसरात भाषेने, वंशाने, धर्माने, चालीरीतींनी आणि रोजच्या जगण्याच्या तऱ्हांनी एकमेकांपासून भिन्न असलेली माणसे सहजीवनातल्या अशा बंधनात अडकलेली अभ्यासायला मिळणे कठीण. त्यात त्या माणसांमधल्या विविध प्रकारच्या नात्यांची भर शेजार, सहकार, संघर्ष, स्त्री-पुरुषांमधील विहित-अविहित नाती, औरस-अनौरस संबंध ! एखादी उत्कृष्ट कादंबरी रचण्यासाठी अशी समृद्ध साधनसामग्री उपलब्ध व्हावी. हेच अर्धे यश म्हणायला हवे, तुमची ही कादंबरी त्याच मार्गावर निघालेली उघड दिसते.

१२१७/३, शिवाजीनगर — विश्राम बेडेकर
पुणे – ४.

तिन्हीसांज दाटून आली होती. खाडीवर काळसर रंग उतरत होता. साऱ्या परिसरात सुन्न शांतता भरून राहिली होती. झाडाचे एक पानही हलत नव्हते, एखाद्या पक्ष्याचा चित्कारही ऐकू येत नव्हता. अंधार होण्याआधीच... मधले अंतर काटून... पक्ष्यांनी घरटी गाठली होती. खूप अंधार होण्यापूर्वी घरटं गाठलं पाहिजे हे पक्ष्यांना कळतं तसंच प्राण्यांनाही; फक्त त्या तिठ्यावर उभे असणाऱ्या फादर रॉबर्टना मात्र समजत नव्हतं की, नेमकं कुठं जायचं आहे!

ज्या जागेवर ते आत्ता उभे होते त्या ठिकाणाला तीन रस्ते मिळाले होते.

एक रस्ता जुजे गावी जात होता.

दुसरा रस्ता थेट शहराकडे जाणारा होता,

आणि त्या हायवेलगतच, खाडीवर दगडी बंधारा घालून जो तिसरा रस्ता तयार केला होता, तो डोंगरवाटेला मिळणारा रस्ता, चर्चवर पोहोचविणारा होता.

या दाटून आलेल्या ऐन तिन्हीसांजेला फादर रॉबर्ट त्या तिठ्यावर सुन्न उभे होते.

फादर रॉबर्ट!

त्यांचा पांढराशुभ्र झगा त्या दाट काळोखातही उठून दिसत होता.

एका पांढऱ्या ठिपक्याप्रमाणे!

गर्द काळोखात समुद्रात उभ्या असलेल्या एखाद्या शिडाच्या गलबताप्रमाणे! उंच, शिडशिडीत फादर रॉबर्ट पार गोंधळून त्या तिठ्यावर उभे होते.

मनातला भावनांचा कल्लोळ आवरता आवरत नव्हता.

लिरियानाची काळी मर्सेडीस नुकतीच संथ गतीनं निघून गेली होती.

तिला चर्चवरून हमरस्त्यापर्यंत पोहोचवायला आलेले फादर रॉबर्ट.... अजूनही तिथं उभे होते. चर्चवर परतायला हवं होतं. पावलू वाट बघून काळजीत पडण्यापूर्वी चर्चवर पोहोचायला हवं याचं भान फादरना आलं आणि ते चर्चकडं नेणाऱ्या दगडी बांधावरून जाऊ लागले. दगडी बांधाच्या दोन्ही बाजूंवर खाडीच्या पाण्याच्या लाटा आपटत होत्या. त्यांचा चुबक चुबक आवाज किती परिचित होता ! तिन्ही बाजूंनी खाडीने वेढलेल्या डोंगरावरच्या त्या चर्चवर गेली सात वर्षे ते राहत होते. रात्रीच्या नीरव शांततेत तो आवाजच फक्त ऐकू येत असे. चर्चच्या दगडी कठड्याजवळ उभं राहून, फादरनी अनेक रात्री तो आवाज ऐकला होता. दाट काळोख्या रात्री... पौर्णिमेच्या पिठूर चांदण्यात... लाटांचं डोंगरकाठांवर धडकणं... कधी हळूवार तर कधी धडाक्यानं... तो आवाज... पूर्ण परिचित....

ते जुजे गाव... ते चर्च.... गावची माणसं... सारं काही परिचितच... पण... पण आज मात्र... फादर रॉबर्टना काहीच समजेनासं झालं होतं....

परिचित रस्ते... आज असं अपरिचित का वाटत होतं ?

त्यांच्या वयाच्या सातव्या वर्षीच, जो रस्ता त्यांच्यासाठी नक्की झाला होता....

आणि त्यानंतर गेली कित्येक वर्षं तो रस्ता चालूनही झाला होता.

परिश्रमानं... निर्धारानं....

त्या रस्त्यावरची अवघड वळणंही सावध चित्तानं पार केली होती. कुणा एका जिवाला दिलेल्या शब्दाखातर....

आणि नंतर सवयीनं... कधी हट्टानं.... तर कधी आनंदानं... तो रस्ता चालून झाला होता.

रॉबीचा... रॉबर्ट.... रॉबर्टचा.... फादर रॉबर्ट झालेला गणेशा....

आज पुन्हा गोंधळलेल्या मन:स्थितीत चर्चकडं पोहोचविणारी डोंगरवाट तुडवत होता.

अंधार दाटून आला होता. टॉर्चच्या उजेडात फादर रॉबर्ट डोंगर चढत होते. डोंगर चढून गेल्यावर पहिली विस्तीर्ण रुंद अशी दगडी पायरी आली. तिथं फादर थांबले. समोर पांढरंशुभ्र चर्च उभं होतं... आणि पाठीमागं दाट काळोखात पसरलेली खाडी...

एक समुद्रपक्षी रॉबर्टच्या डोक्यावरून चित्कारत खाडीकडं झेपावला... एकटाच!

अंधारात हरवल्यासारखा... जिवाच्या आकांतानं चित्कारत तो जोडीदाराला साद घालत होता. त्याला बघून उभ्या जागी रॉबर्टचे डोळे भरून आले. एका अनामिक ओढीनं जीव व्याकूळ झाला.

हो कशाची अनावर अशी ओढ आहे... जी सुखानं जगू देत नाहीये ?

हे कोणता शोध घेणं चाललंय... ज्याला शोधताना दमछाक झालीय जीवनभराची ?

सारं फोल, निरर्थक वाया गेल्याची भावना मनाला समाधानानं जगूच कशी देत नाही ?

अजाणत्या वयात पवित्र पाण्यानं स्नान घालून छातीवर तेलाचा क्रूस काढून, हाती पेटती मेणबत्ती देऊन साऱ्या इगर्जीत फिरवलं गेलं होतं. पूर्वजन्मींच्या पापांचा नाश करून, पवित्र मनानं गणेशाचा रॉबर्ट झाला होता. ॲगाथा मायनं उभं राहण्याचं बळ दिलं होतं. चालण्याची दिशा दाखवली होती. आणि सारं अध्ययन पार करून... अम्माचा गणेशा, ॲगाथा मायचा रॉबी.... फादर रॉबर्ट म्हणून या चर्चवर आला होता. सात वर्षं कमी का झाली ? आधी दोन वर्षांसाठी... आणि नंतर पाच वर्षांसाठी. फादर रॉबर्ट जुजे गावच्या या छोट्या चर्चचा धर्मप्रमुख होता. या परिसराचा अणुरेणू त्याला परिचित होता. प्रत्येक माणूस त्याच्या ओळखीचा होता. सेवेचं व्रत घेतलेला रॉबर्ट मात्र या गावच्या दुःखाबरोबर... दिवसेंदिवस विरघळत चालला होता.

दुःखानं, गरीबीनं वाकून गेलेली... वाडी खोपटांत जगणारी... ती लाचार अडाणी माणसं...

त्या माणसांच्या दुःखानं रॉबर्ट कळवळला होता. त्यांच्या दुःखातून त्यांना सावरण्यासाठी... केवळ त्यांचं धर्मप्रेम प्रज्वलित करणं... किंवा एकत्र जमवून प्रार्थना करणं... करुणा भाकणं... इतकंच दोन उपाय रॉबर्टपाशी होते....

पण त्यानं दुःख थोडंच संपणार होतं ?

प्रार्थनेनं त्यांचं मनोधैर्य वाढणार होतं कदाचित... एक आशा... पण त्यांचं दुःख संपणार नव्हतं... हा विचार करून करून रॉबर्ट थकला होता.

गरीबीनं, अज्ञानानं येणाऱ्या दुःखावर समर्थ असा उपाय रॉबर्टला हवा होता.

कणा नसलेलं, लाचार जिणं जगणाऱ्या, दारूत दुःख बुडवणाऱ्या माणसांना सशक्त करण्याचा उपाय तो शोधत होता.

आणि अशा तिठ्यावर-

पुन्हा एकवार गोंधळून गेलेला रॉबर्ट, त्या दगडी पायऱ्यांवर विमनस्कपणे उभा होता.

टॉर्चचा उजेड दिसल्यावर पावलू लगीबगीनं आला. त्याच्या हातात कंदील होता.

"काळजी करत होतास ना ?" फादरनी हसून विचारलं.

"तर काय? अंधार किर्र झालाय. किती झालं तरी डोंगरवाट! पायाखालची असली म्हणून काय झालं ?"

रॉबर्ट हसला. खरंच होतं पावलूचं.

ओळखीची वाटच आज अनोळखी वाटू लागली होती.

"पावलू, तुला सर्वांची काळजी बघ !"

"आणि तुम्ही नाही काळजी करत ?" असा प्रतिप्रश्न पावलू करणार होता. पण तो काही न बोलता चर्चकडं जात होता... फादर रॉबर्टही!

जुजे गावच्या दुःखानं व्याकूळ झालेले आणि हतबल झालेले फादर रॉबर्ट पावलूनं नित्य पाहिले होते. त्यांच्या पूर्वीचे, कडक शिस्तीचे आणि कठोर मनाचे फादर डिसिल्वाही पावूनं पाहिलेले होते. पण हे फादर रॉबर्ट खूपच वेगळे....

चर्चची देखभाल करणारा पावलू गेली सात वर्षे फादर रॉबर्टना पाहत होता. पण आज आत्ता, त्याच्यासमोर उभे असणारे फादर रॉबर्ट... पावलू त्यांच्याकडे पाहत होता. आज चेहऱ्यावर तो नेहमीचा स्निग्ध, हसरा भाव नव्हता. अधिकच गंभीर व आपल्या विचारात हरवून फादर रॉबर्ट पावलं टाकत होते.

"फादर, लिरियानाबाय परत आली. तुम्ही पणजीला गेला होता आणि बाय अवचित समोर उभी ! कसं खरं वाटावं माणसाला ? मी आ वासून बघतच राहिलो ना ? तर मला हातानं गोल गोल फिरवत म्हणते कशी, 'अरे पावलूबाबा... मी... लिरियाना... तीच ती लिरियाना... आज पहाटेच आलेय... पोर्तुगालहून... परत... अरे ? खरंच सांगते... पावलू तुला... मी परत आलेय कायमची..."

"आणि तुझे माय पाय ?"

'माझे मम्मी, डॅडी ? ते तिथं राहिले त्यांच्या देशात.'

'म्हणजे बाय ? तो तुझा देश नव्हे ?' मी विचारलं, तर म्हणते कशी ?

'पावलू माझा जन्म कुठं झाला ? गोव्यात ना ? इथंच मी लहानाची मोठी झाले. मग हाच ना माझा देश ? म्हणून मी आले. मला नाही आवडलं तिथं !'
'आणि तो गवरनादोराचा मुलगा ?'

न राहवून मी विचारलं तर ही लागली मोठमोठ्यानं हसायला... म्हणाली,

'ओ पावलू ! तुला आठवतोय तो ? मी तर त्याला कधी भेटलेच नाही.

काजार ? ना रे बाबा ना ! मी इथंच राहणार आहे. एकटी ? एकटी कशी ? तुम्ही सगळे आहातच की !'

पावलू एकटाच बोलत होता. त्याच्या हे लक्षात आलं. आणि थोडं थबकून, त्यानं फादर रॉबर्टकडे पाहिलं. ते मुकाट्यानं चालत होते.

"फादर, किती छान झालं ना, लिरियानाबाय परत आली ? आणि देवा सायबा, हे पाखरु पण आज पोचलं त्याच्या घरी ! सारखं आपलं रॉबी रॉबी रॉबी... लिरियानाबाय दोन वर्षांनी परत आली. तिला बघून खूप नाचला; पिंजऱ्यातच. पण तिला बघूनसुद्धा, सारखं आपलं 'रॉबी... रॉबी....' बाय मोठमोठ्यानं हसायला

लागली. म्हणते कशी ? 'बघ, पावलू, याला लहानाचं मोठं केलं मी ! पण याच्या तोंडात मात्र रॉबीचं नाव ? दुसरे किती शब्द शिकवले मी पण अंहं. शिकला नाही. हट्टी बेईमान कुठला !' खरंच फादर, आज ती खूप खुशीत होती. पोर्तुगाल सोडून परत गोयांत आली, म्हणजे फार नवलाचं झालं ना फादर ?''

पावलू एकटाच बोलत होता. फादर रॉबर्ट विचारात हरवून गेले होते. लहानपणापासूनची सवय....

ती सवय तो पक्षी विसरला नाही. लहानपणी शिकवलेला परवलीचा एकच शब्द त्याने जपला... आपण ?

आपण मात्र... ॲगाथा मायचे शब्द विसरलो तर नाही ?

लिरियाना काकाकुव्याचा पिंजरा, गेली दोन वर्षे ज्या फांदीवर लटकत होता, ती फांदी आज रिकामी झाली होती. त्या मोकळ्या फांदीकडं पाहताना फादर रॉबर्टना ॲगाथा मायचे शब्द आठवले.

''रॉबी, माय चाईल्ड, प्रभूचा प्रेषित हो. प्रभूचे हात पाय खिळे ठोकून, छेदून टाकले, म्हणून काय झालं ? तू त्याचं काम पुढं चालव. तुझा रस्ता तू शोध सोन्या. जीवनाचा अर्थ शोध.''

ॲगाथा माय सतत सांगायची. आणि हा शोध घ्यायचा, तर धर्मगुरु होणं, हेच मायला ठामपणे वाटत होतं. आणि तिनं रॉबर्टला इथंवर पोहोचवलं होतं.

तो धर्मगुरु रॉबर्ट.. आज, त्या तिठ्यावर गोंधळलेल्या अवस्थेत उभा होता.

खूप वर्षांपूर्वी एका रात्री साऱ्या वस्तीला आग लागून गवत झावळींनं झाकलेल्या साऱ्या झोपड्या जळून गेल्या. पेटलेल्या अप्पांनी गणेशाला झोपडीबाहेर फेकून दिलं होतं. त्यावेळी सिस्टर ॲगाथाच्या हाती तो आपसूक गवसला होता. जेव्हा गणेशा शुद्धीवर आला तेव्हा त्याला पेटलेले अप्पा आठवले. आगीचे चटके आठवले. अपरिचित सिस्टर ॲगाथाला बघून तो भेदरुन रडू लागला. गोंधळून गेला... तसाच आजही...

आज ते लहान वय नव्हतं. ते गाव दूर उरलं होतं. आता सारे रस्ते स्पष्ट समजले होते. अम्मा, अप्पा, काचू, रंगण्णा पुन्हा कधीही भेटणार नाहीत, हे स्वच्छ समजलं होतं. जीवन जगता जगता माणसं जीवनाचा अर्थ समजून घेतात, अनुभवानं शहाणी होतात. परिपक्व होतात. पण वयाच्या बत्तिसाव्या वर्षांच्या टप्प्यावर उभा असणारा... धर्मगुरु म्हणून ओळखला जाणारा रॉबर्ट मात्र निर्णयाच्या एका तिठ्यावर गोंधळून उभा होता.

पावलूनं चर्चमध्ये मेणबत्त्या पेटवल्या होत्या. त्या मंद उजेडात... सारं चर्च अधिकच गूढ भासत होतं... गंभीरही ! उंच डायसच्या मागच्या भिंतीवर जीझसची मोठी मूर्ती लाकडी स्टँडवर ठेवली होती. डायसच्या पायऱ्या चढून फादर रॉबर्ट त्या

मूर्तीसमोर गुडघे टेकून बसले होते. डोळे मिटून ते प्रार्थना करत होते.

चर्चमध्ये येणाऱ्या साऱ्या माणसांना प्रार्थना शिकवणारे फादर... त्यांना आज रोजचे शब्द धडपणे आठवत नव्हते.

"सोर्वेस्परा देवा - सोरगीच्या राया,
सोर्व पोदविदोर देवा, बापा सायबा,
आमी तुका नोमोस्कार कोरतांव,
सोमया देवा, आमची काकूत कोर,
देवा तुजी काकूत आमका मेळू,
तुजी सोडवण आमका लाभू
सोमया, किस्ता - काकूत कर."

याच चर्चमध्ये ही प्रार्थना सर्वांनी एका सुरात गायिली होती. त्या उंच डायसवर उभ्या असणाऱ्या फादर रॉबर्टनं आपला आवाज त्यांच्या आवाजात मिसळून, तन्मयतेनं प्रार्थना केली होती, ऐकली होती.

पण... आज मन एकाग्र होत नव्हतं.

मनाच्या गाभाऱ्यातून, तन्मयता पाझरत नव्हती.

मूकपणे, गुडघे टेकवून, जीझससमोर ते उभे होते. एकटेच !

"फादर !"

पावलूच्या हाकेनं ते भानावर आले. बिचारा पावलू ! डायसच्या पायरीपाशी उभा होता. तिष्ठत ! संकोचून फादर म्हणाले,

"ओ ऽ ह पावलू. तुला उगीचच थांबावं लागलं ना ? जा. तू जेवून घे जा. रात्र झाली."

"आणि तुमचं काय ? मी कधी एकटा जेवलोय आजवर ?"

"हट्ट करू नकोस पावलू. मला भूक नाही."

तुटकपणे म्हणत ते पायऱ्या उतरू लागले.

"आणि लिरियानाबाय डबे भरुन काय काय घेऊन आलीय त्याचं काय करायचं ? ते काही नाही. तुम्ही कपडे बदलून घ्या. मी तोवर जेवण घेऊन येतो."

लिरियाना... पुन्हा लिरियाना...

तेरा चौदा वर्षांपूर्वी, मायनर सेमिनरीत दाखल होतानाच, तिच्या सोबतीची वाटचाल कठोरपणानं तोडली होती. आता तर पोर्तुगीज राजवट जाऊन गोवा केंद्रशासित राज्य बनला होता. लिरियानाच्या कार्व्हालो कुटुंबियांनी विद्यार्थी म्हणून दत्तक घेतलेला रॉबर्ट म्हणून जो होता, त्यानं धर्मगुरू रॉबर्ट म्हणून स्वतंत्र वाटचाल सुरू केली होती. गोवा स्वतंत्र झाल्यानंतर, जुईज कार्व्हालो सहकुटुंब दोन वर्षांपूर्वीच पोर्तुगालला रवाना झाले होते.

आणि सेवेचं व्रत घेतलेला रॉबर्ट आपल्या कार्यात पूर्णपणे व्यग्र होता. त्याच्यासमोर दुःखच दुःख होतं. पण त्यावरचा उपाय मात्र हाती नव्हता. दिवसेंदिवस गावच्या लोकांच्या दुःखात रॉबर्ट विरघळत होता.

नुकतीच, आज संध्याकाळी, ग्लोरियामाय पणजीहून परतली होती. तिच्या सोबत गेलेले फादर रॉबर्ट व सुवर्णा तिच्या अलौकिक निर्णयानं व धीरगंभीर वर्तनानं भारावून गेले होते. मनातले दुःख, उद्वेग इतकेही कुठे व्यक्त न होऊ देता ती वागली होती.

परत घरी जाताना ती म्हणाली होती,

"फादर, माझ्या समोरच्या साऱ्या प्रश्नांची उत्तरं माझी मी शोधली आहेत. आज सारे प्रश्नच मी संपवलेत. आता प्रश्न इतकाच की यानंतर तुम्ही कोणता निर्णय घेणार ? माझ्या कामात मदत करायची तर, धर्मगुरुपदाचा राजीनामा द्यावा लागणार. द्याल ना फादर ? या जुजे गावाला... मला तुमच्या मदतीची खूप गरज आहे."

पणजीहून येताना ग्लोरियानं फादर रॉबर्टसमोर एक प्रश्न ठेवला होता. त्याचं उत्तर शोधणारा रॉबर्ट आज खूप अस्वस्थ होता.

ग्लोरिया !

या गावातली एक वेगळी स्त्री ! आंतोन भाटकाराची मोगाची ग्लोरी; हॅरी सॅमची ममा, भागेल्यांची आवडती भाटकारीण, आणि साऱ्या गावाची लाडकी ग्लोरियामाय !

एक जिवंत, कनवाळू व्यक्तिमत्त्व.

त्या स्त्रीची अनेक रूपं, फादर रॉबर्टनी गेल्या पाच वर्षांत पाहिली होती. पण आज पणजीहून परत येणारी ग्लोरिया मात्र संपूर्ण वेगळी होती. डोळ्यांतले सारे अश्रू शिंपूनच तिनं समोरच्या जीवघेण्या प्रश्नांना विझवलं होतं. आज संध्याकाळी फादरचा निरोप घेणारी ग्लोरिया... अंहं.

ती एक एंजल होती. देवता ! आजचा तिचा निर्णय हा केवळ एक सुंदर विचार नव्हता तर त्या सर्व विचारांना कृतीत आणायचे शिक्कामोर्तब तिनं आज केलं होतं.

"फादर, प्रार्थना ? फक्त प्रार्थना ? या प्रार्थनेनं माणूस बदलेल ? नाही फादर. काही दिवसांनी ते फक्त शब्द ठरतील. सवयीनं उच्चारले जाणारे, त्या शब्दांना कृतीची जोड हवी ना फादर ? तरच या सर्व दुःखांवर उतार पडेल."

फादरना ग्लोरियाचे शब्द आठवत होते. जीवनभर तिनेही प्रार्थना केली होती. जपली होती. उद्ध्वस्त जीवनाच्या ढिगाऱ्यावर प्रार्थनेच्या बळावरच तर ती उभी होती. प्रार्थनेला तिनं सुंदर आकार दिला होता. आणि तिच्या उद्ध्वस्त जीवनालाही !

ग्लोरियाविषयीच्या आदरभावनेनं फादरचं मन भरून गेलं. तिला माझ्या आधाराची गरज आहे. अशा वेळी आपण कोणता निर्णय घेणार आहोत ?

आजवरच्या प्रथेनुसार... केवळ नियमावलीचे पालन करणार आहोत की...

या जगावेगळ्या कार्यात स्वत:ला झोकून देणार आहोत ?

"परमेश्वरा, दया कर. निर्णय घेण्याची शक्ती दे."

कपडे बदलून, रॉबर्ट आपल्या खोलीतल्या आरामखुर्चीत विसावले होते.

'उद्या सकाळी गावचे लोक घरी येणार आहेत, तेव्हा या हं फादर !' ग्लोरिया म्हणाली होती.

'गुड नाईट. उद्या याल ना ? वाट बघेन मी.' निरोप घेताना सुवर्णा म्हणाली होती.

◆

त्यांचा निरोप घेऊन, चर्चवर आलेल्या रॉबर्टसमोर एक आणखीन वादळ उभं ठाकलं होतं. जे वादळ समुद्र पार करून, दोन वर्षांपूर्वी, दूर गेलं होतं... ते वादळ, कल्पना नसताना, त्यांची वाट पाहत होतं. चर्चच्या हिरवळीलगत जे दृश्य रॉबर्ट बघत होता, त्यावर विश्वास ठेवणं, त्याच्या डोळ्यांना जड जात होतं.

हिरवळीवर मांडलेल्या खुर्चीवर बसलेली लिरियाना पावलूशी मोठमोठ्यानं, हसून बोलत होती. मधोमध ठेवलेल्या पिंजऱ्यातला काकाकुवा पंख फडफडवून मजेत शीळ घालत होता. थक्क होऊन रॉबर्ट पायरीवर उभा होता.

लिरियाना !

पापा कार्व्हालोची मुलगी, रॉबर्टची मैत्रीण. कला, साहित्यावर वेडं प्रेम करणारी, जगातल्या साऱ्या रंग, गंधांवर जीव झोकणारी भावूक मनाची लिरियाना !

तिचं वागणं, बोलणं, विचार करणं, या साऱ्यांनाच एक खानदानी आदब होती. या गोव्यातच तिचा जन्म झाला होता. पण इतर गोऱ्यांप्रमाणे ती इथल्या काळ्यांचा द्वेष करत नव्हती. आपल्या उच्च वर्णाचा, स्वामित्व भावनेचा तिला थोडाही अहंकार नव्हता. उलट इथल्या लाल मातीचं, हिरव्या झाडीचं, निळ्या सागराचं तिला विलक्षण वेड होतं.

लिरियाना !

रॉबर्टच्या जीवनात डोकावणारी भावुक कविता !

"माझ्या ग्रंथात काव्याला जागा नाही. पुन्हा पुन्हा त्या कविता मला ऐकवत जाऊ नकोस." तिला अनेकदा रॉबर्टनं तोडून म्हटलं होतं.

"अहा रे ! म्हणे काव्याला जागा नाही. अहो, ग्रेट फादर रॉबर्ट, जीझसचं सगळं जगणं म्हणजेच एक जिवंत, उत्कट आणि करूण काव्य आहे. गोठ्यात जन्मलेल्या, जीझसकडे करूणेनं पाहणाऱ्या मदरची नजर ? ओ ऽ ह, रॉबी. ती नजरच एक सुंदर काव्य आहे. कळलं तुला ?"

लिरियाना त्याला निरुत्तर करत असे. काव्यावर तिचं भारी प्रेम होतं. प्रत्येक

गोष्टीमधलं सौंदर्य तिला अचूक व त्वरित दिसायचं. ती पियानोच्या सुरांवर एखादी कविता गायची तेव्हा मूर्तिमंत काव्य समोर उभं राहायचं. तिला ऐकणं... आणि तिला बघणं... याचा रॉबर्टच्या मनाला अनेकदा मोह पडायचाही.... पण लिरियाना भेटण्यापूर्वीच त्याचं जीवन ॲगाथा मायच्या शब्दांशी बद्ध झालेलं होतं. त्याचं संगोपन केलेली ॲगाथा माय आजारी होती. त्यानं धर्मगुरुपदाची शपथ घेताना पाहण्यासाठीच ती जीव धरून होती.

शिक्षण घेत असताना शनिवार, रविवारी सुट्टीच्या दिवशी तो सिस्टर ॲगाथाला भेटायला जायचा. तिचे कृश हात त्याच्या अंगावरुन थरथरत फिरायचे. रॉबीचा हात हाती धरला की तिचे डोळे आपसूकच वाहू लागायचे. त्याच्या हातांवर ओठ टेकवत ती म्हणायची,

"देवाचे पुताचो हो हात... क्रिस्ता त्याला बळ दे. लोकांची सेवा करण्याची बुद्दी दे."

तिच्या अश्रूंनी रॉबर्टच्या मनाचा सारा दाह ओसरून जायचा.

ती म्हणायची,

"रॉबी, माज्या पुता, आम्ही सिस्टर लोकांनी खरं तर मोहपाशात अडकू नये. एकदा हा जाडजूड झगा अंगात चढवला की, साऱ्या भावनाच गोठून जायला हव्या आहेत. मीही तशीच झाले होते. पण जळून गेलेल्या वस्तीत फक्त तूच हाती लागलास आणि तुला वाढवणं माझं मिशन बनलं. त्यासाठीच असावा माझा जन्म. प्रभूनं तुला माझ्या हाती सोपवलं.

इतर कुणाच्या नाही. पण तुझ्या मायेत मी गुंतलेय आणि तसं पाहिलं तर हे गुंतणं नव्हेच, हे तर प्रभूच्या कामात गुंतणं. तू प्रभूचा प्रेषित होणार आहेस.

रॉबी, हे जे चकचकीत संसार दिसताहेत ना ? ते पिंजरे आहेत. सोनेरी पिंजरे ! त्यात एकदा बंदिस्त झालं की सुटका नाही. त्यानंतर जीवनच खुजं होऊन जातं. आकाशात उडायची ओढ संपते. मग सुरू होते फरफट.... जीझससारखाच जो तो काटेरी मुकुट डोकीवर घालून फरफटत चालत राहतो. कुणीच कुणाचं नसणाऱ्या संसारात, जो तो एकटाच असतो.

मग एकट्यानंच जर हा गाडा ओढायचा, तर निदान तो मार्ग कल्याणाप्रत नेणारा तरी असावा !

तू त्या मार्गाचा शोध घे रॉबी... या खोट्या मोहपाशात गुंतू नकोस."

अंगावर पांढरा झगा चढवलेल्या रॉबर्टच्या केसांवर प्रेमानं थोपटत सिस्टर ॲगाथा गुणगुणायची.

"बाळका जेजू यो रे यो.

सोंगटांक आमच्या खालती कोर,

तुजेसारखी निर्माळ कर,
सोगळ्याकडे मोगाळ कर,
तुजे जेजू रुपकार कोर
बाळका जेजू यो रे यो
भावाक् तुज्या मेळूक यो
काळजात आमच्या रावूक यो
जीवित आमचे बोदलूक यो.''

ॲगाथा मायनं आखून दिलेल्या रस्त्यावरून रॉबर्ट श्रद्धेनं वाटचाल करत होता. या गावच्या प्रेमात, माणसांच्या दुःखात एकरूप होत होता....

तोवर आज संध्याकाळी.....

लिरियानाने रॉबर्टला पाहिलं मात्र... एका आवेगानं ती त्याच्याकडे झेपावली होती. तिच्या मिठीतून तिच्या शरीराची थरथर रॉबर्टला स्पष्ट जाणवली. तिचे सोनेरी केस त्याच्या गालांना स्पर्श करत होते. एखाद्या वेलीप्रमाणं ती रॉबर्टला घट्ट बिलगली होती. भावनावेग तिला आवरता आवरत नव्हता.

"रॉबी, आय लव्ह यू. मी नाही जगू शकत तुझ्याशिवाय. मी परत आलेय. फक्त तुझ्यासाठी...''

बिलगलेली लिरियाना पुन्हा पुन्हा म्हणत होती. रडत होती. हसत होती. तिच्या अश्रूंनी रॉबर्टचा झगा ओला झाला. फक्त रॉबीसाठी ती तिचा देश सोडून इथवर आली होती. थोड्या वेळानं तिनं स्वतःला सावरलं होतं. आपला चेहरा रुमालानं स्वच्छ पुसून ती रॉबर्टसमोरच्या खुर्चीवर बसली. आणि हसतमुखानं म्हणाली,

"सॉरी रॉबी ! तोल गेला माझा. दोन वर्षांनी भेटलास ना ? म्हणून... पुन्हा नाही अशी वागणार. तुला त्रास होईल असं कधी वागले यापूर्वी ? पण आज एकदाच... आणि प्रथमच इतकं स्पष्ट सांगतेय तुला. रॉबी, मी प्रेम करतेय तुझ्यावर. मला तिथलं आलिशान जीवन, पोकळ वागणं... काही काही आवडलं नाही. सगळं कसं परकं परकं वाटलं. आणि तेव्हाच माझं मनही मला समजलं. पापा, ममाला मी ते समजावून सांगितलं आणि इथं आले. इथं मी काम करेन, सेवा करेन लोकांची. अभ्यास करेन. तुझ्यासारखा झगा चढवलेला नसेल; पण एक जोगीणच असेन मी ! तुला त्रास देणार नाही. तुझ्या आसपास असेन. निदान सोबत असेल. दुरून तरी !

"एकटी ? का एकटी नाही राहू शकणार ? इथं माझं घर आहे. नोकर चाकर आहेत. मित्र मैत्रिणी आहेत. तू आहेस आणि हा आहे.''

पिंजऱ्याला तिनं हात लावताच काकाकुवा पंख फडफडवत ओरडू लागला,

"रॉबी, रॉबी, रॉबी !''

"कळले तुका ?'' खळखळत्या झऱ्यासारखी खोडकर हसत लिरियाना म्हणाली.

"आणि एकटं काय तूच राहू शकतोस ? आम्ही मुली कुठंही कमी नाही आहोत बरं! समजलं फादर रॉबर्ट ? किते पावलूबाबा ? खरे मूं ?"

तिचं बोलणं ऐकून हसत हसत पावलू तिथून निघून गेला होता.

हे सारं फादर रॉबर्टला आठवलं. तिनं सांगितलेल्या पोर्तुगालच्या, पापा, ममाच्या गोष्टी आठवल्या. ममानं त्याच्यासाठी पाठवलेल्या अनेक भेटवस्तू खोलीत होत्या. जाताना त्याचा हात हातात घट्ट धरून ती म्हणाली,

"प्लीज, फादर रॉबर्ट, आमचं सामान जे खोक्यात बंद करून ठेवलंय, ते लावून द्यायला याल ना ? महादू, शोफर, नीनी, गोमू सारे कामाला लागलेत. तुम्ही पण जरा मदत करा. सेवा म्हणून, चालेल ना, निदान इतकं ?"

खट्याळ हसत लिरियाना नुकतीच घरी परतली होती. गेली दोन वर्षं ती परदेशात होती. ती आता अधिक सुंदर आणि रसरशीत, उत्साही दिसत होती. तिनं आपलं प्रेम आज स्पष्टपणे व्यक्त केलं होतं. आजवरच्या मुग्ध मैत्रीला तिच्या मनानं वेगळा आकार दिला होता. अशी लिरियाना, गोव्यात रॉबर्टच्या आसपास असणार होती. पापा, ममा कार्व्हालो पोर्तुगालमध्ये असताना, लिरियानाची इथं काळजी घेणं, तिला मदत करणं, हे माणुसकीच्या भावनेतून रॉबर्टचं कर्तव्य होतं.

खिडकीच्या कठड्यावर हात ठेवून रॉबर्ट बाहेरच्या काळोखात पाहत होता. परमेश्वराची करुणा भाकत होता.

"मार्ग दाखव प्रभू. आजवरची तपश्चर्या वाया जाऊ देऊ नकोस. दिशाहीन गलबतासारखं भटकवू नकोस.

ओ ऽ ह गॉड ब्लेस मी...."

रॉबर्टचं जीवन पुन्हा एकवार तिठ्यावर उभं होतं.

◆

पावलूनं दुधाचा रिकामा ग्लास ट्रेमध्ये ठेवला. बशीत ठेवलेल्या इतर वस्तूंना फादरनी हातही लावला नव्हता. खिडकीतून बाहेरच्या काळोखात बघणाऱ्या, पाठमोऱ्या फादर रॉबर्टना बघून, पावलू संचित झाला होता. विचार करतच तो जिना उतरून खालच्या खोलीत आला. सामान टेबलावर ठेवून त्यानं चर्चचा मुख्य दरवाजा बंद केला आणि एक एक करत त्यानं चर्चमधले सारे दिवे मालवले. आणि मंद दिव्यांच्या उजेडात तो जीझसच्या मूर्तीसमोर उभा राहिला.

आज संध्याकाळी जे जे घडलं, ते ते सर्व पावलूनं पाहिलं होतं. त्याचं मन अस्वस्थ होतं. फादरच्या मनाची व्याकूळ अवस्था तो समजू शकत होता.

सेमिनरीमधलं शिक्षण पूर्ण करून, एका ध्येयानं भारून, चर्चवर आलेले फादर रॉबर्ट पावलूनं खूप जवळून पाहिलेले होते. या गावाच्या दुःखानं तळमळणारे फादर,

त्यांची हताश अवस्था, कार्व्हालो कुटुंबाचं त्यांच्यावरचं प्रेम, सारं पावलू जाणून होता.

आज ग्लोरियामाय फादरना घेऊन पणजीला गेली होती आणि आजच... लिरियानाबाय पोर्तुगालहून परत आली होती. या दोन्ही घटनांचा फादरच्या मनावर प्रचंड ताण होता. पावलूला त्यांची काळजी वाटत होती.

जीझससमोर गुडघे टेकवून तो प्रार्थना करत होता.

'सोर्वेस्परा आमची काकूत कोर कोर

सोमेया, काकूत कर. चांगल्याची मनोकामना करणाऱ्या चांगल्या माणसांचा सांभाळ कर.

मार्ग दाखव देवाचे पुता, सायबा, दया कोर.''

भावनेच्या भरात पावलूनं चर्चबेलची दोरी खेचली आणि तो भानावर आला. रात्रीची वेळ चर्चबेल वाजवण्याची नव्हती. तरी त्या थोड्या धक्क्यानंही चर्चबेलचा आवाज झाला.

ठण ऽ ठणऽ ठणऽ...

आणि शांत परिसरात घुमला. चर्चबेल अवेळी वाजली होती. कारण नसताना !

◆

चर्चवर अवेळी घंटा वाजली... आणि तो आवाज दणण करून साऱ्या गावावर आदळला. जुजे गावच्या त्या छोट्या इगर्जीत चर्चबेल वाजायची ती फक्त रविवारी सकाळच्या प्रार्थनेच्या पूर्वी आणि त्यानंतर संध्याकाळी. नाताळच्या सणाला किंवा लग्नविधी साजरा होताना ! त्या घंटेचे सर्व आवाज जुजे गावाला परिचित होते. कधी गूढ तर कधी आनंदी संकेत पोहोचवणारी चर्चची घंटा आज अशी अवेळी ? त्या आवाजानं गावाच्या काळजाचा एक ठोकाच जणू चुकला. सारं जुजे गाव दचकलं. बेलचे दोनच टोल झाले... नंतर मंद किणकिणत शांत झाले. साऱ्या गावावरून भीतीची लहर त्या ऐन तिन्हीसांजेला लहरून गेली.

एरवी तो आवाज खाडीवरून, वाऱ्यासोबत जुजे गावालगतच्या दुसऱ्या डोंगरावर असणाऱ्या नवनाथ मंदिरातही पोहोचत असे. या गावाची रचनाच मजेशीर होती. दोन डोंगरांच्या मधोमध निळीभोर विस्तीर्ण खाडी पसरली होती आणि खाडीच्या काठावर होतं छोटंसं जुजे गाव. शहरापासून, हमरस्त्यापासून दूर, दोन डोंगर उशापायथ्याला, आणि पायालगत दुलई पसरावी तशी खाडी... आणि माथ्यावर निळंभोर आकाश. असं छोटेखानी जुजे गाव आकार नसलेलं, रस्ते नसलेलं. एका भूखंडासारखं अलिकडल्या डोंगरावरचं चर्च आणि पलिकडल्या डोंगरावरचं मंदिर... आणि त्यांच्या कुशीत सदाच झोपेत असणाऱ्या तान्ह्या बाळासारखं सुस्त असणारं जुजे

गाव ! आंतोन भाटकार आणि विसू भाटकार ही दोन सधन कुटुंबं; बाकी सारं गाव वाडीत, खोपटीत जगणारं.

रविवारच्या मास प्रेअरला गावातले सगळे किरिस्ताव डोंगर चढून चर्चवर जात आणि सोमवारी संध्याकाळी भजनाला, आरतीला, गावची पुरुष माणसं डोंगर चढून नवनाथ मंदिरात जात. गावचे हिंदू, ख्रिश्चन आपआपल्या मंदिरात जाऊन प्रार्थना करत. जरी ते एकमेकांच्या मंदिरात जात नव्हते तरी तिथं वाजणाऱ्या घंटाचे आवाज मात्र खाडीवरून लहरत वाऱ्यासोबत मंदिरात आणि चर्चमध्ये पोहोचत असत.

भल्या पहाटे मंदिरात होणाऱ्या काकड आरतीच्या घंटेच्या आवाजानंच तर चर्चची देखभाल करणाऱ्या पावलूला जाग येत असे. आणि रविवारच्या चर्च प्रेअरची घंटा नवनाथ मंदिराची झाडलोट करताना गिडू ऐकायचा. म्हणायचा,

"आज ऐतार ! सारी किरिस्तावं सुट्टी असून फात्तोडीचेर पोचली की चर्चवर ? नाहीतर ही पाड पडली. आमची माणसं. आळशी कुठली. निजून पडलीत सुस्सेगादपणं. रात्रीची दारू आणि शीत. हूमण अजून डोळ्यांतून उतरली नाही. ती उतरली, तरी देव आठवणार आहे थोडाच ? पाड पडो मेल्यांची. अशीच मरणार.

देवा नवनाथा, कसं रे होणार यांचं ?

शहाणं कर रे महादेवा. शंभूनाथा बुद्धी दे त्यांना !"

जगूभट, पूर्णामाय, अंजूबायच्या संगतीनं गिडू सुधारला होता. अंजूबायनं त्याला शंकराची आरतीही शिकवली होती. त्याच्या सोनो, मोनोला शाळेत घातलं होतं. शाळा दूर होती. फेरीबोटीनं जावं लागायचं. पण न कंटाळता, हट्टानं अंजू सोनो, मोनोला शाळेत न्यायचीच.

पण आज मात्र चर्चवर अवेळी वाजलेली घंटा गिडूला ऐकू आली नव्हती की जगू भटजीला. कारण आज सोमवारची संध्याकाळ ! नवनाथ मंदिरात भजन रंगलं होतं. टाळ, मृदंग, चिपळ्या, पेटी, तबला... सारं एका सुरात चाललं होतं. वाड्यावरचा दामोदर टिपेच्या सुरात भजन गात होता. विठ्ठल, दामोदर, नरसू, प्रभाकर, सोमू, पुंडलिक.... वाड्यावरची हुरुपी, तरणी पोरं... दर सोमवारी भजनाला येत. त्यांचा उत्साह बघूनच विसूबाबनं पेटी, तबला, मृदंग अशी सारी वाद्यं हौसेनं बेळगावहून मागवली होती. त्यासाठी जगूभट आणि दामोदराला मुद्दाम बेळगावला पाठवलं होतं. वाद्यं आली. भजन सुरू झालं. या निमित्तानं, गावची मुलं, माणसं डोंगर चढून मंदिरात येऊ लागली याचा जगूभटापेक्षाही गिडूला जास्ती आनंद झाला होता. कारण त्या निमित्तानं.... सोमवारी रात्री का असेना तो डोंगर जागा राहू लागला. मंदिराला शोभा आली. डोंगरावर वर्दळ सुरू झाली होती. नाहीतर मग एकदा सांजआरती करून जगूभट घरी गेला की, त्या डोंगरावर फक्त गिडूचं एक घर आणि पूर्णामायचं दुसरं आणि समोर भलं थोरलं मंदिर. या मंदिराचा जीर्णोद्धार करायचं

विसूबाबनं मनावर घेतलं तेव्हापासूनच गिडूची एक खोप तिथं उभी झाली होती. आणि मंदिर बांधकाम करणारा रामा गवंडीही मंदिर पूर्ण होईपर्यंत झोपडी बांधून राहायला त्यावेळी आला होता. पण मंदिर बांधून पूर्ण झालं आणि तो वास्कोला त्याच्या मुलाकडे राहायला गेला.

"अमृताहूनी गोड नाम तुझे देवा
नाम तुझे देवा....
मन माझे केशवा
तुझ्या ठायी
सांग पंढरीराया. काय करु यांसी
का रूप ध्यानासी
न ये तुझे, न ये तुझे,
अमृताहूनी गोड."

दामोदरच्या आवाजात आवाज मिसळून सारेजण भजन गात होते. गिडूचे सोनो मोनोही टाळ वाजवत होते. मंदिराच्या चौकातल्या एका कोपऱ्यात पाय पोटाशी धरून गिडू बसला होता. भजन ऐकत होता. कौतुकानं सोनो, मोनोला बघत होता. पण मंदिर, त्याचं सुबक बांधकाम, गुळगुळीत खांब, हे सारं बघताना त्याला आठवत होता रामा गवंडी.

रामा गवंडी आता भ्रमिष्ट झालेला होता. त्याचा एकुलता एक मुलगा फॅक्टरीतल्या अपघातात ठार झाल्याचा परिणाम तर त्याच्या मनावर झाला होताच पण त्यानंतर कंपनीचं घर सोडावं लागलं होतं... आणि साऱ्यांची घरं बांधून देणारा रामा गवंडी स्वतःच बेघर झाला होता. बाळंतीण सून आणि आजारी बायको यांना घेऊन दारोदार भटकला होता. पण कुणी तसूभर जागा दिली नव्हती की आधार !

भ्रमिष्ट रामा गवंड्याला मग ग्लोरियामायनंच नंतर वास्कोच्या दवाखान्यात दाखल केलं होतं. त्याच्या बायको, सुनेला आपल्या वाडीतच एक खोपटी बांधून दिली होती.

"बिचारा रामा ! लवकर बरा होऊ दे देवा नवनाथा. अरे, तुझ्या दरबारात काही न्याय आहे की नाही ?

ती कनवाळू ग्लोरियामाय - सगळ्यांवर प्रेम करणारी आणि उद्ध्वस्त केलंस ते नेमकं तिचंच घर ?

आणि विसू भाटकार ? अरे त्यानं हे मंदिर बांधलं. हं ! आता तो कडक आहे. पण फणसासारखा मनातून मऊ आणि गोड...

त्याच्या वाटणीला तू एवढं दुःख द्यावंस ?

सोन्यासारखी वैनीबाय गेली - आणि सुवर्णाबाय... हर हर महादेव... काय

झालं हे तिचं ?

असा कोप नको करू शंभूदेवा. दया कर. या गावचं भलं कर म्हणजे त्याबरोबर माझ्या कुटुंबाचंही भलं होईल.''

डोळे मिटून गिडू करुणा भाकत होता.

भजन गाणारा दामोदर व त्याचे साथीदार, वीस पंचवीस वयाची मुलं... दामोदरचा आवाज गोड होता. पल्लेदार आवाजाची त्याला उपजतच देणगी होती. जगूभटाला त्याचं खूप कौतुक होतं.

'अरे हो तर दुसरो दिनानाथच रे...

पण चान्स ना बापड्यांक,....

जगूभट कौतुक करताना नेहमी म्हणायचा.

दामोदर आणि त्याचे साथीदार जुजे गावच्या वाड्यावरच्या खोपट्यात जन्मलेली मुलं. गावात शाळा नाही म्हणून शिक्षण नव्हतंच. आई, बाप शेताभाटांत कामं करत. पण एवढ्याशा गावी रोज असं कितीसं काम असणार होतं ? गाव खाडीच्या काठावर वसलेलं, शिवाय डोंगर उतारावरचं आणि डोंगराच्या मधोमध... गावामधली दोन सधन घरं सोडून... सारी गरीबांची वस्ती ! आजवरचे दिवस निभावून गेले होते. पण आता गावात तरुण, बेकार मुलांची एक पिढीच तयार झाली होती. धमन्यातलं ताजं, तरुण रक्त आणि बलवान हात काम करण्यासाठी शिवशिवत असायचे. पण काम नव्हतं. मग तो सारा दाह सोमवारच्या भजनात व्यक्त होत असायचा. सोमवारी भजनाला जायचं, हे एकच उत्साह देणारं काम !

हताश, निराश मनाचा दामोदर, नरसू, प्रभाकर, पुंडलीक सारे गात होते. आर्त भैरवी सुरू होती....

''मंदिरात आलो, तुझ्या दर्शनाला

महाद्वारी नाचे, भक्तवृंद मेळा.''

नवनाथाकडे ते सारेच जण मागणं मागत होते.

त्यांना त्यांच्या दैन्यावर उपाय हवा होता.

त्यांच्या म्हाताऱ्या आई बापांना विसावा द्यायचा होता.

त्यांना मजबूत खोपटी बांधायची होती.

कष्ट करायचे होते. परिस्थिती बदलायची होती त्यांना ! काम करायला मजबूत हात होते.

पण या क्षणी तरी दामोदरचे हात हार्मोनियमच्या पट्ट्यांवरून फिरत होते. प्रभाकरचे हात तबला वाजवत होते. नरसू मृदंग बडवत होता आणि पुंडलिकच्या हातात होत्या चिपळ्या.

''देवा नवनाथा, दया कर

मार्ग दाखव. करुणा कर. करुणा कर.

जय जय रामकृष्ण हरी...

जय जय रामकृष्ण....''

भजनाचं शेवटचं आवर्तन सुरू झालं होतं. जगूभट आरतीची तयारी करत होता.

गाभाऱ्यातला नवनाथ लामणदिव्यांच्या उजेडात प्रसन्न दिसत होता. वीस-पंचवीस वर्षांपूर्वी तर हा नवनाथ इथंच झाडापानांच्या आड विसावला होता. गुरं राखणारी मुलं डोंगरावर आली की, रानफुलं त्या दगडी पिंडीवर वाहायची इतकंच ! किती तरी वर्षे हा नवनाथ असा एका देवळीत पडून होता.

आणि, या डोंगरावर नवनाथ मंदिर उभारायला हवं, असं एक दिवस जगूभटाच्या मनानं घेतलं. जगूभट हा विसू भाटकराच्या घरचा पुरोहित होता. विसूबाबचं लग्न होऊन पाच वर्षे होऊन गेली होती. पण वैनीबायची कूस उजवत नव्हती. नातवाचं तोंड बघण्याची आशा बाळगणारे थोरले भाटकार व मामीबाय-पाठोपाठ मृत्यू पावले होते. एका वर्षात त्या घरात दोन मृत्यू झाले होते. विसूबाब तसाच, जगूभटही... सचिंत झाला होता.

वैनीबायचा उदासवाणा चेहरा बघून जगूभटाचा जीव तुटत होता.

आणि डोंगरावरच्या नवनाथ देवळीचा जीर्णोद्धार करण्याचा त्याचा प्रस्ताव विसूबाबनं मान्य केला होता. बघता बघता मंदिर उभं झालं होतं.

विसूबाबच्या घरी सुवर्णाचा जन्म झाला होता.

वीस वर्षे निघून गेली होती. सुरेख मंदिर आकाराला आलं होतं. पण गाव मात्र होतं त्याच अवस्थेत ! गावाचं दारिद्र्य संपत नव्हतं. राजवट बदलली होती. पण बाहेरच्या राजकीय घडामोडीचा या गावाशी जणू कोणताही संबंधच नव्हता. या गावाचं कल्याण कर नवनाथा, जगूभट पुटपुटत होता.

नमःशिवाय. नमःशिवाय. नमो नमः ।

ज्या विसूबाबनं या मंदिराचा जीर्णोद्धार केला होता त्याच्या संसाराची पार रया गेली होती. वैनीबायचा अकाली मृत्यू झाला होता. आणि एकुलती एक लेक सुवर्णा...

तिनं जगावेगळा निर्णय घेतला होता.

असा निर्णय गोव्यातल्या कोणत्याही घरातल्या कुणी कुलवान मुलीनं घेतलेला जगूभटानं कधी ऐकलं नव्हतं. वर्णसंकर !

कुलवान विसूबाबची लग्न झालेली लेक, किरिस्तांव ग्लोरियाच्या घरात राहत होती. वाड्यातल्या झोपडी झोपडीत फिरून औषधोपचार करत होती. जी माणसं भाटकरांच्या दाराशी हात जोडून उभी असायची, त्यांच्या झोपडीत जाऊन सुवर्णा

त्यांची सेवा करत होती. आजवर असं कधीच घडलेलं नव्हतं. ते सारं आक्रित विसूबाबच्याच घरी घडावं ?

या साऱ्या अनर्थाचं कारण कसं शोधायचं ?

जगूभटाला समजत नव्हतं.

पूर्वसंचित ! दुसरं काय ? ॐ नमः शिवाय. शिवाय नमः

पंचारती हाती धरून जगूभट आरती करत होता. छोट्या स्टुलावर उभा राहून गिडू टांगलेली घंटा वाजवत होता. भजनी मंडळ टाळ्या वाजवून आरती म्हणत होते.

"जय देव जय देव जय श्री शंकरा ।
आरती ओवाळू तुज कर्पूरगौरा.
कर्पूरगौरा भोळा नयनी विशाळा
अर्धांगी पार्वती सुमनांच्या माळा
विभुतीचे उधळण शितिकंठ निळा
ऐसा शंकर शोभे उमा वेल्हाळा."

जगूभटाच्या हातामधली पंचारती खालीवर होत होती. तिचा प्रकाश गाभाऱ्यातल्या नवनाथ पिंडीवरून फिरत होता. पांढऱ्या शुभ्र फुलांनी सजलेला नवनाथ पूर्णाच्या भरल्या नजरेला दिसत नव्हता. मनातून नवनाथाचा धावा सुरू होता.

"गिरीजानाथा, शंभो कृपा कर.

तुझ्या करुणेची भीक मागतेय मी !

मी भावीण खरी ! तुझी सेवा गेली पंचवीस वर्षे निष्ठेनं करतेय. कधी नेग धर्ग चुकवला नाही की व्रतं वैकल्यं, गेली पंचवीस वर्षे तुझ्या दारात मी उभी आहे.

स्वतःसाठी कधी काही मागितलंय ?

पण धन्यासाठी मात्र नेहमीच भीक मागते.

ज्यांनी तुझी इतकी सेवा केली. त्यांनाच इतकं दुःख तू द्यावंस ?

कल्याण कर शिवनाथा शंभो,

त्यांच्या मनाला शांती दे.

नमः शिवाय. शिवाय नमः"

पूर्णा आता थकली होती. तरी मंदिराची सेवा निष्ठेनं करत होती. अलीकडं तिचं मन अस्वस्थ होतं. आरती बघत ती पुटपुटत होती.

त्वमेव माता, पिता त्वमेव, त्वमेव बंधु, सखा त्वमेव
हरे राम हरे राम रामराम हरे हरे
हरे कृष्ण हरे कृष्ण, कृष्ण कृष्ण हरे हरे
नमः शिवाय

शिवा शिवा शिवाय नमः''

आरतीनंतर सारे निघून गेले तरी पूर्णा त्या अंधारात उभी होती दीपमाळेजवळ !

◆

चर्चवरून अवेळी वाजलेला चर्चबेलचा आवाज... त्या आवाजाचे दोन टोल... जुजे गावानं ऐकले न ऐकले तोवर तो आवाज हवेत विरूनही गेला.

पण... तेवढ्यानंही देऊळवाड्यातली मेरी कासावीस झाली. अलीकडं एवढ्या तेवढ्यानंही मन घाबरं व्हायचं. त्या दिवशी, तिचा एपी समुद्रात नाहीसा झाला आणि बघता बघता सारंच उजाड झालं. साऱ्या गावावर शोककळा पसरली. त्या दिवशीही चर्चबेल अशीच अवेळी वाजली होती. एपीच्या मृत्यूची वार्ता.... शोकमग्न चर्चबेलनंच सर्वांना दिली होती. एपीचा देहच समुद्रानं गिळला होता. मग अंत्यविधी कुणाचा करायचा ?

साऱ्या गावानं मग प्रार्थना केली होती.

एपीच्या आत्म्यासाठी,

मुलांसाठी. मेरीसाठी

तेव्हा पण चर्चबेल वाजत होती. उदासपणे... पण त्यानंतर मेरीच्यासमोर कष्टच कष्ट होते. ते कष्ट ती उपसत होती. आणि मुलांना गवरनादोर करण्याचं एपीचं स्वप्न पुरं करणार होती.

सारा दिवसभर मेरी काम करत असे... आणि

सारा दिवसभर तिची सहा पोरं घरालगतच्या चिखलराडीत धुमाकूळ घालत असत.

''कसं होणार यांचं ? खाऱ्या वाऱ्यासारखे धसमुसळे होत चाललेत.''

मेरीचा जीव काळजीनं अर्धा व्हायचा. आत्तासुद्धा कामावरून येऊन तिनं सर्वांना आंघोळी घातल्या होत्या. स्वतः डोकीवरून आंघोळ केली होती आणि जीझसच्या फोटोसमोर मेणबत्ती पेटवून मुलांना उभं केलं होतं. अवेळी चर्चबेलचा आवाज ऐकून धास्तावलेली मेरी देवाजवळ मागत होती.

''आमच्या देवा बापाची, आणि आमच्या सोमया जेजु क्रिस्ताची कूर्पा आणि शांती आमच्या सोंवे आंसू !

देवा, परमेश्वरा, कुर्पा कर.

या भुरग्यांचा सांभाळ कर....''

मेरी मनापासून मागत होती.

◆

'काजा मारिया' मधली डायना भल्या मोठ्या सुटकेसमध्ये आपले कपडे भरत होती. समोरचं कपाट सताड उघडं होतं. ते लाकडी कपाट म्हणजे डायनाचं विश्व होतं. साऱ्या सुंदर आठवणीच त्या कपाटासोबत या क्षणी डायनाच्या समोर उलगडलेल्या होत्या.

"ओ ऽ ह आल्बर्तू"

त्याच्या आठवणीनं डायना व्याकुळ झाली होती. दोन वर्षे झाली होती त्याला भेटून.

"पाड पडो हे इंडियन गवर्मेंट. त्याच्यामुळंच तर माझ्या कांपितांवला पोर्तुगालला जावं लागलं."

नेहमीप्रमाणं डायनानं इंडियन गवर्मेंटला शिव्या घातल्या. ते गवर्मेंट काळं की गोरं हे डायनाला ठाऊकसुद्धा नव्हतं. त्या गवर्मेंटचा या गावाशी काहीच संबंध नव्हता. शिवाय कांपितांव आल्बर्तू पोर्तुगीज सैन्याबरोबर इथून निघून गेल्यानंतर, त्या दुःखानं डायना कोसळली होती. ती माणसात नव्हतीच. तशात गेल्या दोन वर्षांत त्याचं पत्र नव्हतं की चिठ्ठी. डायना वेडी व्हायचीच शिल्लक उरलं होतं. त्यावेळी तिच्या मायनं, फ्रॅन्कनं आणि साऱ्या गावानं तिला जपलं होतं. आणि डायनानं परमेश्वराचा धावा केला होता. तिचा विश्वास होता जीझसवर, कांपितांववर आणि प्रेमावर.

आणि खरंच. पंधरा दिवसांपूर्वी, कांपितांवचं पोर्तुगालहून पत्र आलं होतं. त्याच्या बोलावण्यावरून डायना लवकरच पोर्तुगालला जाणार होती. ती आनंदात होती.

उघड्या कपाटासमोरची डायना विचारात हरवली होती आणि कानावर चर्चबेलचे दोन टोल पडले आणि डायना दचकली.

"हे आणखी कोणतं संकट ? नको सायबा आता आणखीन नवं संकट. सर्वपोदवेदोर देवा, सायबा सांभाळ कर. तिथं माझ्या अल्बर्तूचा आणि इथं माझ्या फ्रॅन्कीचा.

देवा, आमका सासणाच्या जिविताक् पांवय"

डायना करुणा भाकत होती.

डायनाप्रमाणे एग्माही तिच्या घरात प्रार्थना करत होती.

"परमेश्वरा, शक्ती दे. सारं जीवनच एक संघर्ष बनलं आहे. तुझी इच्छा. पण लढण्याचं बळ दे."

लीन होऊन, जीझसची प्रार्थना करणाऱ्या एग्माकडं बघून, तिचे वडील म्हणत होते.

"आमेन."

◆

ग्लोरिया आणि सुवर्णा धाकट्या गाडीतून उतरल्या, तशी उषा आणि सोमती दोघी पोरी धावत गेटपाशी आल्या. ग्लोरिया गेटबाहेरून आपल्या हवेलीसारख्या भव्य अशा घराकडं बघत होती. डोळे अकारण भरून आले होते.

"ग्लोरी लग्न करून, माझ्याबरोबर गोयांत येशील ? तू आलीस तरच त्या घराला भले दिवस येतील, मी असा शेवच्या आडदांड, डोंगरासारखा ऐसपैस. ना शाळा की शिक्षण. पण तुझ्यासारखी शिकलेली बायल घरांत काजार करून आली तर... तरच त्या घराचं सोनं होईल. कुटुंबाचं कल्याण होईल. येशील ना ग्लोरी ?"

लग्नाचा प्रस्ताव मांडताना म्हटलेले आंतोनचे शब्द आज का आठवावे ?

आंतोनशी काजार करून ग्लोरी या गावी आली होती आणि आंतोनला दिलेल्या वचनाप्रमाणं, खरोखरंच तिनं आज या घराचं भलं केलं होतं.

भलंच ! नाहीतर काय ?

घराला लागलेल्या किडीला वेळीच मारून टाकलं तरच घर बचावतं. वेळेवर जंतुनाशक मारली तर झाडं बचावतात. तसंच माणसांचंही ! ज्या माणसांपासून घराला धोका असतो त्यांना कठोरपणानं वेळीच दूर केलं... तरच घर बचावतं.

"माही आज तेच केलंय."

ग्लोरिया मनाशी म्हणाली.

लुईजा काजा !

आंतोननं आईचं नाव घराला दिलं होतं. घर ऐसपैस होतं. ओसरीच्या कोपऱ्यात 'एल'च्या आकारात बलकांव होतं. तिथंच आरामखुर्चीत आंतोन विसावला होता. आतुरतेनं ग्लोरियाची वाट बघत होता. अर्धांगानं विकल झालेला आंतोन ! त्याच्या त्या जीवघेण्या दुखण्यानंतर ग्लोरिया आज प्रथमच इतका वेळ बाहेर गेली होती.

"कसा आहेस आंतोन ? नीट जेवलास ना ?" त्याच्याजवळ जात तिनं काळजीनं विचारलं.

"मी ? मजेत गेला माझा दिवस. तू नव्हतीस. पण या पोरी होत्या ना ? जरा एकटं सोडलं नाही मला. पाय हे खा, पाय ते आणू का ? तुझ्यापेक्षा कटकट केली." आंतोन हसून म्हणाला.

"पळे गो माय, कटकट म्हंता आमका." उषा रुसून म्हणाली.

"आणि पप्पा, गोळ्या घेतल्यास ना वेळेवर ?" सुवर्णानं विचारलं.

"बघितलंस ग्लोरी ? ही कटकट नव्हे ?"

आंतोनच्या बोलण्यावर सारेच हसले.

"थकलीस ना तू ? जा कपडे बदलून ये. पोरींनी भला थोरला हंडा तापवलाय, तुमच्या आंघोळीसाठी."

आंतोन आनंदात आहे हे बघून ग्लोरिया समाधानानं घरात गेली.

"आणि बाय, सचिनचा जोर चढला - सचिनच्या आवयनं आपयला तुका."

सोमती सुवर्णाला म्हणाली. सुवर्णा तशीच भाटातल्या खोपटीकडं गेली. ती झोपडी राम गवंड्याच्या बाळंतीण सुनेसाठी बांधवून घेतली होती. तिथं रामाची बायको आणि सून सुवर्णाची वाट पाहत होत्या.

◆

आंघोळ करून पायघोळ झगा घातलेली ग्लोरिया जेवणघरात आली. त्या लांबट अशा प्रशस्त जेवणघरात भिंतीच्या कडेनं काचेची कपाटं भिंतींना लटकत होती. उंची ग्लासेस, प्लेटस्, कटोरे, टी सेटस्, काचेची नक्षीदार भांडी... सारं व्यवस्थित मांडून ठेवलं होतं. लग्नानंतर हौसेनंच आंतोन ग्लोरिनं, संसार मांडला होता. जेवणघराच्या मधोमध जेवणाचं प्रशस्त टेबल मांडलं होतं. पांढऱ्याशुभ्र चादरीनं आच्छादलेल्या टेबलावर प्लेटस्, काचेचे वाडगे, काचेचे ग्लास पालथे घातलेले होते. मधोमध उंच फुलदाणी सजली होती. उषा, सोमती भागेल्या घरच्या मुली खऱ्या, पण लहानपणापासून याच घरात वाढल्या होत्या. ग्लोरियाचे हॅरी, सॅम, विसू भाटकराची सुवर्णा आणि नामूच्या उषा, सोमती... सारी मुलं एकत्र लहानाची मोठी झाली होती. उषा, सोमतीनं या घराची सारी जबाबदारी उचलली. जणू ग्लोरियाच्या मुलीच होत्या, अशा प्रेमानं वागत.

जेवणघरात भिंतीलगत लाकडी कठडा होता, त्याला नक्षीदार खांब होते. त्या भिंतीवर जीझसची सुंदर प्रतिमा होती. मदरची मूर्ती होती. बाजूच्या अरुंद साईड-बोर्डवर हॅरी-सॅमचे हसरे फोटो होते. वेडिंग-ड्रेस घातलेले आंतोन, ग्लोरियाचे फोटो होते.

उषा, सोमतीनं मोगरीचा ताजा, घवघवीत हार फोटोला घातला होता.

"हार घातला कि कींतलो सोबून दिसता.'

हार घातलेल्या जीझसच्या प्रतिमेकडे बघताना, उषाचे शब्द आठवले. आज जीझस खरोखरच सुंदर दिसत होता. स्निग्ध नजरेनं तो ग्लोरियाकडं पाहत होता.

कॅन्डल स्टँडवर दोन मेणबत्त्या खोचून ठेवल्या होत्या. आंतोनसाठी व हॅरी-सॅमसाठी.

पायघोळ नाईट-गाऊन घातलेली ग्लोरिया तिथं उभी होती. तिनं केसांना लेसचा रुमाल बांधला. आणि तिसरी मेणबत्ती पेटवून तिनं कॅन्डल स्टँडवर खोचली. डोळे भरून ती पाहत होती. तीनही मेणबत्त्या स्निग्धपणे तेवत होत्या.

तीन मेणबत्त्या ?

उषा, सोमतीनं प्रश्नार्थक चेहऱ्यानं एकमेकींकडे पाहिलं पण त्याचा अर्थ तिथं बसलेल्या आंतोनच्या लक्षात आला तसाच..... खिडकीपाशी उभ्या असणाऱ्या

सुवर्णाच्याही !

आंतोनला समजलं की ग्लोरिया आज ज्या कामासाठी पणजीला गेली होती ते काम तिनं पूर्ण केलं आहे.

त्याचं मन तिच्याविषयीच्या प्रेमानं भरून गेलं आणि अभिमानानंही.

"हे सोर्वपोदवीदर देवा, सायबा....

तिला यश दे..."

खुर्चीवर बसलेला आंतोन मनापासून मागत होता.

सुवर्णा भारावून ते दृश्य बघत होती.

"देवा नवनाथा या मायच बरं कर. ह्या पप्पाला लौकर बरं कर. हॅरिभाऊ आणि सॅमला परतून हाड."

उषा, सोमती देवाला गाऱ्हाणं घालत होत्या.

धीरगंभीर ग्लोरिया कठड्याजवळ उभी होती. लहानपणापासून ती प्रार्थना करत आली होती. या घरातच तिनं मुलांना सुंदर प्रार्थना शिकविली होती. मुलांचं भलं व्हावं म्हणून करुणा भाकली होती.

पण आज ती निश्चल मनानं, त्या जळणाऱ्या तीन मेणबत्त्यांकडं बघत होती.

तिसरी मेणबत्ती !

जी तिनं आज गावच्या भल्यासाठी प्रज्ज्वलित केली होती, ती मेणबत्ती सदैव पेटती ठेवण्याचं बळ ती आज मागत होती.

सारं जेवणघर शांत उभं होतं !

◆

सुवर्णानं खिडकीतून बाहेर पाहिलं. ग्लोरियाच्या घरापासून थोड्या अंतरावरच तिचं घर होतं. तिचं स्वत:चं घर ! ज्या घरात तिचा जन्म झाला होता. जिथं ती लहानाची मोठी झाली होती. ते घर.... त्या घराचं अंगण... ती आता जिथं उभी होती, तिथून स्पष्ट दिसत होतं. त्या दोन घरांच्या सीमेवरची जांभळाची, आंब्याची झाडं आपल्या मालकांच्या सीमा राखत होती.

घराच्या सीमा अन् धर्माच्याही !

सुवर्णानं आवंढा गिळला.

त्या घराच्या अंगणात तुळशी वृंदावनाजवळ दिवा तेवत होता. शांतूनंच तो लावला असावा. तिथं सांजवात करणारी वैनीबाय आज या जगात नव्हती. आईची आठवण सुवर्णाच्या मनभर पसरून गेली. सारं अंगणही सुन्न पसरलं होतं.

सुवर्णानं पाहिलं, हळू हळू पायऱ्या उतरून, विसूबाब मधल्या चौकात येत होता.

बाबा !

त्याला पाहताच सुवर्णा खिडकीजवळून बाजूला सरली. कारण तिला माहिती होतं की, खिडकीजवळ उभ्या असलेल्या सुवर्णाला एकवार पाहण्यासाठीच तो यावेळी अंगणात आला होता. त्याची नजर आपसूकच ग्लोरियाच्या घराकडं वळणार होती.

लगबगीनं सुवर्णा जीझसच्या नक्षीदार खांबाजवळ येऊन उभी राहिली. पेटत्या मेणबत्त्यांसमोर उभी राहून, हात जोडून ती प्रार्थना करू लागली.

"देवा नवनाथा, माझ्या बाबांना सर्व सोसण्याचं बळ दे. हट्टी आहेत ते. कबूल करणार नाहीत प्रत्यक्ष, पण जे घडून गेलंय त्याचा मनोमन पस्तावा नक्की करतील."

"हे सर्वेश्वरा हे वादळ पार करण्याचं बळ दे.
हाती आलेलं हे जीवन वाया घालवू देऊ नकोस.
नवनाथा, सांभाळ कर सर्वांचा !"

◆

चौकातल्या तुळशीवृंदावनाजवळ विसूबाब उभा होता. त्या भल्या चौसोपी घरात तो एकटाच होता. तुळशी वृंदावनाजवळ दिवा तेवत होता. त्या जागेपाशी अनेक आठवणी जखडल्या गेल्या होत्या.

हळदीच्या अंगाच्या वैनीबायचा गृहप्रवेश या जागेनं पाहिला होता. त्याच जागेवर शेवटी तिचा मृतदेह ठेवला होता. सुवर्णा लहान असताना याच जागेवर बसवून वैनीबाय तिला भरवायची आणि हीच जागा ओलांडून सुवर्णा निघूनही गेली होती.

याच जागेवर, शाळकरी वयाच्या अंजूनं त्याला बाबा म्हणून मिठी मारली आणि कठोरपणानं ती मिठी सोडवून तिला पाठमोरा झालेला विसूबाबही या जागेनं पाहिला होता. ते दृश्य बघून, वैनीबाय बेशुद्ध पडली होती, ती याच जागेवर !

आज करकरीत तिन्हीसांजेला त्या तुळशी वृंदावनाजवळ भग्न झालेला विसूबाब उभा होता. दिव्याच्या ज्योती थरथरत होत्या ? की डोळ्यांत पाणी साचलं होतं ? उजव्या मनगटानं त्यानं डोळे पुसले. हात जोडून तो म्हणू लागला.

"जय जय त्रिंबकराजा गिरीजानाथा गंगाधरा हो ।
त्रिशूलपाणी शंभो नीलग्रीषा शशिशेखरा हो
वंदन मार्जन करिती, त्यांचे महादोष नासती हो
तुझीया दर्शनमात्रे प्राणी मुक्ती ते पावती हो ।"

देवा नवनाथा, खूप कठोर वागलो मी ! काय दोष होता त्या साध्वीचा ?

“काय मागत होती ती ? फक्त एक कौतुकाचा शब्द... पण तोही मी तिला दिला नाही कधी !

केवढा हा अहंकार !

कदाचित सुवर्णाचं म्हणणं खरं असेल. पण त्यावर विचारही न करता, मी तिला तोडून टाकावं ?

पोर हाकेच्या अंतरावर आहे. पण हाक मारणं कसं जड वाटतंय. अजूनही हा पीळ सुटत कसा नाही ? बिचारी अंजू ! पूर्णाची तशी माझीही मुलगीच. पण त्या बालजिवाकडं किती कठोर मनानं पाठ फिरवली ! साऱ्या गावासमोर तिला आपली मानण्याचं धैर्य झालं नाही.

शिव. शिव नवनाथा !

आज सारं स्वच्छ समजतंय, पण वेळ निघून गेलीय. चूपचाप जळतच आता उरलेलं आयुष्य काढायचं झालं. क्षमा कर शिवा, क्षमा.”

विसूबाब अंधारात एकटाच उभा होता. तुळशी वृंदावनाजवळचा दिवा वाऱ्यानं फडफडत होता.

◆

हातामधला ट्रे घेऊन पावलू निघून गेला हे पाठमोऱ्या उभं असणाऱ्या रॉबर्टला समजलं. रात्र झाली होती. पण झोपेचं लक्षण नव्हतं. आणि या निर्णायक रात्री झोप येणार तरी कशी ? उद्या...

उद्याच ग्लोरियानं गावचे सारे लोक तिच्या घरी बोलावले होते. उद्या ती तिच्या मनातल्या साऱ्या कल्पना त्यांना सांगणार होती आणि आपला निर्णयही रॉबर्टला तिला उद्याच सांगायचा होता. एका रात्रीत निर्णय घेणं खरं तर सोपं नव्हतंच. पण गेल्या सात वर्षांमधल्या घटनाच अशा होत्या की, रॉबर्ट या जुजे गावात गुरफटत गेला होता आणि एका निर्णायक क्षणावर आज उभा होता.

आपल्या निर्णयावर शिक्कामोर्तब करताना आज ग्लोरिया म्हणाली होती....

“मला ठाऊक आहे फादर. हे सर्व व्हावं असं तुम्हालाही वाटतंय. माझ्यासारखाच तुम्हीही विचार करताय. हो ना ?

प्रार्थनेचा अर्थ शोधताय तुम्हीही. तो अर्थ तुम्हाला समजलायही ! पण मी स्वतंत्र आहे. माझा निर्णय मी घेऊ शकले. पण तुम्ही बांधिलकी स्वीकारली आहे. चर्चची बांधिलकी. आता निर्णय तुमचा !

मला तुमच्या आधाराची फार गरज आहे फादर.

भग्न झालेले प्रार्थनेचे सूर मला पुन्हा जुळवायचे आहेत. माझ्या पियानोवर पुन्हा नवं गीत गायचं आहे.

उद्या ? उद्या याल ना फादर ? मी वाट पाहीन !''

चर्चबेलच्या नादाप्रमाणं तिचे शब्द अवतीभवती घुमत होते. रॉबर्ट विचार करत होता.

कोण ही ग्लोरिया ? कुठून एवढी जवळीक साधली या जुजे गावानं ?

सात वर्षांपूर्वी ? फक्त सातच वर्षांपूर्वी हे सारे कुणी ओळखीचेही नव्हते. की हे गाव, हे चर्च ?

आणि सात वर्षांत....

या सर्वांनी, त्यांच्या दुःखांनी, त्यांच्या समस्यांनी आपलं सारं जीवनच व्यापून गेलंय.

कशी निर्माण होते ही जवळीक ? स्वतःच्या दुःखाची नाळ तुटली, तरी नकळत यांच्या दुःखानं कधी घेरून टाकलं समजलंही नाही.

आज... आरामखुर्चीत विसावलेल्या रॉबर्टला, जुजे गावी तो फादर म्हणून आला होता तो पहिला दिवस स्पष्ट आठवत होता. आणि गेल्या सात वर्षांमधल्या जुजे गावात घडलेल्या अनेक चित्तरकथाही स्वच्छ उलगडत होत्या.

त्या साऱ्या आठवणीत तो हरवून गेला होता. आज जिथून लिरियानाची मार्सेडिस निघून गेली त्याच तिठ्यावर सात वर्षांपूर्वी हाती बॅग घेऊन बसमधून उतरून, फादर रॉबर्ट उभा होता. उत्साहानं, जिज्ञासेनं, कौतुकानं तो परिसर पाहत होता.

सात वर्षांपूर्वी !

सात वर्षांपूर्वीची अशीच....

◆

ऐन दुपारची वेळ होती....

बस भरधाव वेगाने धावत होती. आणि करकचून ब्रेक लावून कच्चदिशी ती थांबली.

बसमध्ये उभी असलेली आणि बसलेली माणसं एकमेकांवर आदळली.

'मेरी जान, मेरी जान सण्डे के सण्डे'

कर्कश्श आवाजात बसमध्ये ड्रायव्हरलगतचा टेपरेकॉर्डर गात होता. बाहेर ऊन रणरणत होतं.

''जुजे. जुजे देवान रे पाप्यांनो. हं चढा बेगिन् द्येव रे.''

त्या ठिकाणी बसस्टॉप असा नव्हता. खाडीच्या किनाऱ्याजवळ सायलीची उंच झाडं होती. ती झाडं दिसली की हमरस्त्यावर धावणारी बस थांबे. जुजे गावी उतरणारी व चढणारी माणसं याच ठिकाणावर उतरत असत. बससाठी उभी असत.

जुजे गाव त्या हमरस्त्यापासून खूप दूर होतं.

आज तिथं फादर रॉबर्टखेरीज उतरणारं दुसरं कुणीही नव्हतं. बसमध्ये चढण्यासाठी दोन चार माणसं उभी होती. कंडक्टरनं फादरची भली मोठी सुटकेस उचलून, उभ्या माणसांच्या हाती दिली. फादर उतरले. उभ्या असणाऱ्या त्या माणसांना बसमध्ये घेऊन, कंडक्टरनं एक कर्कश्श शीळ घातली.

"चल रे"

आणि बस चालू लागली.

त्या हमरस्त्यावर फादर एकटेच उभे होते. काळाभोर, अरुंद, चकचकीत रस्ता लांबलचक पसरला होता. एका बाजूला चढत गेलेली डोंगराची लांबलचक अशी रांग होती व दुसऱ्या बाजूला लांबलचक खाडी; मधोमध झाडांचे कवडसे पांघरलेला रस्ता !

त्या निर्मनुष्य रस्त्यावरून हाती सुटकेस घेऊन फादर चालत होते. त्यांच्या बुटांचा आवाज फक्त ऐकू येत होता. बराच वेळ चालून गेल्यानंतर खाडीलगतच्या दगडी बांधाऱ्यावर सुटकेस ठेवून, फादर उभे राहिले. घाम पुसण्यासाठी त्यांनी खिशामधला रुमाल बाहेर काढला. आणि त्यांचं लक्ष त्या रुमालावर, निळ्या रेशमानं भरलेल्या रेखीव अक्षराकडे गेलं.

'आर'

लिरियानानं ते भरलं होतं. त्यासाठी तिनं पोर्तुगालहून, आपल्या काकांकडून ते रुमाल मागवले होते. मन लावून भरतकाम करून रॉबर्टला ते दिले होते.

"तुला काही अभ्यास, कामधंदा नाही वाटतं ?" रॉबर्टनं विचारलं होतं.

"आहे तर ! अभ्यास आहे. पण तो तुझ्या अभ्यासासारखा डोकं दुखवणारा नाही. काय ? तर म्हणे. धर्मज्ञान, तत्त्वज्ञान, बायबल, बाप रे ! आमचं तसं नाही काही. रोमन, लॅटिन, पोर्तुगीज, इंग्रजी, फ्रेंच - साऱ्या सुंदर भाषा मी शिकतेय, काव्य वाचतेय. ते एकदा वाचायला लागलास ना ? तर आनंदानं वेडा होशील. कळलं ?"

"काही नको." तिला मध्येच थांबवून रॉबर्ट म्हणाला. "तू एक वेडी आहेस ते पुरं नाही ?"

"हे रे काय रॉबी ?"

फुरंगटून लिरियाना म्हणाली होती.

ती रेशमी अक्षरं बघताना रॉबर्टला लिरियाना आठवली. पापा, ममा कार्व्हालो आठवले.

ते काय करत असतील यावेळी ? यावेळी....

पापा आपल्या स्टडीत वाचत असतील. ममा तिच्या खोलीत आराम करत

असेल. आणि लिरियाना....

"रॉबी, मी येते ना रे तुला पोहोचवायला !"

तिनं म्हटलं होतं.

"काही नको. जाईन मी एकटा." तुटकपणे रॉबर्ट म्हणाला होता.

यावेळी लिरियाना तिच्या खोलीच्या खिडकीतून दिसणारा घरापाठीमागचा समुद्र पाहत असेल. ऐन माध्यान्हीला आभाळात गोळा झालेले पांढऱ्या ढगांचे पुंजके आणि हालचाल न करणारा, दुपारचा धीरगंभीर समुद्र तिला आवडतो. समोर खाडीचं नि:स्तब्ध पाणी होतं - आणि आभाळात पांढऱ्या ढगांचे पुंजके दाटीवाटीनं गोळा झाले होते. हे सुंदर दृश्य बघून ती आनंदित झाली असती.

लिरियाना !

खरं तर आजपासून रॉबर्ट तिच्यापासून अधिकच दुरावला होता. पण तिची आठवण मात्र दुरावत नव्हती. या मुलीनं गेली पाच वर्षे त्याला भरभरून प्रेम दिलं होतं. तिच्या पापा-ममानं, रॉबीला मुलासारखं जपलं होतं. त्यांच्या मदतीनंच तर त्याचं सारं शिक्षण पूर्ण झालं होतं. सुट्टीत दक्षिण, उत्तर भारताचे प्रवास झाले होते. पैशाची कमतरता पडली नव्हती. वेगवेगळे ग्रंथ मागवून वाचता आले होते. त्या पापा, ममा आणि लिरियानाला विसरायचं कसं ?

कोण होते ते आपले ? खरं तर ते आपले कुणीही नव्हतेच !

ते ! उच्च कुलीन, पोर्तुगीज कुटुंब !

आणि आपण !

अनाथ, पोरका. ऑरफनेज्मध्ये वाढलेला एक मुलगा रॉबी. रॉबर्ट आणि आज...

फादर रॉबर्ट !

तसे ते तर आपले कुणीही नव्हतेच पण... तरीही ते सर्वजण... आणि फक्त तेच आपले आहेत. धर्मशिक्षण घेताना, दत्तक घेतलेला एक विद्यार्थी, इतकंच नातं उरलेलं नाही.

"तुझं माझं नातं कोणतं रे रॉबी ?"

"जाऊ दे ना लिरि. काही नात्यांना नावच देऊ नये, ठीक ना ?"

रॉबी तिचा प्रश्न टाळून म्हणत असे.

खाडीच्या दगडी कठड्यांवर सुटकेस ठेवून उभ्या असणाऱ्या फादर रॉबर्टच्या मनात आठवणी, पांढऱ्या ढगाच्या पुंजक्याप्रमाणं विखुरल्या गेल्या होत्या. भानावर येऊन त्यानं सुटकेस उचलली आणि तो हमरस्त्यावरून चालू लागला.

दीक्षान्त समारंभ झाला आणि सिस्टर ॲगाथा माय मरण पावली. जणू तो समारंभ पाहण्यासाठीच ती जिवंत होती. आजारी अवस्थेतही ती तिथं आली होती.

नंतर अंथरुणातून उठली नव्हती. दीक्षान्त समारंभानंतर रॉबर्टचे सारे सहकारी, त्यांना नेमून दिलेल्या जागी, कामावर रुजू झाले होते. जुजे गावच्या या चर्चवर धर्मगुरू म्हणून रॉबर्टची नियुक्ती झाली होती. पण ॲगाथा मायच्या मृत्यूमुळं रॉबर्टला तिथं रुजू व्हायला उशीरच झाला होता. तिथले फादर डिसिल्वा रॉबर्ट येण्याची वाट पाहत खोळंबले होते.

आज त्या गावी, चर्चचा असिस्टंट प्रीस्ट म्हणून रॉबर्ट निघाला होता. उमेदीनं, उत्साहानं.

वयाच्या सातव्या वर्षांपासून सुरू असलेलं अध्ययन पूर्ण झाले होते. एका ध्येयानं भारावून वाटचाल केली होती. सिस्टर ॲगाथानं दाखवलेल्या वाटेवरून आत्मविश्वासानं चालत राहिला होता. लिसेवाची परीक्षा पास झाल्यानंतर सेमिनरीत धर्मगुरुपदाचं अध्ययन करतानाच कार्व्हालो कुटुंबानं त्याच्यावर मायेची सावली धरली होती. ती पंधरा वर्षांची विद्यार्थीदशा आज संपली होती.

दूरवर खाडीत एक शीडाची होडी डचमळत होती.

असेच होतो आपण ! भरल्या समुद्रात एकटेच, ॲगाथा मायनं जीवनाची दिशा दाखवली. पापा, ममा कार्व्हालोनी प्रेमाचं शीड धरलं. दुबळ्या हातापायांना बळ आलं आहे.

समोर चर्च उभं आहे.

तरी... डोळे असे अकारण का भरून आले आहेत ?

तो चालत असताना एक बस भरधाव वेगानं जवळून गेली.

"येतां ?"

धावत्या बसच्या मागच्या दारात बेदरकारपणं उभ्या असलेल्या कंडक्टरनं विचारलं. रॉबर्टनं हात हलवून त्याला अभिवादन केलं. बसच्या पाठीमागे कॅरीअरला धरून ही माणसे उभी होती. माणसांनी खच्चून भरलेल्या बसमधला तो कंडक्टरही अर्धा बाहेरच लोंबकळत होता. त्यांना कशाचीही भीती नव्हती.

घाई... फक्त मुक्कामाला पोचण्याची घाई होती.

मुक्काम !

कुठून सुरू झाला हा प्रवास आणि...

शेवटचा मुक्काम तरी कोणता ?

ज्यांची सुरुवात माहिती नाही की शेवट...

अशा या प्रवासात, माणसं किती बेदरकारपणे वागतात, बेफाम होतात; हळवी आणि अगतिकही !

आणि चालतच असतात..

आंधळेपणानं !

आपण तरी डोळसपणानं चालतो आहोत ना ?

रॉबर्टच्या मनात विचार आला. पापा, ममा, लिरियानाचे शब्द आठवले.

धर्मगुरुपदाचं अध्ययन करणाऱ्या एका विद्यार्थ्याचा सारा खर्च करण्याची तयारी जुईज कार्व्हालोनी दर्शविली होती. ॲगाथा मायनं, रॉबर्टला त्यांना भेटण्यासाठी पाठवलं होतं. त्या पहिल्याच भेटीत, पापा कार्व्हालोनं रॉबर्टला विचारलं होतं.

"तुझा निर्णय चांगला आहे. पण नीट विचार केला आहेस ना ? हे व्रत कठोर आहे. तो पांढरा झगा चढविण्यापूर्वी दहा वेळा विचार कर. तिथं दाखल झाल्यावरही, झेपत नसेल तर खुशाल परत ये. शेवटी हे जीवन तुझं आणि निर्णयही तुझा."

नुकतीच लिसेवाची परीक्षा देऊन मायनर सेमिनरीत जाण्यासाठी आलेल्या रॉबर्टला बघून ममा कार्व्हालो कळवळली होती. ती म्हणाली,

"हा एवढासा मुलगा आणि प्रिस्ट होणार ? पण का ? का म्हणून, हे कठीण काम पत्करतो आहेस रे ? दुसरं काही शिक. आम्ही शिकवू. अरे, केवढासा जीव हा तुझा ?"

ममाला मुलगा नव्हता. लग्न झालं आणि गोव्यात जुईज असणाऱ्या आपल्या नवऱ्याबरोबर ती पोर्तुगालहून इथं गोव्यात आली होती. गोवा तिला खूप आवडला. इतर सारे गोरे ऑफिसर्स इथल्या काळ्या माणसांना तुच्छ लेखत. गुलामासारखं वागवत. ममा उघड बोलत नसे पण मनातून तिला इथल्या काळ्या वर्णाचंच अप्रूप होतं. घरचे नोकर, माळी, शोफर.... साऱ्यांना ती प्रेमानं वागवे. लिरियानाचा जन्म इथंच झाला होता तेव्हापासून ममा, पापा कार्व्हालोच्या पाठी लागली होती की, एक विद्यार्थी काही वर्षांसाठी दत्तक घे. लिरीला सोबत होईल अनायसे ! आणि रॉबर्ट आला होता. ममा त्याला मुलासारखं वागवत होती.

"बघ हं रॉबी. आता तू आमचा झालास. हवं ते सांगत जा. या लिरीसारखं वागत जा हं. समजलं ?" ममा सांगायची.

आणि चेरीब्लॉसमसारखी, रसरशीत, आनंदी, उत्साही, बडबडी लिरियाना, रॉबी भेटल्यापासून अधिक मोकळं हसू लागली होती.

"हे रे काय रॉबी ? कसले ते जाडजूड ग्रंथ वाचतोस ? चल ना रे, समुद्रावर. पाहिलंस ? खाऱ्या पाण्यात, आंब्याच्या मोहोराचा गंध कसा मिसळलाय ? आ ऽ हा. श्वासातून नुसता भरून घ्यावा."

एखाद्या फुलपाखरासारखी ती रुंजी घालत होती.

पण रॉबर्टचा निश्चय पक्का होता. या जगात अद्याप दु:ख होते. दीन, दुबळे, अपंग, गरीब होते. मार्ग चुकलेले होते. सेवेची, मदतीची त्यांना नितांत गरज होती. मदतीचा हात हवा होता. रॉबर्टला उदात्त जगायचं होतं. केवळ ॲगाथा मायने सांगितले म्हणून नव्हे. तर ती त्याचीच आंतरिक ओढ होती.

सेंट झेवियर्स स्कूलचा विद्यार्थी असताना, रविवारच्या सुट्टीत मित्रांसोबत तो कोलवा बीचवर जायचा. तिथं मुलं, मुली मोकळेपणी वागताना तो बघे. गोरे सैनिक, काळे निग्रोज्..... समुद्रावर वाळूतून फिरत. त्यावेळी संध्याकाळच्या आभाळातल्या लालिम्यासारखंच सारं जग गुलाबी झालेलं असे. सागरासारखंच खळखळतं जीवन तिथं उचंबळत असे. हसणं, गाणं, मौजमस्ती, जल्लोष सभोवताली असे. फेरीबोटीनं माणसं या किनाऱ्यावरून त्या किनाऱ्यावर जात असत. मदिरेनं वातावरण अधिकच धुंद झालेलं असे.

पण रॉबर्ट ! स्थिर मनानं ते सारं पाहायचा.

केरळमधल्या एका वाडीत वाढणाऱ्या छोट्या गणेशानं मृत्यूचं भयाण रूप पाहिलेलं होतं. गवताची झोपडी बांधून, कष्ट करून राहणारी तिथली सारी वस्तीच एका रात्रीत जळून गेली होती. आगीच्या त्या धगीनं त्याचं कोवळं मन करपून गेलं होतं.

हमरस्त्यावरून, जुजे गावाकडं नेणाऱ्या तिठ्यावर रॉबर्ट उभा होता. तिथं पावलू त्यांची वाट पाहत होता. लगबगीनं पुढं होऊन त्यानं बॅग हाती घेतली.

"हांव पावलू. तुम्हाला न्यायला आलोय."

डोळे विस्फारून रॉबर्ट त्याला पाहतच राहिला. कुणा निग्रो माणसाचा काळा कुळकुळीत वर्ण, जाड ओठ, फेंगडं नाक आणि कुरतडल्यासारखे केस ! सारे गुण पावलूनं उचलले होते.

सुटकेस उचलून तो झपाझप चालत होता. एका हातानं रस्त्याकडं बोट दाखवून तो म्हणाला.

"तो रस्ता दिसतोय ना ? तो जुजे गावाकडं जातो आणि त्या टोकाच्या डोंगरावर दिसतंय ना ? ते नवनाथाचं मंदिर."

रॉबर्टनी पाहिलं. खाडीनं वेढलेल्या डोंगरावरच्या नवनाथ मंदिराचे कळस सांजउन्हात तळपत होते. तो सारा परिसरच रम्य होता. खाडीच्या काठावरचे, झाडीत लपलेले जुजे गाव, त्या डोंगरावरचे नवनाथ मंदिर आणि या डोंगरावरचे हे चर्च ! ते गाव म्हणजे म्हणजे गोमंतक संस्कृतीचं सुंदर प्रतीक होतं, या चर्चवर असिस्टंट प्रीस्ट म्हणून नेमणूक झाली, याचं रॉबर्टला मनोमन समाधान वाटलं. त्याला असंच एखादं गाव हवं होतं.

खाऱ्या पाण्याचा स्पर्श सुखवत होता. दीर्घ श्वास घेऊन त्याने ती हवा छातीत भरून घेतली. सुटकेस सावरत पावलू डोंगराच्या दगडी पायऱ्या चढत होता. संकोचून फादर म्हणाले,

"आण पावलू. थोडा वेळ मी घेतो."

"तुम्ही ? ना रे सायबा ना. ते काम या पावलूचंच. हा डोंगर चढणं सोप्पं

नाहीच. मोठी मोठी माणसं धापा टाकायला लागतात. मी पाहतोय ना रोज ? या दगडी पायऱ्या, तो दगडी बंधारा, हे सर्व अलीकडचं. पूर्वी तर होडीतून यावं लागायचं. ते दिवस कसे वेगळे होते फादर.''

''अस्सं ?''

डोळे भरून तो परिसर पाहत रॉबर्टनं विचारलं.

त्या वातावरणानं रॉबर्टचं मन प्रसन्न झालं. आत्मविश्वासानं तो टेकडी चढत होता.

टेकडीवर चढण्यासाठी दगडी रुंद पायऱ्या बांधलेल्या होत्या. कडेच्या डोंगर उतारावर निमुळत्या जागेवर बोगनवेली फुलल्या होत्या. शंकराच्या उंच झाडांवर भगव्या फुलांचे झुबके उभे होते. त्या खालच्या डोंगरावर काजूचे गर्द रान होते. आणि त्याच्या तळाशी खाडीचे निळे पाणी !

फादर रॉबर्ट तो आसमंत पाहत होते. नदीचं सागरात मिसळणं... आणि सागरच होणं....

'हेच तर होतं माणसाच्या जीवनाचं अंतिम पर्व ! सारं जीवन सुसाट वेगानं धावलं, तरी शेवटी... त्यानं या आसमंतामधल्या महान चैतन्याला भिडावं... खाचखळगे, दगड-गोटे उराशी बाळगून शेवट अशा चैतन्याशी एकरूप होण्यातच व्हावा. राग, लोभ सारे षड्विकार संपावेत आणि या सागराच्या, आकाशाच्या निळाईत विरून जावं. एकरूप !

'हाच ना जीवनाचा अर्थ ?'

''फादर....''

पावलूच्या हाकेनं फादरची विचारशृंखला तुटली.

''अं ?''

''फादर, त्या टेकडीवरचं ते नवनाथाचं मंदिर दिसतंय ? तिथे पण आधी होडीतूनच जायची माणसं. आणि नंतर पायवाटेनं वर चढायची.''

''असं ?''

फादरनी थोडं थांबून समोरच्या टेकडीकडं पाहिलं. ती टेकडी पण अशीच तीन बाजूंनी खाडीनं वेढलेली होती.

''पण फादर पूर्वी माणसं अशी उठसूट चर्चवर किंवा मंदिरात जात नव्हती. मी बघतोय ना केव्हापासून ? हे सगळं अलीकडचं !

''म्हणजे असं बघा फादर. या गोव्यात जयहिंदचं वारं सुटलंय. काळ्यांना गोरे नकोत आणि गोऱ्यांना काळे नकोत.''

''गोरे नकोत ? का रे पावलू ?'' रॉबर्टनं गंमतीनं विचारलं.

''म्हणजे असं आम्ही कुठं म्हणतोय ? असं जयहिंदवाले म्हणतात. आमचं

काय गरीबांचं ? सुका बांगडा, सुका भात जेवून, कासटी लावून फिरणारी आम्ही माणसं. ना घर, ना जमीन. राबून खायाचं. जो बिगारी देईल तो धनी. मग तो काळा की गोरा.... हे कोण बघतोय ?''

''खरं आहे तुझं पावलू, शेवटी सारे प्रश्न तर भाकरीतूनच सुरू होतात आणि भाकरीशी संपतात.'' फादर म्हणाले.

''फादर, खरंच गोरे जातील ? आणि जयहिंदाचं राज्य येईल ?'' पावलूनं विचारले.

जुजे गावात हॉटेलात, कट्ट्यावर जयहिंदाच्या गजाली चालताना पावलूनं अनेकदा ऐकलेले होते. काळ्या माणसांचं म्हणजे आपलं राज्य येणार म्हणजे नेमकं काय होणार ? हे पावलूला समजत नव्हतं. आणि हे सर्व गोरे जाणार तरी कुठे हा त्याला प्रश्न होता. या गोऱ्या माणसांचा दूर असा एक वेगळा देश आहे असं सॅम व हॅरी म्हणताना पावलूनं ऐकलं होतं. त्यांचा जर मोठा देश आहे तर ते इथं का ?

हा पावलूचा प्रश्न होता.

त्याला गोरे परके वाटत नव्हते. लहानपणापासूनच तो त्यांना पाहत होता. त्यांची भीती वाटत नव्हती. जुजे गावी येणारा.

कापितांव अल्बर्तू... तो तर किती प्रेमळ होता. जुजे गावच्या डायनाकडं तो यायचा. त्यांचा फ्रँकी तर कापितांवसारखाच दिसायचा. फ्रँकीच्या वाढदिवसाला डायनाच्या घरी बाकेत (मेजवानी) असायची. तेव्हा पावलूही डायनाच्या घरी जायचा.

कांपितांव अल्बर्तू आणि त्याचे गोरे मित्र यायचे. म्युझिक असायचं. डान्स असायचा. ते वातावरण किती सुंदर असतं ! गेल्या वर्षी तर कांपितांवनं पावलूला नक्षीदार काचेच्या पेल्यातून सोरा दिला होता. ते मद्य आंबट-ढोण नव्हतं. कडूही नव्हतं. इतकी सुंदर मद्याची चव पावलूनं कधीच त्यापूर्वी अनुभवली नव्हती. जड जिभेनं आणि कृतज्ञतेनं पावलू कापितांवला म्हणाला होता.

''ओब्रिगाद.'' (आभार)

''ओ ऽ पावलू नाऽद.''

कांपितांव त्याच्या पाठीवर थाप मारून म्हणाला होता. आणि हा कांपिताव जावा म्हणून जयहिंदवाले भांडत होते. मग राज्य कुणाचं ?

गावावर राज्य करणाऱ्या विसू भाटकाराचं ?

विसू भाटकार !

विसू भाटकाराचं राज्य ?

या विचारानं पावलू थरथरून गेला होता. त्याला गोऱ्यांची भीती वाटत नव्हती. पण विसू भाटकार मात्र त्याला कर्दनकाळ वाटायचा.

काजूचा, भाताचा खंड चुकवला किंवा ताल्लूकीतले नारळाचे देठ कमी भरले

तर भागेल्यांना खांबाला बांधून केळीच्या फोकानं झोडपून काढणारा व्हडला भाटकार किंवा विसू भाटकार, पावलू पाहत होता. साऱ्या गावावर त्यांचा वचक होता. संध्याकाळी कोट घालून, हातात चांदीच्या मुठीची काठी घेऊन, नवनाथ मंदिराकडे जाण्यासाठी विसू भाटकार बाहेर पडला की सारा रस्ता चिडीचिप्प होऊन जाई. बाया, पोरी दाराआड होत. गावच्या पिंपळकट्ट्यावरची 'गजाल' तोंडातच राही.

पण हाच विसू भाटकार, गोरी माणसं गावात आली की, कमरेतून वाकून उभा राहत असे. मांजरासारखा ! जर गोरे गेले तर विसूबाब कुणालाही भिणार नाही हे पावलूला ठामपणे वाटत होतं.

"पावलू तू कधी पाहिलं आहेस जयहिंदवाल्यांना ?"

रॉबर्टनं विचारलं.

"मी ? ना रे सायबा, देवा ना. मी कुठून बघणार ? लोक म्हणतात, ते रात्रीच्या अंधारातून, खोट्या दाढी मिशा लावून फिरतात."

पावलू चोरट्या आवाजात म्हणाला.

"अंधारात ? का रे ?" रॉबर्टनं विचारलं.

"मग ? दिवसा आले तर पाकले पकडतील ना ? आणि एकदा जेलांत गेले की, हाडे शिल्लक राहणार नाहीत इतकं बडवून काढतात."

"पावलू ? तुला कोण सांगतं हे सगळं ?"

"सांगणार कोण ? गावात जातो, तेव्हा कानावर पडतं. सहज म्हणून तुम्हाला म्हणालो."

थोडा घाबरत पावलू म्हणाला, कारण जयहिंदवाल्याचं नाव काढलं, की फादर डिसिल्वांना संताप चढायचा. या नव्या फादरचं काय सांगावं ? या विचारानं पावलू बोलायचाच बंद झाला.

विचारांच्या भरात फादर आणि पावलू चालत होते व बघता बघता टेकडी चढून शेवटच्या रुंद पायरीवर पोचलेसुद्धा. त्या पायरीवर उभं राहताच समोरचं चर्च नजरेत भरलं. पायरीपासून थोड्या अंतरावर छोटी बाग होती. बागेच्या मधोमध हिरवळ जोपासली होती. कठड्यालगतच कोपरे साधून दगडी बाक बांधवून घेतले होते. हिरवळीच्या कडेनं ओळीनं लावलेले माड चांगलेच उंच झाले होते. पावलूनं केलेल्या निगराणीनं माडाचे बुंधे रुंद झाले होते. हिरवळीच्या आत कडेनं शेवंतीची पिवळीधमक फुले फुलली होती. फादर डिसिल्वा पाईप हाती घेऊन झाडांना पाणी शिंपत होते.

"गुड इव्हिनिंग फादर" रॉबर्टनी म्हटलं.

तसे डिसिल्वांनी हातामधला पाईप झाडांच्या मुळापाशी ठेवला आणि आपल्या रुंद पंज्यात रॉबर्टचा हात धरून गदगदल्या आवाजात ते म्हणाले.

“वेलकम, वेलकम माय बॉय. मी तुझी वाट पाहतच होतो. तू इथे येणार हे समजल्यावर मला खूपच आनंद झाला. ये बैस असा.”

हिरवळी मधोमधच्या रुंद दगडी पायरीवर बैठक मारत फादर डिसिल्वा म्हणाले. पावलू बॅग घेऊन आत गेला. रॉबर्ट पायरीवरच अंतर ठेवून बसला. त्या जागेवरून फक्त निळं पाणी आणि निळं आकाशच नजरेत भरत होतं. कलता सूर्य क्षितिजकडेवर उभा होता. अंगावरून खारा वारा भरारत जात होता. एक दीर्घ श्वास छातीत भरून घेत डिसिल्वा म्हणाले,

“रॉबर्ट ही जागा म्हणजे नंदनवन आहे. ‘अ पॅराडाईड’. इथं या जागी काम करायला संधी मिळणं म्हणजे भाग्याची गोष्ट ! नीट लक्षात घे रॉबर्ट, हे जुजे गाव अडाणी माणसांचं. एखादी वाडी असावी असं, तिथं शाळा नाही. दवाखाना नाही. काम नाही. माणसं भाटकारांच्या शेतांभातांतून मरेस्तोवर काम करतात. आयुष्य सरतं पण गरीबी संपत नाही त्यांची. त्यांना प्रेम दिलं पाहिजे. त्यांच्यावर दया केली पाहिजे. दारूच्या नशेत स्वत:चं दु:ख बुडवू पाहणाऱ्या माणसांना चर्चची ओढ लागली तरच त्यांचं दु:ख थोडं कमी होईल. या पवित्र, शांत वातावरणात ती माणसं आली, आणि प्रार्थनेचा अर्थ समजला तर त्यांच्या दु:खावर उतारा मिळेल. ती माणसं इथं यायला हवीत रॉबर्ट.”

फादर बोलतच होते. रॉबर्ट फादर डिसिल्वांना पूर्वीपासून ओळखत होते. त्यांची तळमळ रॉबर्टना परिचित होती. संपूर्ण जन्म त्यांनी समाजसेवेत झोकून दिला होता.

“रॉबर्ट मी आता थकलोय. टेकडी उतरून खालच्या गावी फारसं जाता येत नाही. आपण गेलो नाही तर माणसं इथं येणंच विसरतील. म्हणून मला मदतनीस हवा होता. तुझ्यासारखाच उमेदीचा.

आज-उद्या विश्रांती घे. त्यानंतर खालच्या गावी जायला लाग. ओळख करून घे. सारेच गरीब नाहीत. त्या गावात आंतोन भाटकार आहे. विसू भाटकार आहे. प्रत्येक घर म्हणजे एक कथा आहे. समोरचं डोंगरावरचं नवनाथ मंदिर दिसतंय ? त्याचा जीर्णोद्धार विसूबाबनं केलाय. ही सारी माणसं वृत्तीनं चांगली आहेत. इतर सर्व गोंयकारासारखीच साधी पापभीरू मनाची. त्यांना बस्स ! एक चांगलं वळण आपण लावायचं. प्रभूच्या मार्गानं चालायला शिकवायचं.”

शांत, नीरव परिसरात मंद आवाजातलं फादर डिसिल्वांचं बोलणं रॉबर्ट ऐकत होता.

सूर्य क्षितिजावर नाहीसा झाला आणि निळ्या पाण्यावर लाल, तांबूस आभा पसरली. चुकार पांढरे बगळे चिरचिरत, पंख फडफडवत वेगानं जात होते.

त्या दृश्यावरून नजर दूर करणं रॉबर्टला जड झालं होतं. कर्तव्याचा पहिला दिवस संपला होता.

चर्चच्या पिछाडीलाच दगडी बैठा जिना होता. पाच सहा पायऱ्या चढून गेल्यावर निमुळता लांब हॉल होता. त्याचेच दोन भाग करून रॉबर्टच्या राहण्याची व्यवस्था केली होती. दरवाजातून आत गेल्यावर वेताच्या चार चौकोनी बैठ्या खुर्च्या मांडून मधोमध वेचाचेच बैठे गोल स्टूल ठेवले होते. कोपऱ्यात काळ्या रंगाचा नक्षीदार शू रॅक होता. त्याला वर आरसा लावून कडेने कपडे ठेवण्यास खण केले होते. त्या उंच टेबलाच्याकडेला पावलूनं फुलदाणीत लाल पांढऱ्या बोगनवेलीचे झुपके लावून ठेवले होते. लाकडी पार्टीशनच्या खोलीच्या आतल्या भागात खिडकीलगत लोखंडी खाट होती. त्यावर पांढरी शुभ्र चादर घालून ठेवली होती. कोपऱ्यातल्या भिंतीवर उंच स्टँडवर जीझसचा फोटो होता. त्या समोरच काचेच्या पारदर्शक हंडीखाली पांढरा शुभ्र झगा घातलेल्या मदर मेरीचा पुतळा होता.

त्या लांबट हॉलला तिन्ही बाजूला मोठ्या उंच खिडक्या होत्या. त्या खिडक्यांना गजच नव्हते. एकूण आठही खिडक्या उघड्या होत्या. सर्व बाजूंनी वारा भरारत होता. खोलीत पाऊल ठेवता क्षणीच रॉबर्टचं मन प्रसन्न झालं. पावलूनं कोपऱ्यातल्या टेबलावर बॅग नीट ठेवली होती.

रॉबर्ट कॉटलगतच्या खिडकीशी उभा होता. चारी बाजूंनी अंधार दाटून आला होता. खाडीचं पाणी काळोखात बुडून गेलं होतं. समोरच्या टेकडीवरच्या नवनाथ मंदिराच्या कळसावरचा विजेचा दिवा दिसत होता. या डोंगराचा ऐलतीर आणि....

त्या डोंगराचा पैलतीर यामध्ये डचमळणारं खाडीचं पाणी ! कडेनं अस्पष्ट डोंगर रांगा....

या तीरावरून त्या तीराकडं डचमळत जायचं वाऱ्यानं उठणाऱ्या सागर तरंगासारखं... पुन्हा पुन्हा तिथंच येणं आणि जाणं, आणि म्हणायचं मात्र, जीवनाचा शोध घेणं... शांतीचा शोध घेणं... खरं तर, सारंच निरर्थक, क्षणभर उठणाऱ्या तरंगासारखं. तरंगासारखंच असतं हे जीवन.

क्षणभंगूर...

"फादर..."

पावलूच्या हाकेनं रॉबर्ट विचारातून जागा होऊन मागे वळला. पावलूच्या हातातल्या ट्रेमध्ये दुधाचा ग्लास होता.

"अरे पावलू. मी आलो असतो खाली." रॉबर्ट संकोचून म्हणाला.

"ग्लासभर दुधासाठी खाली कुठे ? तिथे जेवणघर नाहीच. माझ्या रूममध्येच रांधतो मी थोडंफार. तिथंच टेबल ठेवलंय जेवणाचं. उद्या बघालच."

"फादर डिसिल्वा ?"

"ते रात्री दूध आणि पावच घेतात. आता तुम्ही आलात, मी दोन्ही वेळा रांधेन, मला पण रात्री सोबत होईल."

रॉबर्टनी बॅगेतून चपटी आडवी सँडविच बॉक्स काढली. पावलूसमोर धरत म्हणाले,

"घे."

संकोचून पावलूनं एक तुकडा घेतला.

"कुणी सोयरे आहेत गोव्यात फादर ?"

"सोयरे ? अं हो...."

फादर हसून म्हणाले. पापा, ममा आणि लिरियाना सोयरे ? की सोयऱ्यांपेक्षाही आणखीन काही ?

लिरियाना !

या मुलीने जे भरभरून प्रेम दिलं त्याला काय म्हणायचं ? प्रेम ? अंहं. प्रेमा पलिकडलं... काही वेगळं ?

इतकं वेगळं की, त्याचा सुसंगत अर्थही लागू नये ?

कपडे बदलून, रॉबर्ट खिडकीजवळ खुर्ची घेऊन बसला. बाहेर काळोखाचं साम्राज्य पसरलं होतं. त्यामुळं आभाळातली नक्षत्रं अधिक स्पष्ट दिसत होती. वाऱ्याच्या झोतानं, चर्चबेल मंद किणकिणली, नाजूकपणे ! तो आवाज हवेत विरूनदेखील गेला. त्या मंद आवाजानं रॉबर्टच्या मनाचा तळ ढवळून निघाला.

असा आवाज कानावर पडला की नकळत मनात एक घालमेल सुरू होई. मन भूतकाळात पोहोचे. अशा घंटानादाच्या स्मृतीशी त्याचा भूतकाळ जखडला होता. म्हणून... मन घुसमटवून टाकणारे... असंख्य घंटानाद मनात सुरू होत.

पण, त्या सर्व भूतकाळाशी रॉबर्टचा आता काहीच संबंध नव्हता. नव्या कामाची सूत्रे स्वीकारलेला फादर रॉबर्ट यानंतर त्याचा नवा भविष्यकाळ घडवणार होता.

शांत मनानं त्यानं प्रार्थना केली आणि कॉटवर अंग टाकलं. मंद वाऱ्याच्या झुळुका आणि सागरलाटांचा आवाज ॲगाथा मायसारखीच अंगाई गात होत्या.

"बाळका जेजू यो रे यो"

ते ऐकता ऐकता रॉबर्ट झोपून गेला.

◆

भल्या पहाटे, ठरल्याप्रमाणं, फादर डिसिल्वा रजेवर निघून गेले होते. सारा परिसर तजेलदार प्रकाशानं न्हाऊन निघाला होता. पावलू चर्चची साफसफाई करत होता. फादरना अभिवादन करून तो म्हणाला,

"आज तुम्ही आराम करा. खालच्या गावी जाऊन मी थोडं सामान घेऊन येतो व रविवारच्या मास-प्रेअरचं पण सांगून येतो. तुम्ही आल्याचं समजलं की खूष होतील."

रॉबर्ट कौतुकानं पावलूला बघत होता.

कुणा निग्रो सैनिकाची अनौरस औलाद असणारा पावलू, साऱ्या गावाशी त्याची दोस्ती होती. जन्माला येताच कुणी अभागी स्त्रीनं चर्चच्या दरवाजात आणून ठेवलेला पावलू, त्यानंतर तिथंच लहानाचा मोठा झाला. मदर मेरी हीच त्याची आई; आणि चर्च हे त्याचं जीवन होतं. थोडा मोठा झाला आणि या चर्चची देखभाल करण्याचं काम त्याच्यावर सोपवलं होतं.

नवे फादर रॉबर्ट, त्यांचं शांत वागणं, मृदू बोलणं, पावलूला भलतंच आवडून गेलं होतं.

सामानावरून फडका मारता मारता पावलू मदरच्या पुतळ्याजवळ आला. हळूवार हातानं त्यानं ती काचेची हंडी पुसली. तिथल्या मेणबत्त्या पेटवल्या. डोळे भरून ती मूर्ती पाहत राहिला; समज येण्याचं वय झालं, तसं समजून आलं होतं की ही मदरच त्याची खरी आई होती. फक्त त्याची नव्हे तर... अनाथ आश्रमातल्या सर्व मुलांचीच ती आई होती. तिच्या पाऊलांवर त्यानं आपले ओठ टेकवले. भरल्या डोळ्यांनी तो म्हणत होता.

"मोगाळ देवा, तुज्या लागता
काळीज मोजे तुका दिता,
कितलो मोग मोजो केलोय देवा !
माका रचलोय; माका पोसलाय.
मोगाळ देवा
काळीज मोजे तुका दिता !"

डोंगर उतरून पावलू जुजे गावाकडं जात होता. नवीन फादर आल्याची बातमी केव्हा एकदा गावकऱ्यांना सांगेन असं त्याला झालेलं होतं. हॅरी, सॅम, फ्रँक, एग्मा... ही सारी तरुण वयाची मुलं चर्चवर येण्याचा मनातून कंटाळा करणारी आहेत. केवळ माय पाय सांगतात म्हणून ती चर्चवर येत होती हे पावलू जाणून होता. पण आता आलेले फादर रॉबर्ट, नक्कीच या मुलांना आवडणार होते. डायना आणि कापितांव आल्बर्तूच्या घरी जाऊन सांगायला हवं होतं.

आणि ग्लोरियामाय ! तिची आठवण आली तसा पावलूच्या पायांचा वेग वाढला. तिचं भलं थोरलं घर नजरेसमोर आलं. आंतोनबाबचं दिलखुलास हसणं ऐकू आल्याचा भास झाला. साऱ्या गावात तेवढं एकच खानदानी घर होतं. त्या घरात कनवाळू मनाची ग्लोरियामाय होती. पावलू दरवाजात आला की त्याचं प्रेमानं स्वागत करत होती. गावातल्या साऱ्या बायकांपेक्षा ती वेगळीच होती. पुस्तकं वाचणारी, विणकाम करणारी, बागेत खपणारी आणि पियानो वाजवणारी. ग्लोरियामायच्या पियानोचे सूर पावलूच्या काळजाला भिडून जात. आताही त्या सुरांच्या आठवणीनं

त्याचं मन उगीचच कातर झालं. तो गुणगुणत चालत होता.

"संतोसान आमी देवालागी सोरया
उल्हासाची आम्ही गीता गाऊया.
मातीयेचे भांगार कोरूक
शोक्ताय तूं एकाच उत्तरान
माती धूळ आमचे जीणे
भांगार कोर पोचित आत्म्याक्"

◆

डोंगर उतरून गावात शिरताना आधी देऊळवाडा लागे. दर्याशी झुंजून मासळी पकडणारे सारे कोळी त्या किनाऱ्यावर राहायचे; दिवसभर वाड्यावरचे सारे पुरुष बाहेरच्या ओसरीवरच खाटल्यावर आडवे झालेले असत. आजुबाजूच्या कलकलाटाचा त्यांच्यावर इतकाही परिणाम होत नसे. रात्रभर दर्याशी झुंज देऊन त्यांनी मासळी पकडलेली असे. त्यानंतर तिथल्या साऱ्या बाया मासळी विकायला आजुबाजूच्या गावी गेलेल्या असत. पोरं बाळं चिखलात धुडगूस घालत असत. आजुबाजूला मासळी सुकवत ठेवलेली असे. पण या कशाचाही त्यांच्या जगण्यावर परिणाम होत नव्हता. ना घाणीचा, ना गरीबीचा. यापेक्षा काही वेगळं जगणं असतं याची त्यांना कल्पना नव्हती असं नव्हे, पण ते तसं चांगलं जगणं भाटकार किंवा गोऱ्या हाफिसरांचंच फक्त असू शकतं हे त्यांना ठामपणे वाटत होतं. आपली परिस्थिती बदलायची, तर आपले सहा पोरगे हाफिसर व्हायला हवेत, असं त्या वाड्यावरच्या एपीला वाटत होतं. एपी हा सर्वांत निष्णात दर्यावर्दी होता. आपल्या घरावर भांगराची कौलं घालायची स्वप्नं एपी बघायचा व तेवढी ताकद त्याच्या मनगटात होती. म्हणून तर तो मेरीला मासळी विकायला जाऊ देत नव्हता.

पावलूला येताना बघून मेरी घराच्या गेटजवळ आली.

"मेरी, येत्या रविवारी चर्चवर ये हं."

दुरूनच पावलूनं ओरडून सांगितलं.

"का रे ? रविवारी काय आहे ?"

"अगे, सायबिनी, खबर ना तुका ? नवीन फादर आलेत."

"असं ? येईन बरं पावलू. बरं झालं सांगितलंस ते. आणि एपीला व या दांडगटांनाही आणेन. कसं होणार यांचं पावलूबाब ? आणि यांचा बाप, यांना हाफिसर बनवणार म्हणे ! डोंबलाचे हाफिसर. काळतोंडे कुठले."

मेरीचे सहा पोरगे वाळूतल्या कुरल्या पकडण्यात गुंग होते. त्यांच्याकडं बघून हसून पावलू म्हणाला,

"काळजी कशाला करतेस ? तो देवाचा पूत आहे ना ? तो सगळं बघून घेईल. विश्वास ठेव. चर्चवर ये."

"ओ ऽऽ ह. पावलू बाब देव तुका बरे करो. आणि बरं का, परत जाताना आठवणीनं ये. एपीला आज रावस गावलाय. तोवर मी कापून ठेवते हं का. नव्या फादरला आवडेल बघ." ते ऐकून पावलू भलताच खूष झाला.

"ओब्रिगाद मेरी. देव बरं करो. येतो मी. विसरेन कसा ?" देऊळवाडा ओलांडून, पावलू थोडा पुढे आला. डायनाच्या घराच्या बलकांववर डायनाची म्हातारी माय मजेत ऊन खात बसली होती. तिला बघून पावलूनं विचारलं,

"माय, बरी मूं ?"

"कसली बरी न कसलं काय ! थकलेय आता. हा माझा नातूच बघ ना ? कसा उंच झालाय माडासारखा."

फ्रँककडं बघत माय कौतुकानं म्हणाली. हातात खोरं घेऊन फ्रँक माडाला खत घालत होता. काम करतानाच हात उंच करून त्यानं पावलूला अभिवादन केलं. त्याच्याकडं बघून पावलू समाधानानं म्हणाला,

"हां, अस्संच असायला हवं. किती शिकलं सवरलं तरी, माणसानं झाडापेडांवर अस्संच प्रेम करायला पाहिजे. पण माय, येत्या रविवारी मात्र चर्चवर ये बघ. मग सांग मला. थकवा पळूनच जाईल तुझा. अगं, चर्चवर नवे फादर आलेत. ऐकलंस ना ?"

"नवीन फादर ?"

डायनानं ओसरीवर येऊन विचारलं. फ्रँकचे हात जागीच थबकले. माय कौतुकानं ऐकू लागली.

"येईन ना पावलू. मायला आणेन आणि अल्बर्तूपण येईल. किती छान बातमी दिलीस. ये चहा घेतोस ?"

"छे ग डायनामाय, आता वेळ कुठला ! केवढी कामे साचलेत."

कापितांव अल्बर्तू चर्चवर येणार म्हणून पावलू खूष झाला. नवीन फादर त्याला नक्कीच आवडणार होते.

आनंदानं पावलू ग्लोरियाच्या घराच्या दिशेला वळला. समोरच नवनाथ मंदिराकडे जाणारा विसू भाटकार त्याला भेटला. थोडं बाजूला सरून त्यानं म्हटलं,

"भाटकारा."

पण त्याच्याकडे न बघता विसू भाटकार समोरून गेला.

"कमाल आहे या माणसाची. साधं हसायला पैसे पडतात की काय ? जाऊ दे. देवा सायबा माफ कर त्याला. पैशाची मस्ती आहे सारी."

खेदानं पावलूनं मान हलवली. विसू भाटकार खरं तर चांगला माणूस आहे.

घरंदाज आणि धार्मिक वृत्तीचाही. नवनाथ मंदिराचा जीर्णोद्धार केला त्यानं. आता चर्चवर नवा फादर आला की डोकं फिरणार याचं. हिंदू ना ? कर्मठ स्वभावाचा. अरे मंदिर काय आणि चर्च काय ? देवाचीच घरं ना ? माणसं तिथं जातात प्रार्थना करायला. आणि माणसं म्हणजे इथून तिथून सारखीच. हिंदू काय न किरिस्तांव काय ? पण हे भाटकाराला कोण सांगणार ? त्यात मी ! अडाणी पावलू. देवा तेकां सद्बुद्धि दे रे सायबा.

पुटपुटत पावलू दुडक्या चालीनं जात होता. विसू भाटकाराला बघून त्याला पूर्णामायची आठवण आली. भावीण खरी पण ती एक जोगीणच होती. डोंगरावरच्या नवनाथाची सेवा करणारी. कधी डोंगरावर जावं, तर प्रेमानं खाऊपिऊ घालायची कोण हौस तिला ! जातबीत काही बघणार नाही. तिच्या मुलीच्या, अंजूबायच्या साखरपुड्याला तिनं आठवणीनं पावलूला बोलावणं धाडलं होतं. अगत्यानं जावयाची ओळख करून दिली होती. तिखट पोहे आणि गोडधोडाचे स्वत:च्या जवळ बसवून पावलूला खायला लावलं होतं. किती आनंदात होत्या मायलेकी !

परमेश्वरा, त्यांना सुखी ठेव.

पूर्णामायची सारी तपश्चर्या लेकीसाठी होती हे पावलू जाणून होता. बाप असूनही विसू भाटकार अंजूच्या साखरपुड्याला आला नाही याचं पावलूला दु:ख होतं. आपल्या पोरांना अनौरस करणाऱ्या साऱ्या आईबापांचा पावलूला राग होता.

"जन्माला घालायचं; आणि पाठ फिरवायची. अरे पाप्यानूं माणसं ना तुम्ही ?"

पावलू पुटपुटला.

'कसा असेल माझा बाप ? माझी आई ?'

पावलू विचार करत होता. पूर्णामाय, वैनीबाय, ग्लोरियामाय यांच्यासारखी आपली आई हवी होती. पावलूनं खेदानं मान हलवली. त्याला विसूबाबचा राग आला. घरात वैनीबायसारखी साजरी बायको असताना, पूर्णामायच्या प्रेमात पडला, बरं प्रेमात पडला, तर ते नीट निभवावं ?

अंजूबायसारख्या गोड मुलीचा बाप म्हणवून घ्यायची त्याला लाज वाटावी ? काय दोष बरं लेकराचा ? नाहीतर कापितांव अल्बर्तू ! खरा बहाद्दर गडी. मिलटरी हाफिसर पाकला. डायनामायच्या प्रेमात पडला आणि फ्रँकला उघडपणे आपलं मानलं नाही ? सगळी माणसं अशी चांगली का वागत नाहीत ? जाऊ दे इतरांचं. आपण चांगलं वागावं झालं. मनातले विचार झटकून पावलू गाऊ लागला,

'रुपे भांगार मागीनाय,
आख्खो सौंसार तुजो सायबा
आमची काळजां तुका जाय
खुशेन वोपून दितांव तुका.'

आपल्याच आनंदात, गुणगुणत पावलू जात होता. त्याच्या नजरेला ग्लोरियाचं ऐसपैस घर पडलं तसंच शेजारचं विसू भाटकाराचंही ! या दोन घरांच्या मधोमध भलं मोठं जांभळाचं झाड होते. त्या झाडाखाली गावची सारी मुलं बोलत उभी होती. ग्लोरियाचे हॅरी, सॅम, विसू भाटकाराच्या सुवर्णा आणि अंजू, प्रोफेसरची एग्मा, डायनाचा फ्रँक, कादर रेंदेराचा रझाक...

सुवर्णा ! विसू भाटकाराची लेक आणि अंजू पूर्णा भाविणीला झालेली विसू भाटकराचीच लेक. या दोन मुलींच्या मैत्रीचं पावलूला खूप कौतुक होतं. सारी मुलं एकत्र भेटली म्हणून पावलूला बरं वाटलं. दुडक्या चालीनं भराभरा तो त्यांच्याजवळ गेला.

"ऑले कॉमेस्ता." (कसे आहात ?)

त्यानं विचारलं.

"मजेत ! पण पावलूपाय आज तू यावेळी गावात ?"

"तेच तर... तेच सांगायला आलोय मी. आनंदाची वार्ता ! बाबालोक, चर्चवर नवीन फादर आलेत. येत्या रविवारी त्यांचं पहिलं प्रवचन आहे. नक्की या." अधिकारानं पावलू म्हणाला.

"नवीन फादर ? गुड न्यूज. रविवारी का ? त्यापूर्वीच येऊ आम्ही त्यांना भेटायला. आता काय मोकळेच आहोत."

"म्हणजे शाळा नाही ?"

"शाळा शिकून झाली पावलूबाबा. आता पुढचं शिक्षण सुरू."

"आणि या दोघी ?" पावलूनं विचारलं.

"त्या ना ? त्या जाणार लग्न करून. एग्मा जाणार मुंबईला; ही अंजू सदाशिवगडाला. आणि विसूबाब आता या सुवर्णाचं पण लग्नाचं बघेलच."

डोळे मिचकावत रझाक म्हणाला तशी हॅरी, सुवर्णाची दृष्टादृष्ट झाली. ते पाहून सर्व स्तब्ध झाले.

पावलूच्या ते ध्यानी आलं.

मग पावलूच सावरून म्हणाला,

"बरं, बाबालोक. मी फादर रॉबर्टना सांगेन की तुम्ही लवकरच भेटता आहात. त्यांना खूपच आनंद होईल. बरं निघतोय आदेऊश." (गुडबाय)

पावलू लगबगीनं ग्लोरियामायच्या घराच्या गेटपाशी आला. तरी त्याच्या मनातून हॅरी आणि सुवर्णा हलत नव्हते.

या दोघांमध्ये हे असं काही असलं तर ?

तर मात्र खूपच कठीण होणार होतं.

कर्मठ विसू भाटकार आणि त्याचं जातीधर्मावरचं प्रेम ! आणि त्या समोर ही

दोन मुलं आणि ही दोन कुटुंब !

"देवा सांभाळ रे सायबा. त्या वादळातून या सर्वांना सांभाळून बाहेर काढ."

पावलू पुटपुटला. गेटपाशी आंतोन भाटकार आणि ग्लोरिया उभे होते. पावलू आनंदानं म्हणाला,

"बाय तू अगदी खूश होशील.... अशीच गोष्ट गावात घडलीय. कोणती सांग ? अगं, चर्चवर नवीन फादर आले आहेत. तू म्हणत होतीस ना, गावाचं भलं व्हायची गरज आहे ? तर त्यासाठी जणू देवानं या फादर रॉबर्टना पाठवलं असावं. येत्या रविवारी त्यांचं पहिलं प्रवचन आहे. हॅरी आणि सॅमबाबाला आत्ताच सांगितलंय. तुम्ही दोघे पण या हं."

ग्लोरियाच्या चेहऱ्यावर समाधान पसरलं.

"अरे, पावलू... केळ्याचा घड तयार झालाय. घेऊन जातोस ? आणि उद्या नारळही पाठवते. काही लागलं तर सांग."

"होय बाय. सांगेनच की ! आंतोनबाब कसो आसा तूं ?"

केळ्याचा घड घेऊन चर्चच्या दिशेनं जाणाऱ्या पावलूकडं ग्लोरिया व आंतोन कौतुकानं पाहत होते.

चर्चवर नवीन फादर आले आहेत, हे ऐकून ग्लोरियाला खूप समाधान वाटलं. लग्न होऊन आंतोनची पत्नी म्हणून ती गावी आल्यापासून ती हे गाव बघत होती. या गावी दवाखाना नव्हता, शाळा नव्हती, रोजगार नव्हता, गरजेच्या वस्तू वेळेवर मिळणारं एखादं दुकान नव्हतं. या गावाला बाहेर जाण्यासाठी, वा येण्यासाठी एखादीही बस नव्हती. खूप चालून गेल्यावर हमरस्ता लागे. तिथं तासन्तास उभं राहिलं की बस येई. शाळेत जायचं, तर खूप चालून गेल्यावर, फेरीबोटीनं खाडी ओलांडून पलिकडल्या गावी जावं लागे. तिथलं पोर्तुगीज शिक्षण या गावंढ्या मुलांना पचणारं नव्हतं. ग्लोरियाचे हॅरी, सॅम, विसू भाटकाराच्या सुवर्णा आणि अंजू, प्रोफेसरची एग्मा, कापितांव आल्बर्तूचा फ्रँक, कादरचा रझाक आणि गिडूचे सोनो मोनो... इतकीच मुलं चिकाटीनं शिकत होती. पण इतरांचं काय ?

इथं एक नवीन तरुण पिढी वाढत होती. अडाणी. बेरोजगार. घरातले म्हातारे आईबाप काम करत होते. मोलमजुरी, शेतरोजगारी, नारळाचे पाडप... बस्स. इतकंच. गावात दुधदुभतं नव्हतं. मुलं पेज - निवळीच्या पाण्यावर वाढत होती. फणसाचे कच्चे गरे, काजूचे मुरटे खाऊन पोट भरणार थोडंच ?

इथं होतं फक्त अज्ञान आणि गरीबी.

आणि याच गावातलं चर्च रंगरंगोटी करून सजत होतं. चर्चनं आपल्या जमिनीच्या सीमा बंदिस्त भिंतीना बांधायला सुरुवात केली होती. जणू रोमच्या बंदिस्त भिंतीआडचं पवित्र गाव ! ज्यामध्ये चर्चेस होती. पोप राहत होते आणि समाज त्या

भिंतीबाहेरच उरला होता. अपवित्र असेल ते पवित्र करण्यासाठीच असतं. चर्च अन् मंदिरही. मग या भिंती कशाच्या ? भिंतीआड केलेल्या प्रार्थनांचा अर्थ ग्लोरियाला लागत नव्हता. विसूबाबनं नवनाथ मंदिराचा जीर्णोद्धार करून पुण्य जोडलं होतं. पण या गावात एक शाळा बांधावी असं त्याला वाटलं नाही. या गावाची ग्लोरियाला चिंता होती.

पावलूनं नवीन फादर चर्चवर आल्याचं सांगितलं, तसा ग्लोरियाला धीर आला. त्यांच्या मदतीनं नक्कीच इथं काही नवीन घडवता येईल, अशी आशा तिला वाटू लागली. त्या रात्री, हॅरी, सॅमच्या काळजीनं अस्वस्थ असणारं तिचं मन जरा स्वस्थ झालं.

आपल्या भल्या थोरल्या 'मारिया लॉज' समोर ग्लोरिया उभी होती. ते भले मोठे घर एखाद्या प्रासादासारखं होतं. आजुबाजूला नारळाची प्रचंड लागवड केली होती. घराच्या पाठीमागं पोफळी केळीचे हिरवेगार कुळागार होते. विहिरीला मोटारी लावून ते पाणी पाटांमधून साऱ्या कुळागारांतून फिरवले होते. कडेनं केळी आपल्या पानांचा डौल सावरत उभ्या होत्या. पोफळीच्या झाडांवर मिरीचे वेल बिलगले होते. कोपऱ्यात मिरच्या, कांदे, लाल भाजी, वांग्याचे वाफे होते. मुळा तरारून वर आला होता.

हातातला जंतुनाशक औषधांचा फवारा ग्लोरिया स्प्रेनं त्या रोपांवर मारत होती. साऱ्या रोपांवर औषध मारून झाल्यावर तिनं स्प्रे झाडाच्या मुळालगत ठेवला आणि पाटाच्या पाण्यात हात धुवून समाधानानं तिनं आपल्या साऱ्या वैभवावरून नजर टाकली. ते काळेभोर उंच, पोसावलेले माड, कोवळ्या हिरव्या रंगानं निथळणारे कुळागार, बांधाच्या खालची भाताची खाचरे !

सर्व जुजे गावात आंतोन भाटकाराची कुणीच बरोबरी करणारं नव्हतं. ते सारं वैभव... शेतीवाडी... सारे वडिलोपार्जित होतं खरं, पण आंतोननंच कल्पकतेनं त्यात भर घातली होती. शेतीवर वेगळे प्रयोग करून उत्पन्न वाढवले होते. इतर भाटकारांप्रमाणे नारळ फक्त ओरबाडले नव्हते, तर वेळोवेळी खतपाणी घालून त्यांची निगा राखली होती. त्या निगराणीनेच तर माडांचे खोड पेड रुंद झाले होते. कलमी आंब्यांनी चांगलं उत्पन्न दिले होते. काजूच्या झाडांनी डोंगर फुलून आले होते. अननसांनी मूळ धरलं होतं. हे सर्व परिश्रम कमी झाले म्हणूनच की काय, आंतोननं बॉस्कोजवळची जमीन घेतली होती. ती जमीन चांगली करून तिथं भली मोठी कॉलनी बांधायच्या प्रयत्नात आंतोन होता. त्या कॉलनीचे नकाशे बनवून घेणं, त्यासाठी सरकारदरबारी खेटे घालणं ही आंतोनची धडपड सुरू होती.

"कशाला रे आंतोन हा व्याप वाढवतोस ?" ग्लोरिया त्याला म्हणायची.

"अरे, व्याप नको ? आपले दोघे पोरगे आत्ता मोठे होतील. त्यांना उद्योगधंदा नको ? ते काय नारळाचे पाडप करणार ? माझ्यासारखे अनपढ थोडेच आहेत ?

अगं, पोर्तुगीज शिकून शहाणी झालेली मुलं ही ! त्यांना उद्योग/धंदाच हवा. तरच ती गोयांत रमतील. नारळ पाडायला आपण आहोतच दोघे.''

त्या शेताभातावरून नजर फिरत असताना ग्लोरियाला आंतोनचं बोलणं आठवलं. तिचे डोळे भरून आले.

मधला काळ किती वेगानं पुढं सरकला होता ! मुंबईत प्रार्थना समाजालगत राहणारी, शिक्षिकेची नोकरी करणारी ग्लोरिया... किती मागं गेली होती ! आणि आज इथं उभी होती ती ग्लोरिया.

गोव्यामधल्या आंतोन भाटकाराची घरकीन.

हॅरी... सॅमची आई

साऱ्या वाडीमधल्या गोरगरिबांची ग्लोरियामाय.

कुणाची भाटकारीन.

आज तृप्त मनानं तिच्या घरासमोरच्या भाटात उभी होती.

कुठं ते मुंबईतलं जीवन !

प्रार्थना-समाजालगतच्या दोन खोल्यांत म्हाताऱ्या आई-वडिलांसोबत राहणं आणि तिघांच्या पोटाच्या खळगीसाठी धावणं. बी.ए.बी.एड. पर्यंत शिकलेली. नोकरी करणारी ग्लोरिया... त्याच्या बहिणीच्या घरी पाहुणा म्हणून मुंबईत आलेल्या आंतोनला भलतीच आवडून गेली होती.

या ना त्या प्रयत्नानं त्यानं तिची ओळख करून घेतली आणि प्रस्तावनेत वेळ न घालवता, सरळच त्यानं तिला लग्नाची मागणी घातली.

''काजार ? ना रे बाबा. कुठं तू आणि कुठं मी ?'' तिनं एकदमच नकार दिला होता.

''तेच मला वाटतं.'' तो उदास होऊन म्हणाला. ''कुठं तू आणि कुठं मी ? हेच खरं. तू शिकलेली. मी असा अडाणी !''

''छे, तसं नाही मला वाटत. तू किती तालेवार भाटकार ? आणि मी ? अशी, या ठिकाणी, या टिनपाटी घरात राहणारी. नोकरी करून पोट भरणारी !''

''म्हणूनच मी तुझी निवड केली. आम्ही गोंयचे भाटकार खरे, पण माडासारखेच आरभाट वाढलेले असतो. शिक्षण नाही. तसे आडगेच ! काजूची फेणी ढोसून ढोसून डोकी पार रिकामी ! नारळाच्या रिकाम्या करवंटीसारखी. कातरां गायची. तियातरां बघायची. उकडा भात आणि मासळी खायची. पण संस्कार ? ते संस्कार शिक्षणानंच येणार ना ? इगर्जीत जातो आणि प्रेअर करतो. पण शहाणे होत नाही. कसे होणार ? आमच्या बायकाच अनपढ. शेतात राबण्यात कुणाला हार जात नाहीत. वांगी, मुळा, मिरसांगो रोवाव्यात तर आमच्या बायलांनीच ! आणि झगडू लागल्या तर वाघिणींनासुद्धा ऐकणार नाहीत. पण इतकं पुरं नाही ग्लोरिया. घरची

बाईल शिकायला पाहिजेल, तर पोरं शिकणार आणि घर वर येणार.

तू गोव्यात चल. काजार करू आपण. माझं घर पलाशीसारखं भलं थोरलं आहे. भाटं, कुळागार, डोंगर आहेत. पण सारं अस्ताव्यस्त. त्याला शिस्त नाही. तू आलीस तर त्याला नीट आकार देशील. माझं घर सुधारून जाईल.

गोव्यात मला खूप सोयरगती येतात. पण माझे विचार हे असे. मला कुणीच पसंत पडली नाही. तू भेटलीस आणि ठरवलं की लग्न करायचं तर तुझ्याशीच !

सोडून दे ही नोकरी. तुझ्या मायपायला घेऊन चल. आपण दोघं मिळून त्यांना जपू.''

आणि खरोखरच प्रार्थना समाजालगत, मुंबईतल्या दोन खोल्यात राहणारी ग्लोरिया... आंतोनच्या त्या भल्या थोरल्या पॅलेससारख्या घराची भाटकारीण झाली होती. तिनं ते सारं घर खूप सुंदर रीतीनं मांडलं होतं. पणजी मडगावच्या बाजारातून सुबक वस्तू आणल्या होत्या. आंतोनच्या घरामधलं जुनं नक्षीदार काळ्या शिसवीच्या लाकडाचं फर्निचर तिनं पॉलिश करून घेऊन सारं घर वेगळंच करून टाकलं होतं. तिच्या प्रत्येक कृतीची आंतोनला अपूर्वाई वाटत असे.

लग्नाच्या पहिल्या वाढदिवसाला तिनं न मागताच त्यानं एक सुंदर पियानो भेट म्हणून दिला होता. तो पियानो बघून, ग्लोरियाचं मन आनंदानं भरून गेलं होतं. मुंबईच्या शाळेत ती मुलांना पियानो वाजवायला शिकवायची, गोव्यात ती एक उणीव भासत होती. पण आंतोननं तिला पियानो दिला आणि ती सुखावली.

रोज संध्याकाळी जेवणघरामधल्या जीझससमोर कँडल लावून प्रार्थना झाली की, दिवाणखान्यामधल्या पियानोचे सूर साऱ्या घरात भरून जात. उघड्या खिडक्यांमधून तो आवाज साऱ्या भाटात पसरे. तिथं झोपडीत राहणारी माणसं एक एक करत, भाटकराच्या घरापाशी येत आणि व्हरांड्याच्या पायरीवर बसत. पियानोच्या आवाजानं त्यांची मनं एका वातावरणात पोचलेली असत. तिथं त्यांचंही एक घर असे, भाट असे आणि असेच पियानोच्या स्वरांनी त्यांचं जीवन भरून टाकलेलं असे. गरीब, आडपंचा लावलेली ती सारी उघडी बोडकी माणसं भाटकाराच्या पायरीवर बसून ते संगीत ऐकताना, स्वप्नात हरवून गेलेली असत. त्या वेळी ते भलेथोरले घर एक चर्च बनलेले असे. आणि मदर मेरीसारखी ग्लोरियामाय जणू त्यांना ते स्वर्गीय संगीत ऐकवत असे.

किती प्रेमळ होती ती !

प्रेमळ, दयाळू आणि उदार अंतःकरणाची ग्लोरियामाय !

झोपडीत राहणाऱ्या त्या सर्व भागेल्यांची ती आई होती.

ती पियानो वाजवू लागली की भान हरपून आंतोन ऐकत असे. आरामखुर्चीत कलंडून डोळे मिटून आंतोन ते सूर काळजात साठवत असे. मंद रंगाचा पातळ

पायघोळ गाऊन घातलेली, केसांना लेसचा रुमाल बांधलेली ग्लोरिया त्याला एखाद्या एंजलप्रमाणं भासत असे. तिनं त्याच्या घराचं नंदनवन केलं होतं. तिच्या हाती सर्व वैभव सोपवून तो निश्चिंत झाला होता.

हॅरी, सॅमसारखे दोन मुलगे त्या घरात मोठे झाले होते. शिक्षण घेत होते. मोठे ऑफिसर होणार होते. त्यांची मुलेबाळे आणखीन शिकणार होती आणि त्यानंतर त्या घराच्या उत्कर्षाला पारच उरणार नव्हता.

पायरीवर बसलेल्या भागेल्यांप्रमाणंच आंतोनही स्वप्नात हरवून गेलेला असे.

पियानो वाजवणाऱ्या ग्लोरियाचं मन सद्‌भावनांनी भरून गेलेले असे.

अनुकंपा !

साऱ्या विश्वाबद्दलचं प्रेम अनावरपणे तिच्या मनातून आणि सूरांमधून पाझरत असे.

परमेश्वरा, सर्वांना सन्मार्ग दाखव.

झुकत्या डॅफोडोइल्समध्ये उतरलेला तुझ्या करुणेचा अंश....

साऱ्या मनात जागून उठू दे...

योग्य वेळी योग्य निर्णय घेण्याची शक्ती मला दे....

ओ गॉड, ब्लेस द हाऊस...

ब्लेस द युनिव्हर्स !

तिचे सूर करूण होत. नजरेसमोर धूसर प्रकाश असे. ते सूर हॅरी व सॅम लहानपणापासून ऐकत असत.

आपल्या मनाचा त्यांना अभिमान वाटे. अलीकडे मात्र ते सूर ऐकताना हॅरीचं मन अधिकच भावुक आणि तरल बनून जाई. त्या सुरांनी नजरेसमोर एक इंद्रधनुष्य उमटत असे. तिथं त्या इंद्रधनुष्याचे सारे रंग लेवून... सुवर्णा उभी असे.

सुवर्णा ! शेजारच्या भाटामधल्या विसू भाटकाराची मुलगी....

हॅरीची बालमैत्रीण !

आणि अलीकडे त्या मैत्रीला येणारा एक वेगळा आकार... एक वेगळी जाणीव !

शाळेत जाता-येताना, ते सर्वजण एकत्रच जात असत.... लहानपणापासून. पण अलीकडे ते लहानपण उरलं नव्हतं की, बालसुलभ भावनाही उरल्या नव्हत्या. त्या निरागस मैत्रीला एक अस्फुट भावना जखडत चालली होती.

हॅरी, सुवर्णा... दोघांनाही ते जाणवत होतं.

त्या दोघांनाच नव्हे तर...

ग्लोरियालासुद्धा !

हॅरी व सुवर्णाची जवळीक लक्षात येताक्षणी ग्लोरिया थरथरून गेली होती. सर्वप्रथम तिला आठवला तो विसू भाटकारच. त्याचं कर्मकांड, कर्मठ मते, मंदिराचा

जीर्णोद्धार आणि कुणाचंही न ऐकण्याचा त्याचा हट्टी स्वभाव !

त्याची गरीब स्वभावाची पत्नी... वैनीबाय.

आणि निरागस मनानं.... चर्च, मंदिरात भिरभिरणारी... त्या घरातील सुवर्णा !

विसू भाटकाराची एकुलती एक लेक !

आणि तिचं हॅरीत... ग्लोरियाच्या मुलातलं गुंतणं. या सर्वांमधून फक्त दुःखच पदरी येणार होतं.

त्या निरागस मुलांना कसं सावरावं ? कसं सावध करावं ?

दिवाणखान्यामधल्या गोल, लाकडी मेजावरच्या उंच फुलदाणीत ॲस्टरची फुले लावताना ग्लोरिया विचार करत होती. शेवटी परमेश्वरच सर्वांना योग्य दिशा दाखवणार होता. तिनं चर्चच्या दिशेनं तोंड वळवलं. डोळे मिटून ती प्रार्थना करत होती.

"देवा सायबा, या घराचं रक्षण कर. सर्वांचा सांभाळ कर आणि माझ्या लेकरांचाही.

मार्ग दाखव प्रभू.

वादळ या घरात येण्यासाठी सज्ज झालंय.

तूच आता या वादळामधून सर्वांना पार कर.

ओ गॉड, ब्लेस धिस हाऊस.

ब्लेस माय चाइल्ड

ओ लॉर्ड !"

ग्लोरियाचा चेहरा करुणेनं व्यापून गेला होता.

भाटामधले माड निःस्तब्धपणे तिला बघत होते.

◆

म्हातारा पावलूबाबा ग्लोरियाच्या घरामधून केळ्याचा घड घेऊन, चर्चच्या दिशेने चालू लागला; आणि जांभळाच्या झाडाखाली उभे असणारे सारेजण आपापल्या घराच्या दिशेनं जायला लागले. गाव एवढंसं. एकच लांबलचक सडक गावभर पसरलेली आणि तिच्या बाजूला थोड्या उंच, सखल, खोल भागात घरं होती. ज्याची जेवढी जागा, तेवढ्या जागेमध्ये मधोमध घरं होती.

साऱ्यांनी जाता जाता उद्याच चर्चवर फादरना भेटायला जायचा दिवस नक्की केला.

"आम्ही पण येणार हं."

सुवर्णानं जाहीर केलं.

"तू येणार म्हणजे ही पण येणार."

अंजूकडे बघून सॅमनं चिडवलं.

"अर्थात, मीही येणारच, तू नाही का हॅरीच्या मागंमागं फिरत ? जे हॅरी करतो तेच तू करत नाहीस ? आता सांग, हॅरी डॉक्टर होणार, म्हणजे तू पण डॉक्टर होणारच खरं ?"

अंजू म्हणाली.

"छे ! मुळीच नाही जिथं हॅरी तिथं मी हे खरं आहे. पण त्यानंतर शिक्षणासाठी वेगळं व्हावंच लागेल. मी वकील होणार." सॅम गर्वानं म्हणाला.

"खरंच आता सारी मजाच संपली. ती शाळा, ती फेरीबोट, ते पावसात भिजणं, ती पोर्तुगीज शिकवणारी टिचर." रझाक उदासपणानं म्हणाला.

"देवा सायबा मला तर अजूनही त्या भाषेची भीतीच वाटते. किती अवघड भाषा ? डोकीत शिरायची नाही. नुसती पास झाले तरी पुरे." अंजू म्हणाली.

त्या सर्व मुलांत हॅरी व रझाक वयानं मोठे होते. हॅरी डॉक्टरीचं शिक्षण घेत होता. रझाक वयानं मोठा असूनही, अजुनी शाळेच्या शेवटच्या वर्गातच अडकला होता. हातभट्टीची दारू गाळणाऱ्या कादर रेंदेराचा तो मुलगा ! त्याचं मन कुठंच लागत नव्हतं. ना घरी ना शाळेत. त्याचा सलमान चाचा खूप वर्षांपूर्वी, एका अरबाच्या बरोबर सौदीला गेला होता. काम करता करता स्वत:चा उद्योगधंदा सुरू केला होता. दुबईत धंदा वाढवावा म्हणून तो रझाकला एकसारखा पत्र पाठवून बोलावत होता. बापाचा विरोध होता, तरी रझाकनं जायचं नक्की ठरवलं होतं. पण हे गाव, मित्र साऱ्यांमध्येही त्याचा जीव गुंतला होता.

"खरंच जाणार तू रझाक ?" फ्रँकनं विचारलं.

"होय जायलाच हवं, इथं जन्मभर रेंदेरवपण करणं माझ्यानं होणार नाही. आणि फ्रँक तू आणि सॅमपण पोर्तुगालला जाणार आहातच ना ?"

"मी ? अं हं, अजिबात नाही. माझे डॅडी आग्रह करताहेत. पण किती झालं, तरी तो आपला देश नाही. जे इथं शिकता येईल, तेच मी शिकेन. शिक्षक व्हायचंय मला." फ्रँक म्हणाला.

अगदी हुबेहूब कापितांव आल्बर्तूची प्रतिमा होता फ्रँक पण तेवढंच गोव्याचं प्रेमही तीव्र होतं त्याच्या मनात.

"माझं नक्की नाही जाण्याचं, पापा म्हणतात, पोर्तुगालला जाऊन बॅरिस्टर होऊन ये. पण ते तर इथे पण करू शकतो. थोडी वर्षे मामाकडं जाईन मुंबईला." सॅम म्हणाला.

"असं सांग ना, की हॅरीला सोडून दूर जाववत नाही ?" एग्मानं छेडलं.

"तू तर आता मुंबईकरीण होणार."

एग्मा लाजली. तिचं लग्न मुंबईच्या मुलाबरोबर ठरलेलं होतं. सारेजण उत्साहानं आपापल्या घरी परतत होते. फक्त बोलत नव्हते ते हॅरी आणि सुवर्णा !

अंजूला डोंगराच्या पायथ्यापर्यंत पोहोचवण्यासाठी सुवर्णा तिच्या बरोबर जात होती. लहानपणापासूनचा हा त्यांचा रिवाज पडला होता. आपल्या दोघींचे वडील एकच आहेत हे समजायच्या आधीपासूनची त्यांची मैत्री होती. वर्गात हजेरी घेताना मास्तर म्हणत 'अंजू पूर्णानंद गडकर.'

हजर.

हे म्हणताना आधी अज्ञानाचं सुख होतं. पण जसं सारं नातं स्पष्ट उलगडलं तसं एका वेगळ्या भावनेनं त्या दोघी एक झाल्या होत्या. स्वतःच्या आईबद्दल जेवढं सुवर्णाला दुःख वाटायचं, तेवढंच तिला पूर्णाबद्दल प्रेम वाटायचं. अंजू मात्र कधीच सुवर्णाच्या घरी गेली नाही. अजाणतेपणी ती एकदा गेली होती पण तिला समोर बघून वैनीबाय उभ्या उभ्या बेशुद्ध झाली होती. विसूबाबनं कठोरपणानं अंजूची मिठी सोडवली होती. सुवर्णा ते सर्व बघून हुंदके देऊन देऊन रडली होती. त्या रात्री पूर्णामायनं अंजूला पोटाशी धरून पुन्हा तिथं न जाण्याची शपथ घातली होती. अंजूच्या मनातली अपराधी भावना सुवर्णाच्या प्रेमळ वागण्यानेच हळूहळू कमी होत गेली होती.

वयाने वाढता वाढतानाच हॅरी आणि सुवर्णात निर्माण होत चाललेले नाजूक भावबंध अंजूच्याच प्रथम ध्यानी आले होते. हॅरी मेडिकल कॉलेजला होता, तरी वेळ मिळेल तसा जुजे गावी धावत येत होता. आंतोन भाटकार आणि विसू भाटकार यांच्या घरांच्या सीमेवरचं जांभळाचं झाडं, त्याखालच्या गर्द सावलीत ते दोघे तासन्तास रेंगाळत असत. याचा शेवट नेमका काय होणार, याची अंजूला धास्ती होती. वेळोवेळी तिनं सुवर्णाला छेडलं होतं, अलीकडं सुवर्णाही धास्तावली होती. आईची खालावणारी प्रकृती. विसूबाबचा हट्टी, तापट स्वभाव. हॅरीचं अपूर्ण शिक्षण आणि दोघांचे भिन्न धर्म !

त्या दोघांच्या घरांमध्ये फक्त जांभळी, फणसाचीच झाडं नव्हती... तर धर्माची एक अदृश्य, बलदंड अशी तटबंदी होती.

हॅरी आणि सुवर्णाचं कोवळं प्रेम त्या तटबंदीच्या भेगेत उगवलेल्या कोवळ्या रोपाप्रमाणं होतं. उष्ण वाऱ्यानं... थरथरून, कोमेजणाऱ्या रोपाप्रमाणं.

"सुवर्णा, जा तू आता, ऊन केवढं भाजतंय ? आज आपण छत्रीही आणली नाही; इतकी दुपार होईल परतायला हे कुठं माहिती होतं ? खरंच, हॅरी रजेवर आला, की वेळ कसा जातो समजतच नाही."

"हं ! पण असे किती दिवस उरलेत आता ?" समोरच्या रणरणत्या डोंगराकडे बघत सुवर्णा म्हणाली.

'का ग ? असं का म्हणतेस ?'

"काही नाही गं !"

स्वत:ला सावरत सुवर्णा म्हणाली, ‘‘म्हणजे आता बघ तू, एग्मा लग्न होऊन जाणार. सॅम, फ्रँक, पणजीच्या कॉलेजात वकील, टीचर, डॉक्टर व्हायचं तर या गावात राहून कसं चालेल ? आज ना उद्या जाणारच. ते तू.’’

अंजू तिचा हात धरून म्हणाली -

‘‘मला तरी कुठं माहिती आहे ? सुवर्णा, मला तुझी खूप काळजी वाटते.’’

खरंच ! काय होणार आपलं ?

घरी परतणारी सुवर्णा विचार करत होती.

जेवणघरात विसूबाबचं जेवणाचं ताट वाढून तयार झालं आणि तो पाटावर येऊन जेवायला बसला. आपोष्ण घेऊन त्यानं ताटाभोवती पाणी फिरवलं आणि वाटीतलं हूमण भातावर ओतून, भात कालवायला सुरुवात केली.

आज मंगळवार ! आजच्या या दिवशी भरपूर मासळी विसूबाबला जेवणाला लागत असे. सोमवारचा एक दिवस त्याच्या घरी मासळी, कांदा सारं वर्ज्य ! म्हणून देऊळवाड्यावरची इझाबेला त्याच्यासाठी मंगळवारी निवडून मासळी आणत असे. कारण दराची घासाघीस न करता मासळी घेणारी दोनच घरं जुजे गावात होती. एक विसू भाटकाराचं आणि दुसरं आंतोन भाटकाराचं. बाकी सगळं गाव करबटासारखं ! चिल्लर आठ आण्याच्या मासळीत सारं घर जेवणारं.

स्वयंपाकघराच्या दरवाजालगत वैनीबाय उभी होती. आजचं सारं जेवण नवऱ्याला आवडणारं होतं व तो ते मनापासून जेवतो आहे हे वैनीबाय पाहत होती. सकाळपासून घेतलेल्या श्रमाचं सार्थक झालं होतं.

जेवण आटोपून विसूबाब बाहेरच्या राजांगणातल्या नीरफणसाखाली तांब्यातलं पाणी घेऊन हात धूत होता. इतकं मनापासून जेवून तृप्त झाला होता. पण कौतुकानं तो बायकोला तसं म्हणाला नव्हता.

खरं तर काय हरकत आहे म्हणायला ? याउलट पूर्णानं साधा चहा देखील केला, तर आपण तिचं कौतुक करतो. पण घरातल्या बायकोला अन्नपूर्णेला कधीच एक शब्दानं म्हणत नाही.

तिच्या कितीतरी गोष्टी मनापासून आवडतात. तिची सारवलेल्या अंगणावरची सुबक रांगोळी...

देवघरातल्या देवांची तिनं केलेली पूजा, आपली चाहूलही न लागू देता तिचं चालणं, बोलणं. घरातून वावरणारी तिची लहानखुरी मूर्ती...

निरांजनासारखे स्निग्ध डोळे...

हे सारं... आवडतंय खरं तर.

मग... आपण कधीच ते का सांगितलं नाही ?

आज ! सांगावं का ?

पायरीवर तांब्या ठेवताना क्षणभर विसूबाबच्या मनात आलं, असं केलं तर ? पण तो कठोर मनानं ओसरीतून, स्वयंपाकघर ओलांडून बाहेरच्या दिवाणखान्यात आला.

बायकोशी कौतुकानं बोलायची त्याच्या घरची पद्धत नव्हती. त्याचे आजोबा, त्याचे वडील, कधीच तसं घरच्या बायकांशी बोलले नव्हते. बाईची जागा घरात शेजघरात, त्या घरातलं सारं राज्य तिचं असे. काहीच कमी पडत नव्हतं. हाताखाली वावरायला, काम करायला गडी, कपडालत्ता, दागदागिने, खाणंपिणं सारं काही भरभरून होतं. तक्रारीला जागा नव्हतीच.

जसे, आजोबा, वडील वागले तसाच विसूबाब ! त्या घराच्या भाटकरी परंपरेला चिकटून राहणारा होता.

भाटकरानं एखादी बाई बाळगणं, यात काय चूक ? विसूबाबच्या समाजातले अनेक पुरुष तसं वागत होते. घर जपत होते आणि बाईही ! विसूबाबही तेच करत होता.

या घरात अन्नपूर्णाला, सुवर्णाला कुणालाच काही कमी नव्हतं.

बरं ! विसूबाब बायकोचा शौकीन नव्हता. पण नवनाथ मंदिराचा जीर्णोद्धार केला आणि मंदिराची सेवेकरीण म्हणून पूर्णा डोंगरावर आली. त्यानंतर जे घडलं, ते थांबवणं कुणालाच शक्य नव्हतं.

ना विसूबाबला... ना पूर्णाला !

त्या डोंगरावर, नवनाथ मंदिराच्या पाठीमागेच पूर्णासाठी टुमदार घर बांधलं होतं. ती आली तेव्हा प्रथम तिची आई सोबत होती. आईनंतर आता अंजू त्या घरात आली होती.

त्या दोघींना विसूबाबनं काहीच कमी पडू दिलं नव्हतं, अंजूला शाळेत घातलं होतं आणि नुकताच पूर्णाच्या नात्यामधल्या मुलाशी तिचा साखरपुडाही झाला होता. त्या साखरपुड्याला विसूबाब स्वत: हजर नव्हता; पण सदू गुरव, जगूभट, गिडू गावडा... सर्वांना सांगून साखरपुडा व्यवस्थित साजरा करवून घेतला होता.

हं. आता रीतीप्रमाणं अंजू नाव मात्र आईचंच लावत होती. चार चौघांसमोर तो त्या मायलेकीशी परकेपणानंच वागत होता. पण तसाच त्यांच्या पाठीशी घट्ट उभा होता. आता अंजूचं लग्न ! ती जबाबदारी त्याचीच होती.

एकदा अजाण वयातली, शाळकरी अंजू, सुवर्णासोबत या घरी आली असताना, विसूबाबला अंगणात बिलगली होती. ती मिठी कठोर मनानं त्यानं सोडवली होती.

बरोबरच होतं ते. सर्व माणसं आपापल्या जागेवरच असायला हवीत. भागेल्यांनी, मुंडकारांनी आपल्या मर्यादा ओलांडू नयेत आणि किरिस्तांव शेजारी असला म्हणून काय झालं ? त्यानं त्याच्या सीमेतच राहायला हवं, तरच समाज टिकून राहतो.

हा विचार आला, आणि शतपावली करणारी विसूबाबची पावलं थकबकली.

तो अस्वस्थ झाला.

सुवर्णा आणि हॅरी या दोघांना त्यानं अनेकदा एकत्र पाहिलं होतं. काही अघटित होण्याच्या आतच सदू गुरवानं आणलेलं पुण्याचं स्थळ सुवर्णासाठी नक्की करायला हवं होतं. प्रसाद चांगला होता. सदू गुरव पुण्याहून परत येण्याची विसूबाब वाट बघत होता.

◆

विसूबाब जेवून बाहेरच्या ओसरीवर गेला. आज तो मनापासून जेवला होता. वैनीबायनं ते पाहिलं होतं. पण...

एका शब्दानं तसं म्हटलं तर काय बिघडणार होतं ? काही बिघडण्याचं वय थोडंच होतं ?

वैनीबाय देवघरातल्या समयीत... पळीनं तेल घालत होती. नुकतीच पूजा आटोपली होती. देव्हाऱ्यामधला नवनाथ प्रसन्न हसत होता. या रणरणत्या संसारात त्याचं हसणं हाच होता वैनीबायचा आधार !

लग्न करून, या घरची सून म्हणून आल्यापासून ते आजवर, नवनाथाच्या आधारावरच तर दिवस निभावले होते. मामीबाय होती, तोवर विसूबाबच्या उग्र स्वभावाला थोडी मुरड होती. एका वर्षात मामा आणि मामीबाय गेले आणि विसूबाब घरचा कर्ता बनला आणि त्याच्या तिरसट, उग्र स्वभावानं कळस गाठला.

त्यानं इतकं तिरपं का म्हणून वागावं ? ते तिचं तिलाच समजत नव्हतं. सदा धास्तावून आणि काळजीपूर्वक ती गृहकृत्यं निभावत असूनसुद्धा थोडक्या चुकीसाठी तो घरदार धारेवर धरायचा आणि त्यात सुवर्णाही भाजून निघायची.

सुवर्णा !

तिची आठवण आली आणि वैनीबाय धास्तावली. सुवर्णा अजूनही परत आली नव्हती. विसूबाब ओसरीवर फेऱ्या घालत होता आणि सुवर्णा... अचूक समोर येणार होती.

तिनं देव्हाऱ्यातल्या नवनाथाला हात जोडले. दोन गालांवर हात मारून घेत ती त्याची विनवणी करत होती.

पांढऱ्या फुलांच्या राशीत तो सुंदर हसत होता. अनेक वर्षे ती आपल्या देवघरातल्या देव्हाऱ्यातच नवनाथाचं दर्शन घेत होती.

◆

"पार्वती पते हर हर महादेव"

वैनीबायने त्या दिवशी प्रथमच नवनाथाची पालखी पाहिली होती. प्रथमच आणि

तीच शेवटची. डोंगरावर नवनाथ देवळीचा जीर्णोद्धार पूर्ण झाला होता आणि विधीपूर्वक पूजेनं नवनाथाच्या मूर्तीची प्रतिष्ठापना होणार होती. ती पूजा विसूबाब आणि वैनीबाय जोडीनं करणार होते. किती हौसेनं ती डोंगर चढून गेली होती. निळ्या पाण्यानं आणि झाडीनं वेढलेला डोंगर बघून आणि त्यावरचं सुबक, देखणं मंदिर बघून वैनीबाय सुखावली होती. आपल्या नवऱ्याबद्दलच्या अभिमानानं आणि प्रेमानं तिचं मन भरून गेलं होतं.

वैनीबायच्या लग्नात मामीबाईनं आपली भरजरी पैठणी तिला दिली होती. ती पैठणी नेसून व अंगावर मोजके दागिने घालून किती आनंदानं ती पूजेला बसली होती ! सारा डोंगर माणसांनी फुलून गेला होता. वैनीबाय आनंदानं सतरंजीवर बसून पूजेची तयारी बघत होती. एवढ्यात कुणीतरी म्हणालं !

"बाय, कोकमाचं थंड सरबत आहे. घेतेस ?"

एक अतिशय देखणी गोरीपान स्त्री तिला विचारत होती. ती कुणीतरी नवीन असावी.

"कोण ग तू ?"

"मी पूर्णा. या मंदिराची सेवेकरीण - सदाशिवगडाहून आलेय." तिनं लाजत म्हटलं.

"इथं एकटी राहणार ?"

वैनीबायनं आश्चर्यानं विचारलं.

"एकटी का ? आई आहे सोबत आणि..."

"आणि ?"

"भाटकारांचा आधार आहे."

ते ऐकून वैनीबाय दचकली होती.

"पार्वती पते हर हर महादेव."

गॅसबत्तीच्या उजेडात नवनाथाची मूर्ती चमकत होती. पालखी पुढं सरकत होती.

चंद्रकला नेसून पूर्णा नवनाथाला आरती ओवाळत होती. सारी गर्दी भान हरपून तिचं सौंदर्य पाहत होती. गॅसबत्तीच्या उजेडात काळीभोर चंद्रकला नेसलेली पूर्णा विलक्षण सुंदर दिसत होती.

"शंकराची पार्वती !" कुणीतरी म्हटलं.

पालखी, पालखी पाठोपाठची गर्दी पुढं सरकत होती. आणि वैनीबायच्या पायाखालची जमीनच सरकली होती.

त्यानंतर घरी येऊन तिनं दागिने उतरवून डब्यात ठेवले. अंगावरची पैठणी बासनात गुंडाळून ठेवली. ते आजवर.

त्यानंतर सुवर्णाचा जन्म झाला. वैनीबाय तिच्या कोडकौतुकात रमली होती.

बघता बघता सुवर्णा शाळेला जाऊ लागली होती. आणि एक दिवस ते आक्रित घडले.

दुपारच्या सुट्टीत घरी आलेली सुवर्णा अंगणातूनच हाका मारत होती.

"आई, आई लवकर ये ना ग बाहेर !"

ती हाक ऐकून स्वयंपाकघरातली वैनीबाय दचकली. यावेळी विसूबाब नेमकाच ओसरीवर होता. त्याला वैनीबायनं ओसरीवर येणं आवडणारं नव्हतं. धास्तावून ती ओसरीवर आली.

"आई, बघ ना कोण आलंय ? माझी मैत्रीण ! अग, ये ना. लाजतेस काय गं अशी ?"

एका मुलीच्या हाताला धरून सुवर्णा तिला घरात आणत होती. आश्चर्यानं वैनीबाय जागेला खिळून उभी राहिली.

दहा वर्षे !

दहा वर्षांनंतर, पूर्णाचीच प्रतिकृती, अशी ती मुलगी अंगणात उभी होती. संसाराच्या रगाड्यात पूर्णाला ती विसरूनही गेली होती.

"आई, ही माझी मैत्रीण ना; डोंगरावर राहते. पूर्णामायची मुलगी."

सुवर्णा उत्साहानं आईला सांगत होती. विसूबाब जागेवर थबकला होता. ती मुलगी त्याच्याकडं झेपावली.

"बाबा !"

तिच्या तोंडचे शब्द पूर्ण होण्याआधीच पायऱ्या उतरून अंगणात आलेल्या विसूबाबनं काडकन् तिच्या थोबाडीत मारली होती. बघता बघता वैनीबाय बेशुद्ध होऊन कोसळली होती. दोन्ही मुली रडत होत्या. गडी, माणसं अवाक् झाली होती.

तो प्रसंग आठवून, या क्षणीही वैनीबायचा संताप झाला होता.

प्रतारणेचं दुःख ! त्यापेक्षा, त्या कोवळ्या मुलीला मारल्याची चीड !

पाप करताना, पत्नीला फसवताना, विसूबाबला लाज वाटली नव्हती. पण चारचौघांत तिला आपली म्हणायची लाज वाटली होती. वैनीबायच्या माहेरी राजा रविवर्मानं काढलेलं भलं मोठं विश्वामित्र-मेनकेचं चित्र होतं. हाती शकुंतला घेऊन विश्वामित्राची याचना करणारी मेनका, आणि हात वर करून पाठमोरा झालेला विश्वामित्र ! लहानपणी न समजलेल्या चित्राच्या अर्थ वैनीबायला त्या दिवसानंतर समजला होता.

घृणेनं तिचं मन भरून गेलं होतं. त्या दिवसापासून तिनं सुवर्णाला घेऊन दुसऱ्या खोलीत आपलं सामान हलवलं होतं. निश्चयानं, मनावर संयम ठेवून ती संसार निभावत होती.

ताठ कण्याच्या विसूबाबचीही तिला काही बोलण्याची हिंमत नव्हती.

त्या सर्व काळात, या नवनाथानंच वैनीबायला दु:ख सोसण्याचं बळ दिलं होतं. आता एकदा सुवर्णा लग्न लागून सासरी गेली की, सारं भरून पावणार होतं.

पण अलीकडं सुवर्णाची काळजी वैनीबायला वाटत होती. हॅरी, सॅम, फ्रँक, एग्मा, रझाक, अंजू सारे बालमित्र होते सुवर्णाचे. घरालगतच्या जांभळाच्या झाडाजवळ तासन् तास ते सर्व खेळत. अंजू सोडून सारे घरात येत. चवथीला, दिवाळीला, दसरा, संक्रांतीला.

बघता बघता मुलं मोठी झाली होती. हॅरी तर डॉक्टरी शिकत होता. त्याची आणि सुवर्णाची जवळीक वाढली होती. अंजू, एग्माची लग्नं ठरली होती. सुवर्णासाठी सदू गुरव पुण्याचं स्थळ पाहायला गेला होता.

दुपारचे दोन वाजायला आले होते. तरी सुवर्णा घरी आली नव्हती.

विसूबाब घड्याळाच्या लंबकासारखा ओसरीवर फिरत होता.

धास्तावलेली वैनीबाय देवघरात बसली होती.

◆

सुवर्णा विचार करत घरी पोहोचली. तेव्हा दुपारचे दोन वाजले होते. विसूबाबचं जेवण आटोपलं होतं. तो बाहेरच्या ओसरीवर शतपावली घालत होता. खरं तर तो सुवर्णाचीच वाट पाहत होता. आज त्याला सुवर्णाला खडसवायचं होतं. शेजारच्या आंतोन भाटकाराच्या मुलांमध्ये तिचं वावरणं यानंतर बंद करायचं होतं. दोन भाटांच्या सीमा एकमेकांना लागूनच होत्या. त्या सीमेवर दगडी गडगे वगैरे बांधण्याची गरज पूर्वी वाटली नव्हती. एकमेकांच्या सीगा, गधल्या झाडांच्या आधारानंच नक्की केल्या होत्या. चिंचेची, फणसाची झाडं सीमा राखत उभी होती. दिवस मावळला तरी हॅरी आणि सुवर्णा तिथे रेंगाळताना अनेकदा विसूबाबनं पाहिलं होतं. यानंतर ते सर्व बंद व्हायला हवं होतं. अंजूचं लग्न ठरलं, तसंच सुवर्णाचंही लग्न लवकरात लवकर ठरवायला हवं होतं. पुण्यामधल्या तालेवार घराण्यामधला मुलगा सुवर्णासाठी विसूबाबनं मनातून निश्चित केला होता. सुवर्णाची परीक्षा झाली की ती माणसं सुवर्णाला पाहायला येणार होती.

पूर्णानं विसूबाबचं जीवन व्यापून टाकल्याचं वैनीबायच्या ध्यानी आलं.... तशी ती आतल्या आत खंत करत जगू लागली. कुणी न सांगताच तिनं लहानग्या सुवर्णासह दुसऱ्या खोलीत आपलं बिऱ्हाड हलवलं. नवनाथ मंदिराच्या जीर्णोद्धाराची पूजा झाली. त्याचं फळ म्हणून या घरात सुवर्णाचा जन्म झाला खरा...

पण वैनीबाय मात्र दुराव्यानं वागत गेली.

तो तिचा अभिमान होता की.... ? मनात निर्माण झालेला न्यूनगंड ?

याचं उत्तर शोधण्याचे कष्ट विसूबाबनं कधीच घेतले नव्हते. त्यांचा वंश

वाढवायला एक मुलगा जन्माला घालणं, आणि त्या बदली सर्व जन्म त्या वैभवशाली घरात, आरामात जगणं... इतकीच पत्नी म्हणून तिची जागा होती.

पण.... मुलाऐवजी मुलगी झाली.

वैनीबाय आपसूकच दूर झाली. पण....

विसूबाबला काहीच फरक जाणवला नव्हता. सुवर्णाला त्यानं मुलासारखं शिक्षण दिलं होतं. पूर्णानं त्याला सर्वतोपरीनं सुख दिलं होतं. अंजूला त्यानं काहीच कमतरता केली नव्हती, अंजूचं लग्नही ठरलं होतं. आता... सुवर्णाचं लग्न झालं की, विसूबाबनं मांडलेला सारा जीवनपट त्याच्या मनासारखा जमून येणार होता. पण मध्येच या मुलीनं हॅरीशी जवळीक केली होती. दिवस बदलत होते. नव्या शिक्षणानं पोरींची माथी भडकणं शक्य होतं. वर्तमानपत्रं गावात येत होती. बाहेरचं जग जवळ येत होतं. टिळक, आंबेडकर, आगरकर, फुले आणि अहिंसा, व्यक्तिस्वातंत्र्य आणि धर्मनिरपेक्षता मानणारे गांधीजी नव्या पिढीचे आदर्श होते.

आंतरजातीय विवाहाचे, विधवा-विवाहाचे पीक बाहेरच्या जगात उगवले होते. निधर्मी लोकशाही भारतात राज्य करत होती. गोव्यात स्वातंत्र्य चळवळ रुजत होती. मधल्या मार्गानं आलेले कार्यकर्ते गोव्यात भूमिगत होऊन वावरू लागले होते. त्यांच्या प्रचारानं लोकांची डोकी भडकत होती.

ही पोर्तुगीज राजवट होती, तोवरच विसूबाबसारखी माणसं आपलं साम्राज्य भोगणार होती. स्वत:ची भाटं, शेती, कुळागर.... यामधून स्वत: काहीच कष्ट न करता उत्पन्न मिळवता येत होतं. पोर्तुगिजांनी केलेल्या कडक कायद्यांचा बडगा हाती घेऊन, आपली भाटकारशाही उपभोगता येत होती. भागेली, पाडेली, मुंडकार सारे कमरेतून वाकून भाटकारशाहीसमोर झुकलेले होते. दोन्ही हात जोडून माणसांची रांगच्या रांग अंगणात उभी राहत होती. स्वत:च्या घराचे सणवार बाजूला ठेवून भाटकाराघरचे सण साजरे करणारे भागेली, त्यांचे श्रम, हे सारं वैभव, पोर्तुगिजांच्या आशीर्वादानंच लाभलं आहे हे विसूबाब जाणून होता, म्हणून तर पणजीला वारंवार फेऱ्या मारून गोऱ्या अधिकाऱ्यांना खूष ठेवत होता. सरकारी उत्सवांची, कार्यक्रमांची निमंत्रणं विसूबाबला अगत्यानं पोहोचत होती. म्हणूनच हे जुजे गाव, तिथली माणसं.... अशीच राहायला हवी होती. दुबळी, लाचार, असहाय्य, अडाणी आणि कंगाल.

या गावालगत शाळा नव्हती.

दवाखाना नव्हता.

सरकारी ऑफिसे नव्हती.

शहरापासून दूर, डोंगर पायथ्याची खाडीलगतची ही सारी गावं अशीच हवी होती. आणि पोर्तुगीज राजवट असेपर्यंत हे सारं वातावरण असंच असणार होतं.

विसूबाबच्या अधिकाराला कोणतीच बाधा येणार नव्हती.

त्यानं मंदिराचा जीर्णोद्धार करून समाजसेवा केल्याचं पुण्य जे जोडलं होतं, त्याचं फळही नवनाथानं भरघोसपणे त्याच्या पदरात घातलं होतं.

या घरात सुवर्णाचा जन्म झाला होता. आणि विसूबाबचं गृहस्थीपण निभावून गेलं होतं. तिथं डोंगरावरच पूर्णासारखी सुंदर स्त्री विसूबाबच्या जीवनात अलगदपणे उतरली होती. त्या स्त्रीनंच विसूबाबचं जीवन पूर्ण सुखी केलं होतं.

विसूबाब मुळात शांत प्रवृत्तीचा माणूस होता. इतरांना उपद्रव देण्याची त्याची वृत्ती नव्हती. पण स्वतःच्या अधिकारांवर कुठे गदा येणार असल्याची थोडी जरी जाणीव झाली की, तो फड्या नागाप्रमाणं खडा होत असे. तिथं कुणालाही दया माया तो दाखवत नसे. मग तो प्रश्न एका माडाचा असो, वा त्याच्या वैयक्तिक जीवनाशी संबंधित असो. विसूबाब त्यावेळी प्राणपणानं उभा राहत असे.

सुवर्णाचं शिक्षण पूर्ण होत आलं होतं आणि तिचं लग्नाचं वय झालेलं होतं. आजवरच्या मोकळ्या वातावरणावर यानंतर निर्बंध घालणं जरूर होतं. तरुण वयात मुलं बंडखोर प्रवृत्तीची असतात. तशात हॅरी आणि सुवर्णा श्रीमंत घरांमधली लाडकी मुलं होती. सुवर्णाचा वेडावाकडा हट्ट विसूबाबच्या घरात कदापि पुरवला जाणार नव्हता. पण हॅरीचा हट्ट पुरवण्यासाठी आंतोन, ग्लोरिया प्राणपणानं प्रयत्न करणार याची विसूबाबला कल्पना होती.

आंतोन भाटकार आणि विसूबाब तसे जुने शेजारीच. पण दोघं कट्टर धर्मप्रेमी होते. आंतोन न चुकता रविवारच्या मासला जाणारा आणि त्याच्या घरातही धार्मिक वातावरण होतं. विशेषतः आंतोननं मुंबईहून कौतुकानं लग्न करून आणलेली, सुशिक्षित बायको, ग्लोरिया....

ती स्त्री आंतोनच्या घरी लग्न लागून आली आणि आंतोनचं भाग्यच बदलून गेलं होतं. ग्लोरियानं त्या घराला, आंतोनच्या जीवनाला शिस्त लावली होती. हॅरी, सॅम या दोन मुलांना चांगलं वळण लावलं होतं. भाटांमध्ये ती स्वतः लक्ष घालत होती. मिरी, पानवेली, केळी, पपईची नवीन पिकं ती घेत होती. भाजीपाला रोवत होती. माडा-पेडांना वेळेवर खतपाणी घालत होती. जंतुनाशकं वापरत होती.

परवा परवाचीच गोष्ट ! समोरच्या कातूचं खोपटं पावसानं कोसळलं होतं. घरी कातूची सून पोटुशी; मदतीसाठी कातूनं विसूबाबकडं धाव घेऊन गयावया केली होती. विसूबाबच्या मागल्या दारी चुडतांची, झावळ्यांची रास पावसानं कुजत होती. पण विसूबाबनं कातूला मदत केली नव्हती. तसं केलं तरच कातू दीनवाणा राहणार होता. त्याची एकदा गरज भागली की कातू त्यानंतर तोंड चुकवणार हे विसूबाबनं अनुभवलेलं होतं. म्हणूनच कातूचं पावसातलं कोसळतं खोपटं विसूबाबनं थंड नजरेनं पाहिलं होतं. पण ऐनवेळी...

ग्लोरिया कातूच्या मदतीला धावली होती. तिनं कातूला स्वत:च्या भाटामधली चुडते दिली होती. वाडीतल्या पुरुषांना पाठवून कातूच्या खोपटीमधलं पाणी काढून टाकलं होतं. तोवर कातूची पोटुशी सून, बायको, म्हातारी यांना ग्लोरियानं तिच्या घरामागच्या लोजामध्ये आसरा दिला होता. कातूची झोपडी उभी होईतोवर ती छत्री घेऊन बांधावर उभी राहिली होती. या गावात शाळा काढायची असे. तिच्या मनानं घेतलंय हे विसूबाब ऐकून होता. पूर्वी ती मुंबईत शिक्षिकाच होती. या गावच्या माणसांना सुशिक्षित करण्याचा ती प्रयत्न करत होती. विसूबाबला ज्या मार्गानं गावानं जायला हवं होतं, नेमकं त्याच्या विरुद्धच्या मार्गावर ग्लोरिया गावाला नेऊ पाहत होती.

तशात आंतोननं वास्कोजवळची मोकळी जमीन स्वस्त दरात खरेदी केली होती. तिथं लोकांसाठी राहायला घरं बांधून हौसिंग कॉलनी करण्याच्या कामी आंतोन गुंतला होता. तसं झालं तर पैसाच पैसा आंतोन कमावणार होता. आणि विसूबाब नगण्य ठरणार होता.

जर खरंच गोवा मुक्त झाला, तर विसूबाबसारख्या माणसांपेक्षा, ग्लोरियासारखी सामाजिक जाणीवा असणारी स्त्री आणि आंतोनसारख्या उद्योगी माणसांना महत्त्व येणार होते. धूर्त विसूबाबला काळाचा अंदाज येत चालला होता. आणि मनात आंतोन, ग्लोरिया, त्यांची मुलं यांच्याविषयीचा सुप्त अंगार धुमसायला लागला होता.

तशात चर्चवर तरुण वयाचा, नव्या विचारांचा नवा फादर येणार असल्याचं विसूबाबनं ऐकलं होतं. हे एक दुश्चिन्हच होतं. पूर्वीचा म्हातारा फादर डिसिल्वा डोंगर उतरून गावात येत नव्हता. दर रविवारी सारे किरिस्तांव चर्चवर जात. मास प्रेअर करत. प्रवचनं ऐकत. पण त्यानं काय होणार होतं ?

वर्षानुवर्षे ते चालूच होतं. निरर्थकपणे.

तसा जगूभटही नवनाथाची षोडशोपचारे पूजा करत होता. अभिषेक घालत होता. वेदपठण करत होता. दर सोमवारी रात्री गावकरी डोंगरावर जाऊन ताना मारून मारून भजनं करत होते.

पण त्यानंतर डोंगर उतरून गावी येणारी ती माणसं.... मग ती चर्चवरुन येवोत अथवा मंदिरातून, ती सारी माणसं... कोरी करकरीत सामान्य माणसंच उरलेली असत.

स्वार्थी....

स्वार्थापायी काहीही करणारी....

डोंगरावरचं चर्च असो वा मंदिर...

ते माणसाला अंतर्बाह्य कधीच बदलू शकणार नाही हे विसूबाब पूर्ण जाणून होता.

जर माणसं बदलली तर फक्त शिक्षणानंच बदलू शकणार होती. आपल्या गरीबीचं, दुःखाचं मूळ कारण शोधण्यासाठी माणसांनी प्रथम डोळस असणं गरजेचं होतं. आणि जोवर ही माणसं गरीब, भुकेकंगाल होती, तोवर....

तोवर सारं व्यर्थ होतं.

शाळांमधून दिलं जाणारं शिक्षण.....

धर्म.... मंदिरांमधल्या प्रार्थना, प्रवचनं, पूजा, भजनं, कीर्तनं या सर्वांनी काहीच साधणार नव्हतं.

बचाव ! तात्पुरता; समाधान ! तेही तात्पुरतंच !

राजवट कोणतीही येवो, जोवर माणसाला दोन वेळचं पेजपाणी मिळत नाही, पोटात भडकलेली आग शांत होत नाही, तोवर या जगावर राज्य असणार होतं, विसूबाबसारख्या जमीनदाराचं तोवर भाटकरशाही, इनामदारशाही इतमामानं जगणार होत्या. हे विसूबाब पूर्ण जाणून होता. तिथं मग...

ग्लोरियासारखी... एखादी स्त्री...

आंतोनसारखा... एखादा उद्योजक

नवविचारांचा एखादा फादर

विसूबाबच्या केसालाही धक्का लावणं शक्य नव्हतं. आता प्रश्न उरला होता फक्त सुवर्णाचा.

जिथं विसूबाब तिचं लग्न ठरवेल त्याच घरात तिनं मुकाट जायचं होतं.

नाहीतर...

नाहीतर ? या विचारासरशी विसूबाबची शतपावली थबकली. कारण...

गेट उघडून, सुवर्णा अंगणातून घरात येत होती.

घड्याळानं दोन टोल दिले. चप्पल पायरीलगत ठेवून, खालमानेनं सुवर्णा घरात जायला निघाली, आणि विसूबाबची करकरीत हाक तिला ऐकू आली.

"सुवर्णा, कुठं गेली होतीस ?"

"फिरायला."

"चर्चवर ?" संतापानं विसूबाबनं विचारलं.

पण उत्तर अनपेक्षित होतं.

"होय. चर्चवर नवे फादर आले आहेत. त्यांना भेटायला जाण्याचं ठरवत होतो."

"फादरला भेटायला ? तो कोण लागतो तुझा ? ना जातीचा ना धर्माचा. हे अती झालं सुवर्णा. त्या उनाड पोरांच्या संगतीनं तुझा सत्यानाश होईल."

"उनाड ? कोण ? हॅरी आणि सॅम ? की अंजू ? बाबा आजवर ते माझे मित्र होते. आत्ताच उनाड कसे झाले ?"

विसूबाबला उत्तर सुचेना. तिच्या अंगावर धावून जात तो म्हणाला,

"कार्टे, मला उत्तर देतेस ? या विसूबाबला ? एक गोष्ट लक्षात ठेव सुवर्णा. यानंतर त्या किरिस्तांव पोरांत तू मिसळायचं नाहीस. केवळ तुझी परीक्षा आहे म्हणून थांबलोय. नीट ऐकून घे. तुझं लग्न पुण्याच्या बोरकरांच्या मुलाशी मी ठरवलं आहे. त्यात बदल होणार नाही. ही विसूबाबची आज्ञा आहे."

विसूबाब आतल्या खोलीत निघून गेला. दरवाजावरील काचेच्या नळ्यांचं तोरण किणकिणलं. तेवढंच !

नंतर घरात शांतता पसरली.

वैनीबायचे अश्रू अनिर्बंधपणे वाहत होते.

सुवर्णा हताश नजरेने ते अश्रू पाहत होती...

ती आईच्या मिठीत झेपावली.

◆

भल्या पहाटेपासून पावलू आज कामाला लागला होता. बागेतल्या रोपांना पाणी घालून हिरवळीलगत खुर्च्या मांडून ठेवल्या होत्या. चर्चची झाडलोट करून साऱ्या खिडक्या उघडून ठेवल्या होत्या. आज गावची मुलं नव्या फादरना भेटायला येणार होती. पावलूला या गोष्टीचा खूप आनंद वाटत होता. ही मुलं चर्चवर आली तरच गावचं भलं होण्याची आशा होती. अडाणी गावात फक्त हीच मुलं कष्टानं शिकत होती. कालपासून पावलू फादरना त्यांच्याबद्दल सांगत होता.

फादर रॉबर्ट पुस्तक घेऊन हिरवळीवरच्या खुर्चीवर बसले होते. पावलू म्हणाला,

"आणि बरं का फादर, त्यांच्या बरोबर अंजूबाय आणि सुवर्णाबाय पण येणार बघा. त्या मुळीच या मुलांना एकटं येऊ देणार नाहीत."

"हिंदू मुली ? आणि चर्चवर ?"

फादरनी आश्चर्यानं विचारलं.

"हां. फादर, असं आख्ख्या गोयांत नाय दिसणार. जात, धर्म या मुलांच्या घरापुरतीच; पण मैत्रीत जात नाही. खरं ना फादर ?" कौतुकानं पावलू म्हणाला.

"पण... अंजू, सुवर्णा कोण ?"

"हां, फादर. असं आख्ख्या गोयांत नाय दिसणार. या दोघी विसू भाटकाराच्या लेकी. पण एक त्याच्या घरात राहते, तर दुसरी डोंगरावरच्या मंदिरात. विसूबाब आहेच तसा चतुर; पण गावचे हिंदू म्हणतात, वैनीबाय म्हणजे विसू भाटकाराच्या अंगणातलं तुळशी वृंदावन आहे; आणि पूर्णामाय म्हणजे नवनाथ मंदिराची दीपमाळ आहे.

अभिमानानं पावलू सांगत होता. आश्चर्यानं फादर रॉबर्ट ऐकत होते. तेवढ्यात सारी मुलं समोर आली होती.

"सितूं मी इमेसमेती फिलीज." (मला खूप आनंद होतो आहे.)

फादर अभिवादन करत होते. सारी मुलं आश्चर्यानं बघत होती. त्यांच्यापेक्षा वयानं थोडे मोठे, उंच, शिडशिडीत बांध्याचे फादर प्रसन्नपणे समोर उभे होते. हनुवटीवरची दाढी व अंगावरचा झगा यामुळे ते फादर वाटत होते. एखादा मोठा भाऊ वागेल, असे प्रेमळपणाने वागत होते. हास्य विनोद करत होते. प्रश्नांची उत्तरे देत होते.

फादर रॉबर्टची कारकीर्द सुरू झाली होती.

◆

सारी मुलं निघून गेली. लॉनजवळच्या पांढऱ्या कठड्याजवळ रॉबर्ट उभा होता. समोर निळीशार खाडी चमकत होती. दूरवर एक होडी डचमळत होती. एखादा समुद्रपक्षी मध्येच घिरट्या घालत होता.

सावलीत खुर्ची ओढून रॉबर्ट बसला. ही सर्व मुलं ॲगाथामायला खूप आवडली असती. जाती, धर्म, वंशाचं बंधन तिला कधीच मान्य नव्हतं. तिनंच जळून गेलेल्या वस्तीमधून छोट्या गणेशाला इथं आणलं होतं. 'गोवा' हा शब्द तिच्याकडूनच गणेशानं ऐकला होता. अम्मा ऐवजी माय म्हणायचं, जीझसला गॉड म्हणायचं; हात जोडून नमस्कार करण्याऐवजी गुडघे टेकवून, दोन्ही हातांचा क्रूस करायचा हे त्याला मायनं शिकवलं खरं... पण ते सारं करणं, हा एक उपचार होता. केरळमधल्या हिंदू अनाथ मुलाला जर चर्चच्या अनाथाश्रमात राहायचं असेल, तर त्यानं प्रथम धर्म बदलणं आवश्यक होतं, हा निर्णय मोठ्या फादरनी सांगितला मात्र, त्यानंतर खोलीत गेल्यानंतर गणेशाला मिठीत घेऊन ॲगाथामाय ढसढसून रडली होती.

'गणेशा, रागवू नकोस पुता. मी तुला इथं आणलं ते प्रेमापोटी; धर्म बदलून, एक ख्रिश्चन वाढवण्यासाठी नव्हे. तू गणेशाच आहेस माझा. आता तुझं नाव मी रॉबर्ट ठेवेन. रॉबी. काय फरक आहे गणेशात आणि रॉबीत ? काय फरक आहे हिंदूत आणि किरिस्तांवात ?'

माय बोलत होती, ते समजण्याचं रॉबर्टचं वय नव्हतं. धर्म ! म्हणजे काय ? हे त्याला कुठे माहीत होतं ? पण मायजवळ राहण्यासाठी, तो वाट्टेल ते करणार होता. मायच्या स्पर्शात अम्माची माया होती.

केरळात वाढणाऱ्या गणेशाला प्रथम गोव्याची कोंकणी भाषा येत नव्हती; शाळेमधली पोर्तुगीज भाषा येत नव्हती. या भाषा तो कष्टानं शिकला व शिकता शिकता येशूची भाषाही शिकला. या पृथ्वीवर जर स्वर्ग अवतरायचा असेल, तर इथल्या माणसांना सर्व प्रथम जी भाषा समजायला हवी असं येशूला वाटे, ती भाषा रॉबर्टनं पूर्ण आत्मसात केली. म्हणूनच नुकत्याच येऊन गेलेल्या जुजे गावच्या

मुलांना बघून रॉबर्टला समाधान वाटलं. पावलूलाही आनंद झाला. रॉबर्टनं पाहिलं. हॅरी एकटाच परत येत होता.

"फादर, मला तुमच्याशी बोलायचं आहे." तो म्हणाला.

फादरना भेटून सारे घरी परत जात होते. कालचा विसूबाबचा संताप बघून सुवर्णा धास्तावली होती. हॅरीच्या मैत्रीला विसूबाबचा सक्त विरोध होता. सदू गुरव पुण्याचे स्थळ पाहायला गेला होता. हॅरी मेडिकल कॉलेजसाठी पणजीला गेला, तेव्हाच सुवर्णाला आपल्या मनाचा अंदाज आला. हॅरीची ओढ वाटू लागली. त्याच्या येण्याकडे ती डोळे लावून बसू लागली; आणि तो सुद्धा जरा उसंत मिळाली की जुजे गावी येऊ लागला. तिन्हीसांज दाटून आली, तरी ते दोघे जांभळी-खाली रेंगाळू लागले. या प्रेमाच्या जादूनं ते दोघे सैरभैर झाले होते.

त्या दोघांना खाडीच्या काठानं फिरायला जाताना बघून, गावचा पेद्रू रेंदेर, झाडावरून कातरां गायचा.

"आलोयली डोलोयली पंटी पालेयली.
सांग बाये, तुका कोणी चोरून व्हेली ?
मोग म्हंजे... उत्तोर अपूर्वाईचे.
जायतें जाणांक, वर्तता ते उत्तोर विखाचे
हांव तुका, सदाच मोग करतलो गे बाय.
हांव तुका, केन्नाच विसरचो ना गे बाये.
वैर वैर वैर, वैल्या डोंगरांत...
मेळू या गे बाये..."

ते कांतार ऐकताना त्या दोघांचं भान हरपून जाई.

विसूबाबचा काल दुपारचा उग्र अवतार बघून सुवर्णानं पत्र लिहून उषाकडं दिलं होतं. त्यात पुण्याच्या स्थळाचं लिहिलं होतं. आज ती चर्चवर आली होती खरी. पण असं रोज थोडंच येता येणार होतं. आणि विसूबाबनं पुण्याचं स्थळ नक्की केलं तर ?

याच विचारानं हॅरी परतला होता. फादरना भेटणार होता. सुवर्णाला थोडा धीर आला.

नेहमीप्रमाणं सुवर्णा अंजूला पोहोचवायला नवनाथ डोंगराच्या पायथ्यापर्यंत आली. अंजू म्हणाली, "सुवर्णा, सांगू काल रात्री काय झालं ?"

"काय ग ? काय झालं ?" सुवर्णानं घाबरून विचारलं.

इकडं तिकडं बघत, चोरट्या आवाजात अंजू सांगू लागली.

"अगं काल मजाच झाली. काल संध्याकाळपासून नवनाथ मंदिरात दोन माणसं आली होती. दर्शन घेतलं - आरतीला थांबले. जगूअण्णा घरी गेले. तरी ते तिथंच ज्या कातळावर आपण बसतो ना ? तिथं."

"रात्री ?" सुवर्णा आश्चर्यानं म्हणाली.

"हो ना. मी आणि आई घाबरून गेलो. मी संध्याकाळपासून त्यांना बघत होते ना ? माझ्याशी बोलले. चौकशी केली. पण रात्र झाली तरी ते डोंगरावरच ! मग आईनं गिड्डूला पाठवलं विचारायला. तशी ते स्वत:च आले आईला भेटायला."

"घरी ?"

"हो, आई घाबरली. नवनाथाचं नाव घेऊन, तिनं त्यांना आंब्याखाली चटई दिली बसायला."

"मग ?"

"ते म्हणाले, माई घाबरू नकोस. आम्ही कुणी चोर नाही. पण जे चोर या गोव्यात शिरलेत, त्यांना बाहेर घालवण्याचं काम आम्ही हाती घेतलंय."

"चोर ?" आईनं विचारलं.

"होय माई, चोरच ! गोवा ही आपली भूमी. इथं आपलं राज्य हवं. पण इथं तर परक्यांचं राज्य आहे. पोर्तुगीजांचं, पाकल्यांचं. त्यांना आम्हाला घालवून द्यायचं आहे."

"म्हणजे ? तुम्ही जयहिंदवाले ?" मी असं विचारल्यावर ते खूश झाले. ते म्हणाले,

"होय पोरी. जयहिंदवाले. तुला कसं माहिती बरं ?"

"का ? मी शाळेत जातेय ना ?" मी त्यांना म्हणाले.

आपल्याला जयहिंदवाले भेटले. याचा अंजूला खूप आनंद झाला होता. ती म्हणाली.

"सुवर्णा. बघशील तू. एक ना एक दिवस या पाकल्यांना जावं लागेल. आणि जयहिंदचं राज्य येईल."

"वेडी आहेस का अंजू ? फक्त दोन जयहिंदवाले इतक्या सर्व पाकल्यांना कसे काय घालवून देणार ? तुला आठवतं ? परवा बोटीवरचे गोरे खलाशी, देऊळवाड्यात शिरले होते. तेव्हा साऱ्या गावची केवढी घाबरगुंडी उडाली होती ! डायनामायचा कापितांव, त्या दिवशी गावात होता म्हणून बरं झालं. त्यानंच पिस्तुलाचा धाक दाखवून त्यांना पळवून लावलं म्हणून बरं." सुवर्णा म्हणाली.

"पण सुवर्णा, जयहिंदवाले काही दोघेच नाहीत. असे खूप आहेत. गोव्यात आहेत, आणि बाहेरूनही माणसं गोव्यात आली आहेत. नक्कीच काहीतरी होणार बघ !"

"पण मग ते गेले कुठं ?"

"ते म्हणाले की अंधार झाला की जाऊ. कुठंशी मिटिंग होती. काल रात्री, त्यांनी मला खूप गोष्टी सांगितल्या. सत्याग्रहीच्या, क्रांतिकारकांच्या, भूमिगतांच्या. खरंच सुवर्णा मलाही वाटतं की त्यांना मदत करावी. पण ते म्हणाले, की प्रत्यक्ष

काम करता आलं नाही, तरी या भूमीवर प्रेम कर, अभिमान ठेव या मातीचा. या नवनाथाची भक्ती करतेस तशी भारतमातेची भक्ती कर. काल रात्री मी जे ऐकलं ना, ते लोकविलक्षण होतं.'' अंजू भारावून बोलत होती.

''मग ? ते गेले केव्हा ?''

''ऐन मध्यरात्री, डोंगरांच्या मागच्या बाजूनं, खाडीच्या कडेनं, ते जाणार होते. त्यांच्या काळजीनं मला रात्रभर झोप आली नाही. जयहिंद ! तेच सारखं आठवतंय आणि पाकल्यांचा खूपच राग येतोय.''

''अहो जयहिंद ! उद्या हे बाबांना समजलं तर ?'' सुवर्णानं विचारलं.

''हॅं ! बाबांना कोण सांगतंय !''

अंजू असं म्हणाली खरं; पण मनातून सचिंत झाली.

◆

''हं बोल हॅरी.''

हॅरीसमोरच्या खुर्चीत बसत रॉबर्टनं विचारलं, ''कसं सांगावं, फादर, ते समजत नाही. अजून मी या गोष्टीबद्दल कुठंही बोललो नाही. पण आज तुम्ही भेटलात आणि वाटलं आजच बोलावं, म्हणून परत आलो.''

''हे ऐकून बरं वाटलं. हॅरी बोल ना !''

''फादर आत्ताच तुम्ही म्हणालात आपण सारी एका देवाची लेकरं आहोत. शरीरांनी वेगवेगळ्या धर्मात जन्म घेतलाय. तो धर्म माणसानं निर्माण केलेला असतो. आत्मा तर एकच आहे सर्वांचा. होय ना फादर ?'' हॅरीनं विचारलं.

''अगदी बरोबर आहे हॅरी. पण त्याचं काय ?''

''फादर, माझं प्रेम आहे सुवर्णावर आणि तिचंही माझ्यावर ! विसूबाब तिचं लग्न ठरवतोय. सांगा फादर, मी काय करायचं ? माझं तर शिक्षणही पूर्ण नाही. त्यापेक्षा आमचे धर्म वेगळे आहेत. काय होणार आमचं ? मला शिकायचं आहे. डॉक्टर होऊन याच गावात काम करायचं आहे.''

''हा तुझा विचार फारच चांगला आहे हॅरी.''

''होय फादर. माझ्या आईनं मला हे लहानपणापासून सांगितलंय. माझी आई एक देवता आहे फादर. मी डॉक्टर झालो तर ती खूष होईल. माझीही इच्छा आहे. पण...''

''पण ?''

''अजून चार वर्षे लागतील डॉक्टर व्हायला. विसूबाबनं सुवर्णाचं लग्न ठरवलं तर ? तर... तर त्यावेळी मला मदत कराल ? तसं काही होण्याआधीच आमचं लग्न लावून द्याल ? या चर्चवर ? नाहीतर कुठेही ?''

ते ऐकून रॉबर्ट दचकला.

जे गाव त्यानं अजून पाहिलंही नव्हतं, त्या गावचा एक ख्रिश्चन मुलगा आणि एक हिंदू मुलगी यांचं लग्न, या चर्चवर नव्हे गोव्यातल्या कोणत्याही चर्चवर लागणं कसं शक्य होतं ?

धर्मांतर !

स्वत: रॉबर्टला धर्मांतर कधीच मान्य नव्हतं. धर्म बदलून, माणसं थोडीच बदलतात ?

शिवाय, आत्मा जर शरीरापेक्षा मोठा, तर शरीराचा धर्म बदलून काय होणार ? नाव बदलेल. रीतिरिवाज बदलतील, पण आत्मा तर तोच असणार.

त्यापेक्षाही खरा प्रश्न होता समाजाचा !

फादर काही बोलत नव्हते. हे बघून हॅरी व्याकूळ झाला. तो म्हणाला, ''फादर आत्ताच तर तुम्ही धर्माचा फोलपणा समजावून दिला. आत्म्याचं मीलन श्रेष्ठ मानलं. लग्न हा एक उपचार आहे फादर. समाजाच्या संमतीसाठी. खरं ना .? मग त्याला आडकाठी का .? कर्मठ हिंदू घरामधल्या मुलीला धर्मांतर करायला कसं सांगायचं .? त्या खेरीजही लग्न का लावू नये .? त्या पुढेही जाऊन विचारतो फादर, लग्न आवश्यक आहे का ?''

रॉबर्ट त्या प्रश्नांना या क्षणी उत्तर देऊ शकत नव्हता.

''तुझ्या आईवडिलांशी बोललास ?''

''नाही. पण बोलेन.''

''आपण सर्व मिळून विचार करू.''

''फक्त विचार करत बसलो, आणि तिचं लग्न झालं तर मी स्वत:ला माफ करू शकणार नाही. मी जगू शकणार नाही. भलतंच काहीतरी घडून जाईल. मला भीती वाटतेय फादर.''

''ओह नो हॅरी. असं निराश होऊन कसं चालेल ? जीवन एक संघर्ष आहे. ही तर सुरुवात आहे. मी बोलेन तुझ्या आईवडिलांशी. काही मार्ग निघेलच.''

''पाहा बरं फादर, तोवर सारेच मार्ग चुकतील.''

''नाही हॅरी. गॉड इज ग्रेट; काहीतरी चांगलंच घडेल.''

हॅरी हळूहळू डोंगर उतरत होता.

फादर रॉबर्ट हतबुद्धपणे त्याला पाहत होता.

◆

रविवारची सकाळ होती. चर्चवरच्या नव्या फादरचं पहिलं प्रवचन. जुजे गावची सारी माणसं डोंगर चढत होती. एरवीच्या हिरव्या झाडीत रंगीबेरंगी फुलांचे ताटवे

फुलावेत अशी छान कपडे घातलेली माणसं झाडीतून दिसत होती. दोन दिवसांपूर्वीच हॅरी, सॅम, फ्रँक, एग्मा फादर रॉबर्टला भेटून आले होते. नव्या फादरच्या आगमनाचं लोकांना अप्रूप होतं. डायनानं कालपासूनच कापितांवला बजावलं होतं की येत्या रविवारी लवकर उठायचं, चर्चवर जायचं आहे.

म्हाताऱ्या मायच्या हाताला धरून डायना व कापितांव तिला पायऱ्या चढायला मदत करत होते. एपी, मेरी आणि त्यांची ऑफिसर होणारी पोरं आज स्वच्छ नीटनेटकेपणानं चर्चवर जाण्यासाठी आले होते. एग्माचे लग्न लवकरच या चर्चवर होणार होतं. त्याचा विचार करत एग्माचे आईवडील पायऱ्या चढत होते. मुग्ध एग्माच्या मनात वेडिंग बेल्स वाजत होत्या. हॅरी, सॅम आज उत्साहानं मासला आले म्हणून आंतोन खुशीत होता. ग्लोरिया धीमेपणानं पायऱ्या चढत होती. अशा सकाळच्या वेळी तिचं मन समाधानानं भरलेलं असे. प्रार्थनेसाठी चर्चवर जाणारी माणसं पाहताना तिच्या चित्तवृत्ती नेहमीच एका वेगळ्या समाधानानं भरून येत असत. मनातल्या काहूराला निदान त्यावेळी तरी एक उत्तर मिळालेलं असे.

तिचं लग्न झाल्यापासून ती हे चर्च, जुजे गाव आणि प्रार्थना करणारी माणसं पाहत होती. प्रार्थनेच्या वेळी चर्च परिसरात निर्माण झालेले भारावलेले वातावरण तिनं लहानपणापासून पाहिलेलं होतं. कन्फेशन बॉक्समध्ये जाऊन पापाची कबूली देणारी पश्चातापदग्ध माणसंही तिनं पाहिली होती. प्रवचनं, प्रार्थना, तिला पाठ होत्या. जीझसची वचनं, त्याचं क्रूसावर लटकणं, सारं तिनं साक्षीभावानं अनुभवलं होतं. तिनं स्वतः तिच्या घरची सायंप्रार्थना कधीच बंद होऊ दिली नव्हती. आपल्या मुलांना कटाक्षानं चांगलं धार्मिक शिक्षण दिलं होतं. गिरगावच्या प्रार्थनासमाजापासून ते जुजे गावी पोहोचेपर्यंत ती अगणित वेळा प्रार्थनेत तल्लीन झाली होती. इतरांना तसेच तल्लीन होताना पाहिलं होतं. त्या सर्वांनाच सन्मार्गानं जगायचं होतं. विश्वाचं कल्याण व्हायचं तर जीझसच्या मार्गानं जायला हवं होतं. तरी देखील.....

ती माणसं सुखी नव्हती.

जग सुखी नव्हतं.

त्या जगामधलं दुःख, वैर, अहंकार, स्वार्थ आणि खोटेपणा कमी झाला नव्हता.

माणूस तसाच होता. कोरा, करकरीत, आदिमानव.

त्याचं वरवरचं रूप, रंग काळानुसार बदललं होतं. पण मूळ प्रवृत्ती अंशमात्रही बदलल्या नव्हत्या.

ग्लोरिया विचारात हरवून गेली होती. सारं चर्च आजुबाजूच्या परिसरातील माणसांनी भरून गेलं होतं. कॅन्डल्सचा मंद उजेड जीझसच्या करुण मूर्तीवर पडला

होता. त्याच्या समोरच्या लांबट आकाराच्या टेबलावर उंच फ्लॉवर वाझमध्ये ताजी रंगीबेरंगी फुलं रचून ठेवली होती. उंच डायसवर फादर रॉबर्ट उभे होते. ते येताच सारे उठून उभे राहिले आणि पाच मिनिटं निःस्तब्ध शांतता पसरली. आणि एका सुरात साऱ्यांनी सामूहिक प्रार्थनेला सुरुवात केली.

प्रार्थनेचे करुण सूरच केवळ त्या परिसरात भरून राहिले होते. साऱ्यांची मनं जीझसच्या बलिदानाच्या आठवणीनं व्याकूळ होऊन गेली होती. ती करुणा त्यांच्या आवाजातून, चेहऱ्यावरून ओसंडून वाहत होती. फादर रॉबर्ट मन एकाग्र करून ते करुण सूर मनात साठवत होते. लहानपणापासून ही प्रार्थना ते ऐकत आले होते. पण आजची एकाग्रता विलक्षण होती. आज ते एका चर्चचा धर्मगुरू म्हणून डायसवर उभे होते. फादर डिसिल्वा चर्चची जबाबदारी त्याच्यावर टाकून रजेवर गेले होते.

"लोकांचा परिचय करून घे. गावातून फेरी मारत जा. मास प्रेअर्स घेत जा. पावलू सर्व दाखवेलच."

जाताना ते रॉबर्टला सांगून गेले होते. आज पहिली मास प्रेअर होती. परमेश्वरानं प्रत्येकाच्या जीवनात दुःखाची एक पाचर मारून ठेवली होती. ती पाचर निखळून माणसाच्या जीवनात सुख आणायचं होतं. त्यासाठी त्यांना प्रार्थना करायची होती.

दुःखाशी झगडण्याची शक्ती देणारी प्रार्थना...

मानवी मनाला स्थिरता देणारी प्रार्थना...

साऱ्या मोह, स्वार्थ, पापाचरणापासून दूर ठेवणारी प्रार्थना...

ती प्रार्थना ही सारी माणसं त्या क्षणाला करत होती, फादर रॉबर्ट तन्मयतेनं प्रार्थना ऐकत होते.

ती प्रार्थना ग्लोरियाही करत होती. ऐकत होती पण नेहमीप्रमाणेच तिच्या मनात विचारांचं एक आवर्तन सुरू होतं.

'आज या क्षणी... भाविकतेनं प्रार्थना करणारी ही सारी माणसं.... थोड्या वेळानं घरी परत जातील. आणि त्यांचं जीवनचक्र सुरू होईल.

त्या चक्रात ती गुरफटून जातील... डावपेचानं वागतील. सावधपणाने. अंदाज घेत प्रत्येक पाऊल टाकतील.

जगणं... फक्त स्वतः जगणं.

मरण येईपर्यंत जगणं... इतकाच त्या जीवनचक्राचा अर्थ प्रत्येकाला अभिप्रेत आहे.

त्या जगण्यासाठी माणूस वाटेल ती तडजोड करायला तयार होतो.

वेळप्रसंगी पोटच्या पोराचा बळी घेऊनही माणूस स्वतः जगण्याचा प्रयत्न करतो.

एका गालावर थप्पड मारल्यावर दुसरा गाल पुढे करणारा; शेजाऱ्यांवर प्रेम करणारा...

सन्मार्गासाठी क्रूसावर लटकून घेणारा....

काटेरी मुकुट डोक्यावर घालून, स्वतःचा क्रूस स्वतःच्या खांद्यावरून वाहून नेणारा...

जिवंतपणे मृत्यूच्या यातना भोगणारा....

प्रभो, त्यांना क्षमा कर म्हणणारा...

माणूस...

जोपर्यंत निर्माण होत नाही, तोवर...

तोवर, या प्रार्थनेला अर्थच कोणता ?

ग्लोरियाच्या कानावर शब्द पडत होते. मनात विचारांचं तांडव सुरू होते.

प्रार्थना संपली होती.

फादर रॉबर्ट डायसवरून खाली उतरत होते. सांकेस्तांवनं पुढच्या मासची वेळ सांगितली. बाकांच्या रांगांमधून माणसं पुढं पुढं सरकत होती. काचेच्या पालथ्या हंडीच्या आत, पांढऱ्याशुभ्र पायघोळ झग्यामधली मदर मेरी... पुढे जाणारी माणसं तिथं थांबून हातांचा क्रूस करून तिला अभिवादन करत होती. बाहेरच्या मोकळ्या आवारात माणसं घोळके करून हसत बोलत उभी होती. हसतमुख फादर रॉबर्ट सर्वांशी ओळख करून घेत होते.

एक प्रौढ स्त्री केव्हापासून त्या रुंद पायरीवर अवघडून उभी होती. फादर रॉबर्टचं लक्ष तिच्याकडं गेलं. ती प्रार्थनेसाठी चर्चच्या आत आली नव्हती. बाहेरच उभी होती.

फादर प्रश्नार्थक चेहऱ्यानं पाहत तिच्याकडं गेले. त्यांनी विचारले.

"तू प्रार्थनेला आत आली नाहीस ?"

"मी आत जाऊन येऊ फादर ? ते तर प्रभूचं घर आहे. मुक्तद्वार !"

"खरं ? खरं सांगता फादर ?" तिनं अधीरतेनं विचारलं.

"जाऊन ये ना !"

"ओ ऽ ह ! ओब्रिगाद फादर. देव बरे करो."

ती स्त्री लगबगीनं चर्चमध्ये शिरली. सारी माणसं ते दृश्य पाहून तटस्थ झाली. फादरना ते जाणवलं. एवढ्यात हॅरी आणि सॅम आईवडिलांना घेऊन आले.

"फादर, हे आमचे आई वडील." आंतोननं फादर रॉबर्टशी हस्तांदोलन केले.

"मी ग्लोरिया."

ग्लोरियानं रॉबर्टला अभिवादन करत म्हटलं. शुभ्र झगा, डोकीला लेसचा शुभ्र रुमाल, उंच टाचेचे सँडल्स घातलेली ग्लोरिया पाहून, रॉबर्टनी थोड्या नवलानं तिच्याकडं पाहिलं. त्या सर्व समुदायात ही स्त्री वेगळीच होती.

तिचं वेगळेपण नेमकं कशात आहे ?

उंच, शिडशिडीत बांध्याची, चाळीशीच्या घरामधली ती स्त्री खरोखरच एक एंजल भासत होती.

एखाद्या प्रार्थनेसारखी गूढ, गंभीर आणि करूणही !

पेटत्या मेणबत्तीसारखी !

तेजस्वी... तरीही शांत... स्निग्ध भाव नजरेत साठवत ग्लोरिया फादर रॉबर्टसमोर उभी होती.

"फादर, आपली ओळख करून घेताना खूप आनंद होतो आहे. मला खूप बोलायचं आहे आपल्याशी ! विचारायचं आहे. कदाचित माझ्यासमोरच्या अनेक प्रश्नांना आपण उत्तर देऊ शकाल. असे प्रश्न फादर, जे मला एकाग्र मनानं प्रार्थना करू देत नाहीत."

तिचं बोलणं ऐकून, रॉबर्टनं आश्चर्यानं भिवया विस्फारुन तिच्याकडं पाहिलं.

स्त्री ! कुणी स्त्री... असाही विचार करू शकते ?

या पन्नास, पंचाहत्तर घरांच्या गावात कुणी अशी स्त्रीही असू शकते ?

फादर रॉबर्ट हसत म्हणाले,

"प्रश्न ! प्रत्येक माणूसच एक प्रश्नचिन्ह असतो, स्वतःचा स्वतःला पडलेला एक प्रश्न ! एक कोडं सोडवतच माणूस जगतो.

माझ्या समोरही अनेक प्रश्न आहेत.

कदाचित, तुमचे प्रश्न सोडवतानाच... मला माझ्या प्रश्नांची उत्तरं सापडू शकतील खरं ना ?"

ग्लोरियानं कृतज्ञतेनं रॉबर्टचा हात हाती घेतला.

"ओब्रिगाद फादर आपण भेटू. तुम्ही आमच्या घरी याल ?"

"आनंदाने." फादर म्हणाले.

एक, एक करत सारी माणसं डोंगर उतरत होती. हिरव्या झाडीतून नागमोडी पायऱ्यांवर रंगीत हलणारे ठिपके दिसत होते. फादर समाधानानं चर्चकडे वळले. पावलू प्रश्नार्थक चेहऱ्यानं फादरकडं पाहत उभा होता.

"फादर, ती चर्चमध्ये कशी गेली ?"

"कोण ती ?"

"मर्सिलीना."

फादर त्या स्त्रीला विसरलेच होते. तिचं नाव मर्सिलिना आहे हे पावलूकडूनच समजलं होतं.

"का पावलू ? ती प्रार्थना करण्यासाठी चर्चमध्येच जाणार ना ?"

"तसं नव्हे फादर."

पावलू रॉबर्टकडे येत म्हणाला,

"आता फादर डिसिल्वा फायरिंग देणार, तिला चर्चमध्ये जायला परवानगी नाही."

"परवानगी ? चर्चमध्ये जायला ?"

"फादर, मर्सिलिनाच्या नवऱ्यानं चर्चवर केस घातलीय. त्यानं चर्चच्या भिंतीचे बांधकाम थांबवलंय म्हणून त्या सर्वांना चर्चनं वाळीत टाकलंय."

फादर रॉबर्टला आश्चर्याचा धक्का बसला.

वाळीत टाकणं ? या काळात ?

ते चर्चमध्ये गेले. एवढ्या मोठ्या प्रार्थनाघरात ती स्त्री एकटी होती. भिंतीमधल्या जीझसच्या मूर्तीच्या पावलांवर ओठ टेकवून, ती पुन्हापुन्हा हुंदके देऊन रडत होती. फादर रॉबर्ट त्या स्त्रीशेजारी उभे होते. त्यांना पाहताच ती मोठ्यानं रडू लागली.

"शांत हो मर्सिलिना. शांत हो." तिला बाकावर बसवत फादर म्हणाले. हळूहळू ती शांत झाली.

"फादर, आम्ही पापी नाही. चर्चवर आमचं प्रेम आहे. पण जर चर्चनं ती भिंत बांधली तर आम्हाला आमच्या घरी जाण्याची वाटच बंद होणार आहे. आमची घरं येऊन पाहा फादर, इतकी अवघडून गेली आहेत एकमेकांत, की थोडीही इथं तिथं, सरकायला जागाच नाही. दगडी गडगे घालून सर्वांनी आपल्या जागेच्या सीमा पक्क्या बंदिस्त केल्या आहेत. त्यात आमच्या घराच्या समोरच जर चर्चची भिंत आली तर आम्ही घरात जायचे कुठून ? थोडी जाण्यायेण्याला वाट द्यावी म्हणून दोन्ही शेजाऱ्यांना खूप विनवण्या केल्या. पण ते इंचभरही सरकायला तयार नाहीत. नुसती जाण्यायेण्याला पायवाटही सोडायला तयार नाहीत. चर्चनं त्यांची समजूत घालावी, अशी विनंती आम्ही चर्चला करून पाहिली. पण ते आमचं काम नाही असं कपेल बांधकाम समितीचं उत्तर आलं. "जाण्या येण्याइतकी पायवाट जरी आम्हाला शेजाऱ्यांनी दिली असती तरी, आम्ही ते उपकार मानलं असतं. आणि ती भिंत बांधायला मान्यता दिली असती फादर."

मर्सिलिनाचे मनात साचलेले दुःख रॉबर्टसमोर मोकळे होत होते.

"उलट चर्चनं आम्हाला बहिष्कृत केलं. शेजाऱ्यांना आमच्याशी बोलायला बंदी केली, आम्हाला वाळीत टाकलं. माझा नवरा म्हणतो, की यानंतर ती भिंत उभी करायची असेल, तर चर्चनं कायद्यानं परवानगी आणावी म्हणून आम्ही चर्चविरुद्ध कोर्टात केस मांडली. कोर्टानं भिंतीच्या बांधकामावर स्टे आणला.

"हे सारं मला आवडत नाही फादर. आम्ही गरीब, कष्टकरी माणसं. आम्हाला चर्चशी वैर परवडत नाही. कोर्ट कचेरी परवडत नाही. जे कमावतो, त्यावर गुजराण होणं मुष्किल झालं आहे फादर. पण आमच्या कष्टाची प्रभूने दिलेली ती कोरडी भाकरी असं मानून आम्ही त्या गरीबीतही समाधानानं राहतो आहोत. पण फादर,

आता शेजारी बोलत नाहीत. एग्माचे काजार या चर्चवरच होणार आहे. पण आम्हाला येता येणार नाही. नाताळचा सण एकट्यानं कसा साजरा करायचा ?

"आणि आम्ही मासला का यायचं नाही ? जीव घुसमटतोय फादर. उद्या कोर्टाचा निकाल आमच्या बाजूने लागला तरी सुद्धा चर्चचा बहिष्कार उठणार नाही. कोर्टाचा निकाल आमच्या बाजूने लागला, तर भिंत उभी राहणार नाही हे खरं, घरात येण्याजाण्याचा रस्ता खुला राहील हे पण खरं, फादर. पण... पण त्या रस्त्यानं आमच्या घरात कुणीच येणार नाही की, त्या रस्त्यानं आम्ही या चर्चवर येऊ शकणार नाही. मग हवाय कशाला तो रस्ता ? त्यापेक्षा बांधू दे त्यांना भिंत आणि बंदिस्त राहू आम्ही आतल्या आत घुसमटत असंच मी माझ्या नवऱ्याला सांगतेय.

"नाहीतरी आजही घुसमटतोच आहोत. अशी घुसमट, की सांगता येत नाही. चर्चवर केस केली म्हणून सारं गाव नजरा रोखून पाहतंय. ते आता सोसवत नाही.

आज किती दिवसांनी प्रवेश मिळाला.

खरंच आम्ही पापी नाही फादर, हेच प्रभूला सांगायला आले होते."

मर्सिलिना पुन्हा रडू लागली.

मर्सिलिनाची कहाणी ऐकून रॉबर्ट चमकला होता. भिंत चर्चच्या संरक्षणासाठी होती. पण लोकांचं जीवन अधिक महत्त्वाचं होतं.

चर्चची रंगरंगोटी करणं, यापेक्षा खऱ्या प्रार्थनेचं महत्त्व येशूनेच सांगितलं होतं. लोकांची दुःखं दूर करून त्यांना शांतीनं जगण्याचा मार्ग दाखवणं, हाच होता चर्चचा अर्थ !

मतभेद दूर सारुन, सर्वांनी एकत्र यावं, यासाठीच तर होतं चर्च !

पण ते सारे हेतू कुठल्या कुठेच दूर राहिले होते.

पापी, खुनी, दरोडेखोर, सर्वांनाच चर्चमध्ये प्रवेश करण्यास परवानगी होती... तर मग...

मर्सिलिनाला प्रवेशबंदी कशासाठी ?

या साध्या स्त्रीचं जीवन चर्चनंच असं उद्ध्वस्त करावं ?

रॉबर्ट तटस्थ झाला. मर्सिलिनाला धीर देत तो म्हणाला -

"रडू नकोस मर्सिलिना, मी पाहतो काय करता येईल ते आणि यात पाप वगैरे काहीच नाही. आपलं जीवन सर्वार्थानं जगण्याचा आणि अन्यायाविरुद्ध लढण्याचा हक्क प्रत्येकाला आहे. यात तुझ्या नवऱ्याचं काहीच चुकलं नाही. अन्याय ! मग तो कुणीही केला, तर त्याविरुद्ध उभं राहायलाच हवंय. उलट अन्याय स्वीकारणं हेच पाप आहे. तुझ्या मनातलं हे पापपुण्याचं गणित आधी पुसून टाक. आणि प्रार्थना काय या चर्चवरच करता येतं ? प्रार्थना तर तुझ्या घरीसुद्धा तू करू शकतेस. शांत मनानं घरीच प्रार्थना कर. तो प्रभूच तुला लढण्याचं बळ देईल."

मर्सिलिना आश्चर्यानं त्यांचं बोलणं ऐकत होती. ती आनंदानं म्हणाली,

''खरं ? खरं सांगता तुम्ही फादर ?''

''होय मर्सिलिना. अन्यायाविरुद्ध लढताना मन द्विधा होऊ देऊ नकोस. ज्या लॉर्डच्या दर्शनासाठी तू इथवर आलीस, तो सुद्धा अन्यायाशीच लढला, क्रूसावर चढला, ती वचनंच आपण विसरून जातो.

तू निश्चिंत मनानं घरी जा मर्सिलिना. कोर्ट केसच्या निकालाची वाट पाहा. चांगला वकील दे. आनंदात राहा. तुझे अश्रू व्यर्थ जाणार नाहीत. मी बोलेन मोठ्या फादरशी.''

''गॉड ब्लेस यू फादर. देव बरे करो तुमका ओब्रिगाद. आज माझ्या मनावरचा ताण कमी झाला. माझ्या घरी याल फादर ? माझ्या नवऱ्याला खूप आनंद वाटेल.''

''येईन मर्सिलिना, जरूर येईन.''

फादर रॉबर्टना अभिवादन करून मर्सिलिना भराभरा डोंगर उतरू लागली.

त्या प्रचंड मोठ्या वास्तूसमोर रॉबर्ट उभा होता.

उंच, भव्य, जीर्ण चर्चची वास्तू.

आणि... नव्यानंच फादरची दिक्षा स्वीकारलेला फादर रॉबर्ट !...

अकराचा सुमार होता. खाडीच्या निळ्या पाण्यावर एक काळाभोर मेघ वेड्यावाकड्या आकारात आभाळात दाटून आला होता. पलीकडे नवनाथाच्या मंदिराचा कळस उन्हात चमकत होता. त्या दृश्यावर नजर खिळवून फादर रॉबर्ट त्या निर्मनुष्य डोंगरावर उभा होता. एकटाच !

'सारी वस्ती एका रात्री जळून राख झाली. काहीच बचावलं नाही. फक्त तू... तू जगलास रॉबी.

या तुझ्या जगण्याला खूप मोठा अर्थ आहे.

तो अर्थ तू शोध.

तू प्रभूचा हात हो; त्याचा प्रेषित हो रॉबी.'

म्हाताऱ्या मायचे शब्द आठवले.

'चर्चचे नियम, चौकटी बंदिस्त आहेत रॉबी. तू आज जे शिक्षण घेतो आहेस, ते शिक्षण आहे त्या नियमांचं पालन करण्याचं शिक्षण.'

हे नियम जीझसने थोडेच बनवलेत ?

जीझसने धर्म किंवा पंथ स्थापण्याचा प्रयत्न केला नाही. त्यानं फक्त माणसांना सत्याचरणाचा पथ दाखवला. जगातल्या सर्वच महापुरुषांनी त्यासाठी जन्म घेतला.

लोकांना साधा, सरळ जगण्याचा मार्ग दाखवला. आत्म्यावर दडपण आणू न देता.... जगण्याचा सोपा मार्ग....

शांत जीवनाप्रत नेणारा मार्ग...

या सर्व महात्म्यांनी तो मार्ग शिकवला पण....

त्याचीच मग एक चौकट बनली. धर्म बनले. आणि तो साधा सोपा जीवनमार्गच विक्राळ स्वरूपात माणसासमोर पुन्हा उभा राहिला. नियमावल्या बनून...''

''आता सांग रॉबी, प्रभूचा प्रेषित बनणार म्हणजे तू नेमकं काय करणार आहेस ?'' रॉबर्टला कार्व्हालो पप्पांचे प्रश्न आठवले.

''रॉबी, काव्य वाच. साहित्य वाच. अरे, हे जीवन किती सुंदर आहे. या जगात निसर्ग आहे. काव्य आहे. संगीत आहे. ते सारं सोडून, धर्मगुरू होण्याचं खूळ कुठून आलं रे तुझ्या मनात ? आपण चांगलं वागावं. दुसऱ्याला चांगलं वागायला मदत करावी बस्स ! मी तर इतकाच माझा धर्म मानते.'' लिरियानाचे शब्द आठवले.

लिरियाना !

एखाद्या गूढ स्वप्नासारखी त्याच्या जीवनात नेहमीच डोकावत राहिली होती. मायने त्याला वचनात बद्ध केलं नसतं तर. कदाचित...

रॉबर्टनं धर्मगुरुचं शिक्षण अर्धवट सोडलं असतं.

मायसाठी ? फक्त मायसाठीच आपण धर्मगुरू बनलो ? नाही.

साऱ्या वस्तीत आपणच जगलो. परमेश्वराच्या प्रत्येक कृतीला अर्थ आहे. हे जर खरे... तर...

फक्त आपल्याला जगवण्यात आणि... त्यानंतर सिस्टर ॲगाथाच्या हाती सोपवण्यात... परमेश्वराच्या मनात काही हेतू निश्चितच आहे.

आपल्यालाही तो अर्थ शोधायचाच आहे. म्हणूनच हा धर्मगुरू होण्याचा अट्टाहास...

या मार्गानं जातानाच हे जीवन आपण आधीच समाजाच्या हाती सोपवलंय. पण... पण हे जीवन समाजाच्या भल्यासाठी आहे की ?... फक्त चर्च नियमांचं पालन करण्यासाठी ?

या प्रश्नांनी रॉबर्ट अस्वस्थ झाला. रॉशेल सेमिनरीत त्यानं सर्व धर्मांचं तत्त्वज्ञान अभ्यासलं होतं. 'धर्म' या शब्दावर त्याच्या सहाध्यायांनी व त्यानं खूप चर्चा केली होती. ते सर्वच धर्मग्रंथ अत्यंत विशाल अशा तत्त्वांचा पुरस्कार करत होते. ते सर्व धर्मग्रंथ, धर्मतत्त्व यांचा अभ्यास करून तर रॉबर्ट धर्मगुरू बनला होता. त्या तत्त्वांचं पालन करणारा....

लोकांना तो सन्मार्ग दाखवणारा....

धर्मगुरु... रॉबर्ट... आज अत्यंत बेचैन मन:स्थितीत त्या चर्चसमोर उभा होता.

आजुबाजूला खाडीचं निळेशार पाणी डचमळत होतं. तिन्ही बाजूंनी फेसाळती निळी खाडी.... माथ्यावर निळेभोर आभाळ... आभाळात दाटून उभा असलेला तो काळ्या ढगाचा तुकडा...

ते सारं दृश्य पाहत रॉबर्ट उभा होता. माथ्यावर ऐन बाराचे ऊन तापले होते. वारा कुठेतरी अवघडून लपला असावा. झाडाचं एकही पान हालत नव्हतं. त्या निळ्या पाण्याकडं असं एकटक नजरेनं पाहत उभं असतानाच रॉबर्टला कन्याकुमारीच्या फेसाळत्या समुद्रातला तो प्रचंड खडक आठवला. कार्व्हालो कुटुंबियांसोबत केलेला तो दक्षिण भारताचा प्रवास आठवला.

एक विरक्त समाजसेवक नरेंद्र ! फेसाळत्या सागरामधल्या त्या खडकावर बसूनच त्यानं विचारमंथन केलं होतं. आत्मपरिक्षण केलं होतं आणि आत्मविश्वासानंच त्यानं नवा संप्रदाय समाजासमोर मांडला होता. त्याचा पुरातन, प्रिय धर्मच त्यानं वेगळ्या स्वरुपात समाजाला आचरून दाखवलाही होता.

संन्यस्त समाजसेवक.

त्यानं भारतभर भ्रमण केलं होतं.

परदेशात त्याची ध्वजा फडकवली होती.

नुसते धर्मग्रंथ, नुसती धर्मवचनं त्यानं आचरली नव्हती.... तर त्यात परिवर्तन घडवून आणलं होतं.

नव्या विचारांचं परिवर्तन !

तिथेच दक्षिण टोकावर पाँडेचरीला अरविंद आश्रम होता. निळ्या फेसाळत्या सागराच्या साक्षीनंच एक क्रांतिकारक, एक राजयोगी बनला होता. त्यानं जीवनाचा एक वेगळा अर्थ शोधला होता. प्रार्थनेला वेगळा सूर दिला होता. प्रत्येक साधकानं आपल्या श्रमाचं योगदान समाजाला द्यायला हवं आहे. तो प्रथम साधक आहे.

त्यानंतर तो श्रमजीवी आहे व अशा या वेगळ्या साधनेतूनच लाभणार आहे स्थितप्रज्ञ अवस्था !

या भावनेतून अरविंदांचा आश्रम उभा होता.

शेकडो साधक त्याचा अनुभव घेत होते. तिथे जवळच अरुणाचलम पर्वताच्या पायथ्याशी असणारा तिरुवन्नमलाईचा रमण आश्रम !

'मी कोण ?' या मूळ प्रश्नाचा शोध घेणारे साधक रॉबर्टनं पाहिले होते.

हा विशाल सागरच माणसाला अंतर्बाह्य बदलून टाकत असावा. या असीम, अथांग सागराच्या सहवासानंच ही माणसं अंतर्मुख बनत असावीत.

माथ्यावरचं हे विशाल महाकाय आभाळ....

आणि दोन डोंगरांमध्ये डचमळणारी खाडी

त्या डोंगरावरचं ते मंदिर आणि....

या डोंगरावरचं हे चर्च...

सागर, डोंगर आणि आभाळ यांच्यामध्ये... इथे उभा असणारा मी !

परमेश्वराला नेमकं काय अभिप्रेत आहे ?

मला इथं आणण्यात त्याचा हेतू ?

आपण मर्सिलिनाला न्याय मिळवून देणार आहोत ?

की चर्चच्या पाठीशी उभे राहणार आहोत ?

एक माणूस म्हणून मर्सिलिनाला साथ देणार आहोत ?

की चर्चनं घेतलेल्या भूमिकेशी हातमिळवणी करणार आहोत ?

परिवर्तनच व्हायला हवं असेल, तर ते आपल्यात व्हायला हवं आहे. आपण केवळ धर्मप्रवचनं सांगणारा एक धर्मगुरू असणार आहोत, की माणूस म्हणून समाजाचं काही ऋणही फेडणार आहोत ?

साऱ्या जळून गेलेल्या वस्तीतून आपणच जगलो फक्त...

त्या जगण्याचा अर्थ शोधतो आहोत आपण.

त्यासाठीच साऱ्या माया-मोहांकडे पाठ वळवून इथवर आलो.

खाडीच्या पाण्यावर एक समुद्रपक्षी घिरट्या घालत होता. एकटाच ! भिरभिरत, भिरभिरत उडत होता. पण खाडी ओलांडून एका किनाऱ्याकडे जाण्याची दिशा त्याला गवसत नसावी.

पंख फडफडत तो पुन्हा पुन्हा खाडीवरच गिरकत होता. खरं तर किनाऱ्यालगत खूप झाडी होती. गच्च झाडीनं दाटलेले डोंगर होते. तो पक्षी असा किती वेळ खाडीवर भिरभिरणार होता ?

त्याला निश्चितच एक झाड शोधायला हवं होतं. त्या झाडाच्या बळकट खोडावर जेव्हा त्याचे पाय टेकतील, तेव्हाच त्याला स्थिरता लाभेल... नाहीतर...

असाच तो दिशाहीन फरफटत, गिरकत राहील पंखामधली शक्ती संपेस्तोवर ! रॉबर्टचे डोळे भरुन आले होते. डोक्यावर ऊन रणरणत होतं. त्याचे चटके जाणवत होते. रॉबर्ट आतमध्ये जाण्यासाठी वळला. त्याची नजर हमरस्त्याकडे वळली. तो आश्चर्याने थबकलाच.

काळीभोर मर्सिडिज खाडीच्या अरूंद पायवाटेला टेकणाऱ्या हमरस्त्यावर उभी होती.

"लिरियाना !" रॉबर्ट उद्गारला.

लिरियानाच आली होती. लगबगीने तो तिला सामोरं जाण्यासाठी दगडी पायऱ्या उतरू लागला. एक वाकडं वळण ओलांडलं आणि त्याच्या नजरेस डोंगर चढणारी लिरियाना दिसली. त्याच्या डोळ्यांच्या कडा ओलावल्या. तेवढ्या भाजत्या उन्हात लिरियाना डोंगर चढत होती. पाठोपाठ हातात भला मोठा टिफिन, थर्मास घेऊन शोफर येत होता. म्हातारी रोझी फळांची करंडी घेऊन, धापा टाकत, पायऱ्या चढत होती.

लिरियाना !

नेहमीप्रमाणेच गुडघ्यापर्यंत पोहोचणारा लेसचा गुलाबी झगा तिनं घातला होता. त्या फिक्क्या, मंद झग्याला शोभेल अशीच नाजूक लाल फुलांची कपड्यांची छत्री तिनं माथ्यावर धरली होती. उंच टाचेच्या गुलाबी सँन्डल्सनं, त्या दगडी पायऱ्या चढणं तिला अवघड होत होते. हातातल्या छोट्या रुमालानं ती वारंवार कपाळावरचा घाम पुसत होती.

तिला बघून रॉबर्टचं मन भरून आलं.

कोण, कुण्या देशीची ही लिरियाना ! भर दुपारच्या वेळी त्याचा पत्ता शोधत इथवर आली होती. डोंगर चढत होती. गेल्या पंधरा दिवसात तो त्यांच्या घरी गेलाच नव्हता. त्यानं इथली असिस्टंट प्रिस्टची सूत्रं स्वीकारल्याबरोबर, फादर डिसिल्वा लगोलगच रजेवर गेले होते. रॉबर्टला तिथून बाहेर जाता आलं नव्हतं. पण हे सर्व लिरियाना ऐकून घेणार नव्हती. ती रागावणं स्वाभाविकच होतं. रॉबर्ट भराभरा पायऱ्या उतरून तिच्या समोर उभा राहिला. त्याला समोर पाहताच लिरियानाच्या चेहऱ्यावरचे भाव झरझर बदलत गेले.

"ओ ऽ ह रॉबी."

त्याचे हात हाती घेऊन ती म्हणाली. तिचे निळे डोळे पाण्याने तुडुंब भरले होते.

"रॉबी, एवढ्या दिवसात घरी यावं असं तुला नाहीच ना वाटलं ? ममाला तर तुझ्या आठवणीनं अन्न गोड लागत नाही. पप्पा पण उठता बसता तुझी याद करतात. खरं तर त्यांनाच यायचं होतं. पण तुझं हे डोंगरावरचं चर्च ! त्यांना चढायला होणार होतं थोडंच ? शेवटी मीच आले. नको होतं ना यायला ?"

तिचे निळे निळे डोळे भावविवशतेनं रॉबीला खूप काही विचारत होते. त्या डोळ्यांमधली आर्तता रॉबर्टला आतवर अशी प्रथमच जाणवत होती. हीच लिरियाना त्याला अनेकवेळा भेटली होती. लिरियाना ही त्याच्या जीवनातली सुखद सावली होती. वैराण निर्मनुष्य वाटेवर पिवळ्या लॅबरनम्च्या घोसांनी लगडलेलं झाड पाहताना जो सुखद आनंद लाभतो, तो आनंद या लिरियानानं रॉबर्टला आजवर दिला होता.

धर्मगुरू होण्याचा त्याचा निर्णय पक्का होता. ते शिक्षण घेताना, त्याने स्वत:हून सर्व बंधनांचा स्वीकार केला होता. ब्रह्मचर्य पालन, चर्चच्या आदेशानुसार आचरण आणि अनेक बंधनं त्यानं जाणीवपूर्वक स्वीकारली होती. त्याचा जन्म ही दुसऱ्या कुणाची तरी अमानत होती. अशावेळीच लिरियाना, धुक्यातून अस्पष्ट जाणवणाऱ्या एखाद्या मनोहरी दृश्याप्रमाणं त्याच्या जीवनात अवतरली होती. त्या दोघांच्या भावनिक स्नेहाला कोणतंही नातं नव्हतं. एक सुखद सोबत !

एक आश्वासक सहवास !

तिच्या सहवासानं त्याचं मन अभूतपूर्व अशा समाधानानं भरून जात असे. अस्सल खानदानी वृत्तीची, रसिक मनाची, कलासक्त, भावुक अशी लिरियाना... ही

एखाद्या हळव्या कवितेसारखी रॉबर्टच्या जीवनासमोर उभी होती. तिला नेहमीच त्यानं एका अंतरावर ठेवलं होतं. मर्यादांची जाणीव करून दिली होती. त्या हळव्या कवितेकडे पुन्हा पुन्हा वळणाऱ्या स्वतःच्या मनाला स्वतःच कठोरपणे बंदिस्त करून टाकलं होतं. मनात आणलं असतं तर तो बंदिस्तपणा तोडणं त्याला सहज शक्य होतं. पण लिरियाना भेटण्याआधी सिस्टर ॲगाथाच्या करुणेनं त्याचं जीवन व्यापलं होतं. तिच्या म्हाताऱ्या कुडीत प्राण होता. तो केवळ त्याला धर्मगुरू झालेले पाहण्यासाठीच !

रॉशेल सेमिनरीत त्याच्यासारखेच अनेक जण धर्मशिक्षण घेत होते. प्रीस्टहूडच्या कठोर मार्गाचा त्यांनी खुशीनं स्वीकार केला होता. त्यांच्या निश्चयापासून त्यांची मने थोडीही विचलित झाली नव्हती.

कार्व्हालो कुटुंबाचं त्याच्यावर एक परीने उपकारच होते. जुईज कार्व्हालो एक उच्चभ्रू खानदानी पोर्तुगीज होता. त्याचं उठणं बसणं मोठ्या हुद्याच्या सरकारी माणसांसोबत होते. लिरियाना हा त्या उच्च संस्कृतीचा एक मानबिंदू होता. सर्वांच्या कौतुकाचा विषय होता. अनेक उच्चकुलीन तरुण तिच्या एका शब्दासाठी जीव टाकत होते. त्या सर्वांसमोर रॉबर्ट हा कस्पटासमान होता. रॉबर्ट आणि लिरियानाची मैत्री कार्व्हालो पपा-ममांनी समजून घेतलेला विषय होता. रॉबर्टचा जीवनमार्ग पक्का होता. या दूर गावच्या चर्चवर नियुक्ती झाली यानं रॉबर्टच्या मनाला एक प्रकारे समाधानच झालं होतं. यानंतर महिन्यातून कधीतरी एकदाच तो मडगावला जाणार होता. लिरियाना आपसूकच दूर होणार होती. आपल्या नित्यक्रमात रमणार होती. पण लिरियाना... आज त्याला शोधत इथवर पोहोचली होती. एक वेळ रॉबर्ट तिला कठोरपणे दूर करू शकत होता. पण लिरियाना सावलीप्रमाणं त्याचा वेध घेत इथवर पोहोचली होती.

"लिरियाना. मी येणारच होतो." तो अवघडून म्हणाला.

"केव्हा ?"

"बाबा, कसो आसा तू ? विसल्लो मरे आमका ? कित्याक येऊ ना तू ? बाय याद करता तुका, पळे जेवण धाडल्ले तुका. सोता आपल्या हातान् रांधून धाडला." हातामधला जड टिफिनकॅरियर सावरत रोझी म्हणाली.

"ओ ऽ ह रोझी ! कित्याक इतले त्रास घेतले ? हाव येतलो अशील्लो"

"बाबा, कसो असा तू ?" शोफर आदबीनं विचारत होता.

लिरियानाला चढण्यासाठी हात देऊन, रॉबर्ट तिच्या बरोबर डोंगर चढत होता. तिच्या रेशमी वस्त्रांची सळसळ त्याला जाणवत होती. तिचं आवडतं सेंट मंदपणे तिच्या सभोवती रेंगाळत होतं. आजुबाजूचं सुंदर दृश्य लिरियाना नजरेत साठवत होती.

"किती सुंदर आहे हा परिसर ! तरीच तू इथे रमलास रॉबी." ती लटक्या रागानं बोलत होती.

"तसं नाही लिरियाना. मी इथं असणं हे कर्तव्य आहे माझं ! त्यात रमण्याचा प्रश्नच नाही."

"झालं सुरू तुझं ? तुझं सारं जीवन म्हणजे कर्तव्य आहे हे हजारदा ऐकलंय. पण त्या कर्तव्यात आम्ही कुठंच नाही आहोत का ?"

शोफरनं आणि रोझीनं हिरवळीवर प्लेटस् मांडल्या होत्या. डबे उघडून ठेवले होते. लिरियाना प्लेटमध्ये जेवण वाढून देत होती. रॉबर्टचे आवडते खाद्यपदार्थ, ते बनवताना घामाघूम होणारी ममा रॉबर्टला आठवत होती.

किती प्रेम करत होते ते सारे ?

या प्रेमाचे आपण कसे उतराई होणार ?

त्यांच्यासाठी आपण काहीच केलेलं नाही. त्यांची अपेक्षाही नाही.

पण आपण त्यांना वेळेवर भेटू शकलो नाही. मम्मानं इथवर जेवण पाठवलं.

रॉबर्टच्या मनात अपराधीपणाची भावना जागी झाली होती.

"आता घरी गेले की ममा हजार प्रश्न करेल. रॉबी नीट जेवला का ? हे खाल्लं का ? ते आवडलं का ? लाडोबा आहेस तू मम्मीचा. म्हणूनच ना असा दूर दूर राहतोस."

लिरियाना रॉबर्टकडं पाहत बोलत होती. पंधरा दिवसात तो खूप बदलला होता. त्याचा गोरा रंग बदलला होता. कृश वाटत होता. चेहरा अकारण गंभीर वाटत होता.

"आता मात्र तू खरोखरच फादर वाटतो आहेस."

"म्हणजे कसा ?"

"गंभीर, कमी बोलणारा."

"फक्त पंधरा दिवसातच ?"

"माणसाला बदलायला पंधरा दिवस खूपच झाले."

प्लेटस् आवरत लिरियाना पुटपुटली. रॉबर्टनं चमकून तिच्याकडं पाहिलं.

"चल, मी तुला माझी राहण्याची जागा दाखवतो."

रॉबर्टपाठोपाठ लिरियाना त्याच्या खोलीकडे जाणारा दगडी जिना चढत होती.

खोलीच्या चारही बाजूंना असणाऱ्या प्रशस्त उघड्या खिडक्या, त्यामधून खोलीतून भरारणारा वारा. खिडकीतून दृष्टीस पडणारे खाडीचे पाणी, पलिकडच्या डोंगरावरचं मंदिर, झाडीतून अस्पष्ट जाणवणारं ते लहानगे जुजे गाव आणि त्या वातावरणात पसरलेली नीरव शांतता !

ते सुंदर दृश्य लिरियाना भान हरपून बघत होती.

खरं तर, त्या काव्यमय वातावरणात जगणं लिरियानालाही आवडलं असतं.

समुद्राचं तिला अनावर आकर्षण होतं. म्हणून वडिलांच्या मागं लागून तिनं कोलवा समुद्रकिनाऱ्याजवळ बंगला बांधून घेतला होता. बंगल्याजवळच असणाऱ्या त्या समुद्रकिनाऱ्यावरच रिकाम्या वेळा तिनं घालवल्या होत्या. मित्र मैत्रिणींसोबत ! रॉबर्ट सोबत !

माणसांचं, आनंदी जीवनाचं तिला मनस्वी वेड होतं.

तिचं इवलंसं हृदय नेहमी आनंदानं भरून गेलेलं असे.

काव्य, संगीताचा अद्वितीय आनंद हा तिचा सर्वात मोठा आनंद होता.

आजवर तिला दुःखाचा स्पर्शही झालेला नव्हता. एखाद्या गुलाबपुष्पाप्रमाणं तिच्या मनाची पाकळीन् पाकळी निरागसपणे उमलून गेलेली होती.

त्या आनंदावर काळोखी धरली होती. फक्त रॉबर्टच्या धर्मगुरू होण्याच्या निर्णयानं !

त्याच्या दुरावण्यानं !

खूपदा समजूत घालूनही रॉबर्टनं दीक्षा स्वीकारली होती. आणि कर्तव्य पालनासाठी या डोंगरावर तो एकटाच राहत होता.

या रॉबर्टबद्दल लिरियानाला वेगळी ओढ होती. ममा-पपानंतर रॉबर्टच इतक्या जवळकीचं नातं निर्माण करू शकला होता.

''तुझं माझं नेमकं नातं कोणतं रे रॉबी ?'' तिनं अनेकदा त्याला विचारलं होतं.

''काही नात्यांचे संदर्भच शोधू नयेत. ठेवून दे हे प्रश्न गुलदस्त्यात. त्यांच्या उत्तराखेरीजही आपण सुखी आहोतच की !'' रॉबर्ट हसून सांगत असे.

आता तर त्यानं त्याचा मार्ग पक्का केला होता. रॉबर्टही पाठमोरा होऊन खिडकीतून पाहत होता. त्याला पाहताना लिरियानाला वाटलं, एखादं गलबत आपलं शीड पसरून समुद्रावर तरंगताना एखाद्या ठिपक्यासारखं दिसत असे आणि हळूहळू नाहीसं होतं.

धर्मगुरूचा पांढराशुभ्र झगा घालणारा रॉबर्टही आज एखाद्या ठिपक्या सारखा अस्पष्ट भासत होता. या अथांग समुद्रावर तो आपल्यातून हरवून तरी जाणार नाही ?

लिरियानाचे डोळे भरून आले होते.

समोरच्या डोंगराच्या मध्ये अवघडलेली ही खाडी आणि ते उंच डोंगरावरचं मंदिर....

''रॉबी, त्या डोंगरावरच्या मंदिरावर जायला रस्ता असेलच ना ?''

''हो आहे ना ! जुजे गावातूनच तो जातो.''

''नाही. पण मी विचारतेय रॉबी, जर एखाद्यानं सरळ रस्त्यानं न जाता, या खाडीतून जायचं ठरवलं तर ?''

''अग, तसे अनेक लोक जातातच ना ? होडीतून खाडी पार करू शकतातच.''

"हो पण एखाद्यानं होडी, वल्ही सारंच नाकारलं आणि तरीही त्याला डोंगरावर जायचं असेल तर ? तो फक्त या दोन डोंगरांमधल्या खाडीसारखाच डचमळत राहील ना ? आतल्या आत ? जागच्या जागी ?"

रॉबर्टनं तिच्याकडं चमकून पाहिलं. तो आवेगानं तिच्याकडं गेला. तिचे सोनेरी केस कुस्करत म्हणाला,

"लिरियाना. समजून घे गं ! हे सर्व प्रश्न आता निरर्थक आहेत."

"रॉबी तुलाच समजत नाहीये. तू इथे आल्यापासून सारं जीवन कसं रितं झालंय. आपलं वैभवसंपन्न घर, घरासमोरची बाग. त्यात फुललेले ॲस्टर, डेलिया, कॉसमॉस मला काहीच आवडेनासं झालंय. मित्रमैत्रिणींचा कंटाळा आलाय. अभ्यासात मन लागत नाही. रॉबी आय मिस् यू."

लिरियाना खिडकीवर ठेवलेल्या हाताच्या तळव्यात चेहरा लपवून रडत होती. तिचे नाजूक शरीर कापत होते. तिच्याजवळ जाऊन तिचा अश्रूंनी भरलेला चेहरा आपल्याकडं वळवत रॉबर्ट म्हणाला.

"प्लीज लिरी, प्लीज रडू नकोस. चल मी तुला इथल्या गंमती सांगतो चल."

खिशातल्या रुमालानं तो तिचे डोळे पुसत होता. लिरियानाचा रडण्याचा आवेग ओसरला. खिडकीलगतच्या दिवाणावर भिंतीला टेकून लिरियाना बसली होती. समोरच खुर्ची घेऊन रॉबर्ट बसला. ज्या गावात शाळा नाही. दवाखाना नाही, फक्त गरीबी आहे. बेकारी आहे. जोडीला भाटकारशाही आहे. शिवाय चर्च आणि मंदिरातील प्रार्थनाही आहेत.

'फादर मला तुम्हाला खूप प्रश्न विचारायचे आहेत, असं विचारणारी ग्लोरिया जिथं आहे आणि 'मी चर्चमध्ये का जायचे नाही' असं विचारणारी मर्सिलिना ज्या जुजे गावात आहे त्या जुजे गावची कथा, रॉबर्ट लिरियानाला सांगत होता.

एखाद्या हळव्या कवितेसमोर गंभीर भूप राग मांडावा... असा लिरियानासमोर बसलेला रॉबर्ट भासत होता.

रॉबर्ट वरकरणी हसत होता, पण त्या हसण्यामागं नेहमीचा मोकळेपणा नव्हता. त्याचं ते वरवरचं हसू, लिरियानाच्या ध्यानी यायला वेळ लागला नाही.

"काय झालं रॉबी ? इथं काही अडचण आहे ?"

तिनं विचारलं.

"त्रास ? आणि इथं ? काहीतरीच."

"काहीतरीच ? मी तुला आज का ओळखतेय ? खरं सांग रॉबी, मला सांगणार नाहीस तर कुणाला ? दुसऱ्याच्या दुःखानं कळवळणारा तुझा स्वभाव, मला ठाऊक का नाही ?"

लिरियाना मृदू स्वरात बोलत होती.

"ऐक लिरी. या गावच्या हॅरीला, याच गावच्या सुवर्णाशी लग्न करायचं आहे आणि या परस्परविरोधी संघर्षात त्यांना फक्त माझ्या मदतीची अपेक्षा आहे."

"ओ गॉड !"

लिरी उद्‍गारली.

"दोन कर्मठ संस्कृतीचा हा संघर्ष आहे लिरी. आणि दोघेही ठाम भूमिकेवर उभे आहेत. आता सांग लिरी, या विवाहात मी त्यांना कशी मदत करणार ? चर्च कदापि मान्यता देणार नाही आणि समाजही."

"चर्च मान्यता देणार नाही ?"

लिरी आश्चर्यानं म्हणाली.

"हं मान्यता मिळेल. कदाचित मंदिरातही त्यांचा विवाह लागेल... पण..."

"पण काय रॉबी ?"

"दोघांपैकी एकाला धर्मांतर करावं लागेल."

"धर्मांतर ?"

"होय लिरी. त्याखेरीज, हा लग्नविधी होऊच शकत नाही. आणि धर्मांतर मला मान्य नाही. तू आणि मी ज्या संस्कारात वाढलोय तिथं धर्म, वर्ण, जात... आडवी आली हे मी अनुभवलंय पण आज... एक धर्मगुरू असूनही, मला ते स्वातंत्र्य दुसऱ्यांना देता येत नाही."

रॉबीच्या आवाजात निराशा होती.

"निराश का होतोस रॉबी ? थोडं थांब. फादर डिसिल्वा येतील. ते नक्कीच काही सुचवतील."

"फादर डिसिल्वा ? त्यांनीच तर मार्सोलिनाच्या कुटुंबाला बहिष्कृत केलंय. चर्चमध्ये प्रवेश बंद केलाय." दुःखानं रॉबी म्हणाला.

"हॅरी आणि सुवर्णाचं लग्न नोंदणी पद्धतीनं होईलही पण पुढाकार कोण घेणार ?"

"का ? तू घे." लिरियाना म्हणाली.

"मी ? एक धर्मगुरू या नात्यानं मी ते करू शकत नाही. धर्मगुरू या नात्यानं जे काम माझ्यावर सोपवलंय, त्यामध्ये एका मुलीचं तिच्या आईवडिलांच्या संमत्तीविना लग्न लावणं किंवा मदत करणं हा गुन्हा आहे लिरी.

ही दोन मुलं लग्नानं एकत्र आली तर खूप चांगलं घडेल. पण तसं मी करू देणं हा गुन्हा आहे लिरी.

हे सर्व जे चाललंय ना ? ते नेमकं जीझसच्या तत्त्वांच्या विरुद्ध आहे. जीझसच्या सर्व आज्ञा, वचनं, शिकवण... तोंडपाठ आहेत मला. केवळ धर्माचंच तर अध्ययन केलंय मी. सर्व धर्मांचा कसून अभ्यास केलाय. कुठेही, कुणीही असे

नियम सांगितले नाहीत. प्रत्येक धर्मानं प्रेम आणि मानवतेचा संदेश दिलाय. तो संदेश पोहोचवणारे प्रेषित आम्ही प्रभूचे ! पण प्रत्यक्षात मात्र सर्व उलट गतीनं चाललंय.''

''रॉबी, धीरानं घे. काही मार्ग असेलच ना ?''

''लिरी, विसूबाब हट्टी आहे. आणि हॅरी एका वेगळ्या अवस्थेत. तो हळवा आहे. आणि माथेफिरूही. या वयातली मुलं जशी असतात तसाच आहे हॅरी. कदाचित खूप चांगला होईल; कदाचित दुसरं टोक गाठेल. काय होईल ?''

''त्याच्या आईला भेट, रॉबी.''

''होय, तेच करणार आहे.''

रॉबर्ट विचारात हरवला होता. लिरियाना समोर बसली आहे याचं भान त्याला उरलेलं नव्हतं.

◆

सकाळची वेळ होती. उषा व सोमतीनं चहाचा सारा सरंजाम टेबलावर मांडला होता. या घराची सारी रीतच वेगळी होती. सकाळचा चहा घरामधले सारेजण बाहेरच्या बलकांववर बसून घेत असत. घराच्या पुढच्या लांबलचक अरुंद ओसरीवर, समोरा समोरच दोन बलकांव होते. लाल रंगाने पॉलीश केलेली फरशी होती. ती फरशी आणि सारं घरच आंतोन भाटकाराला चकचकीत व नीटनेटकं लागत असे. त्या साऱ्या घराची सर्व जबाबदारी उषा, सोमतीनं खुशीने उचलली होती. आनंदाने, हौसेने त्या दोघी दिवसभर घर सांभाळत असत. आंतोनने वास्कोजवळ जमीन खरेदी केली होती.

त्या जमिनीजवळच राहणाऱ्या एका गरीब कुटुंबामधल्या या दोन मुलींची जबाबदारी ग्लोरियानं आनंदानं स्वीकारली होती. हॅरी, सॅम इतकीच माया या दोन मुलींना ग्लोरियानं दिली होती आणि त्या प्रेमळ कुटुंबात त्या दोघी आनंदाने रमल्या होत्या.

सकाळी ते चौघे उठून, बलकांववर येण्यापूर्वीच चहाचे टेबल मांडून त्या दोघी त्यांची वाट पाहत असत. आजही त्या वाट पाहत होत्या. टी कोझीखाली चहाची गरम किटली ठेवली होती. चार खुर्च्यांसमोर, चटईच्या टेबलमॅटस्वर कपबशा मांडून ठेवल्या होत्या. घड्याळानं साडेसहाचा टोला दिला, तशी ग्लोरिया व पाठोपाठ आंतोन ओसरीवर आले. सारा सरंजाम पाहून आंतोन खूष झाला. खुर्चीवर बसत तो म्हणाला,

''ग्लोरिया, या दोन पोरींची फार सवय झालीय आपल्याला. पण उद्या त्यांचे काजार होऊन त्या नवऱ्याघरी गेल्यानंतर आपले काय होणार ? अं ?''

ग्लोरिया त्या दोघींकडे बघून हसली.

“खरं आहे आंतोन. या दोघींसाठी चांगले मुलगे पाहायला हवेत आत्तापासून. मुली मोठ्या झाल्या बघता बघता.”

“किते माय ? माय कंटाळलीस आम्हाला ? मी तरी एवढ्यात लग्न करणारच नाही हं ! सांगता तुका.” उषा फुरंगटून म्हणाली.

“उषा, आपल्याला घालवलं की माय लगेच सुना आणेल. आमची कशाला आठवण येईल मग ?”

सोमतीच्या या बोलण्यावर आंतोन मोठ्यानं हसला. त्याचं मन समाधानानं भरून गेलं होतं. बघता बघता त्याचे मुलगे हॅरी, सॅम मोठे झाले होते. त्यांचे शिक्षण पूर्ण होत आले होते. आता त्यांची लग्नाची वयं झाली होती. लवकरच त्या दोघांची लग्नं झाली, तर या घरात दोन सुना येणार होत्या. या गावात आंतोनला घर होतं. भाटे होती. श्रीमंती होती. पण आई वडिलांच्या मृत्यूनंतर तो एकटाच होता. त्याचे चार सहृदय मित्र सोडून त्याला जवळचं असं कुणीच नव्हते. त्यानंतर ही ग्लोरिया आंतोनच्या जीवनात आली होती. तिनं त्याच्या साऱ्या जीवनालाच एक सुरेख असा आकार दिला होता. आंतोनची पत्नी ग्लोरिया म्हणून तिनं त्याच्या समाजात एक वेगळंच स्थान निर्माण केले होते. घर, शेत, भाटं, कुळं आणि गावची सारी माणसं... ग्लोरियाने सर्वांवरच प्रेमाने आपली छाप उमटवली होती. सारा गाव, वाडीतली माणसं ग्लोरियाला मान देत होती. आंतोनचे तिच्यावर जिवापलिकडे प्रेम होते. तिचा अभिमान वाटत होता. तिच्यामुळेच हॅरी, सॅम शिकले होते. डॉक्टर, अदोगाद होण्याची स्वप्नं पाहत होते. आंतोनची दारू सुटली होती. त्यानं नवीन उद्योगात लक्ष घातलं होतं.

काळ्या रंगावर पांढरी नाजुक फुलं असणाऱ्या कपड्याचा पायघोळ नाईट गाऊन ग्लोरियानं घातला होता. केसांना पांढरा लेसचा स्कार्फ बांधला होता. सकाळच्या प्रसन्न वेळी ती दवबिंदूसारखी टवटवीत दिसत होती. तिला बघून आंतोनचं मन भरून आले.

“ओ ऽ ह ग्लोरिया, तू आज खूपच छान दिसतेस.” न राहावून आंतोन म्हणाला.

“अरे बाबा. आता घरात सुना येतील. तुझं आपलं सारखं ग्लोरिया, ग्लोरिया सुरूच ?” ती लटक्या कौतुकानं म्हणाली, आंतोन हसला.

“सुना आण. पण तुझ्यासारख्याच, हुशार, सुंदर आणि विचारी आण. खरंच गं ग्लोरिया, तू आलीस आणि बहार आली बघ. नाहीतर मी पण बसलो असतो दारूची चुलाणं ढोसत बेबदा. आणि माझी पोरं ? रेंदेर नाहीतर बटलर ? किंवा सोन्याची बिस्किटे ने आण करणारी.... स्मगलर ?”

"आंतोन." ग्लोरिया कळवळून म्हणाली. "कशाला अशुभ नावं घेतो आहेस ? आंतोन, आज आपले हॅरी, सॅम चांगले आहेत. चांगलेच असणार आहेत. पण वेळ बदलली की माणूस कसा वागेल, काय करेल कसं सांगता येईल ? तू दैव मानत नाहीस. पण दैवच माणसाला त्याच्या मनासारखं वागायला लावते. आजवर सारं सुखरूप पार पडलं. मुलं हातातोंडाशी आली आहेत. एका बदलत्या अवस्थेत उभी आहेत. ती अवस्था एकदा पार पडली, की मग मी निवांत होईन."

आंतोन ग्लोरियाकडे कौतुकानं पाहत होता. त्यानं विचारलं,

"परवा तू फादरना म्हणालीस, तुला खूप प्रश्न विचारायचे आहेत ? कोणते प्रश्न विचारायचे आहेत ? मुलांबद्दलचे ?"

"अं हं. ते प्रश्न माझे स्वत:चे."

"तुझे ?"

"होय आंतोन, मला प्रार्थना, प्रवचनं, मिसाला जाणं, कॅन्डल जाळणं, पटत नाही. तसंच भजनं, पालख्या, सप्ताह, पटत नाहीत. कन्फेशन् बॉक्समध्ये जाऊन पापाची कबूली देणं पटत नाही. हे सर्व अगदी प्राथमिक गरज म्हणून ठीक. पण यातून हाती काहीच लागणार नाही. कारण खरी प्रार्थना तर त्यानंतर सुरू होते."

"म्हणजे ?"

"आंतोन, माणूस चोरी का करतो ? गरज म्हणून, सवय म्हणून. माणूस पाप का करतो ? मनावर संयम नाही म्हणूनच ना ? त्याला शिक्षण हवं. शिक्षणानं तो जीवनाचा अर्थ शोधू शकेल. शिक्षणानं तो काम मिळवू शकेल. माणसाची मूळ गरज आहे भाकरी ! जेव्हा पोटभर भाकरी मिळेल तेव्हाच माणसाची बुद्धी शाबूत राहील. आणि शाबूत बुद्धीचा माणूसच मग पाप पुण्याचा निवाडा करू शकेल. बरं वाईट समजू शकेल."

"तुला काय म्हणायचंय ? सोप्पं करून सांग."

"आंतोन, या गावात शाळा हवी. दवाखाना हवा. लोकांना काम हवं. पण इथं चाललेत मंदिरांचं जीर्णोद्धार आणि चर्चची रंगरंगोटी. यातून काय होणार ? मूळ माणूस, त्याचं जीवन बदलणार आहे थोडंच ?"

"अगं पण ? आपण काय करू शकतो ?"

"होय आंतोन. आपण बरंच काही करू शकतो. चर्च, मंदिर फक्त प्रार्थना करू शकतात. राज्यकर्ते राज्य करू शकतात. पण समाज बदल मात्र समाजसुधारकांखेरीज कुणीच केला नाहीय."

"समाजसुधारक ?" आंतोननं भाबडेपणानं विचारलं.

"समाजसुधारक म्हणजे तू, मी, कुणीही ! जो या समाजाच्या भल्याचा विचार करेल तो." ग्लोरिया हसत म्हणाली.

"पण सध्या मला हा विचार पडलाय की हॅरी, सॅम अजून उठले कसे नाहीत ? उषा, बघ जरा !"

आंतोन, ग्लोरिया चहा घेत असतानाच हॅरी, सॅम आले. सॅम तरतरीत वाटत होता. बाहेर जाण्याच्या तयारीतच आला होता. हॅरी मात्र गंभीर. ग्लोरियानं दिलेला चहा तो मुकाट्यानं पीत होता. नेहमीप्रमाणं दोघे चेष्टा मस्करी करत नव्हते.

"काय झालं हॅरी ? गप्प का ? बरं नाही ?"

"नाही. ठीक आहे मी !"

"हे तू मला सांगतोस हॅरी ? खरं सांग काय झालं ?"

"माय, सुवर्णा आणि मी लहानपणापासून एकत्र वाढलो, शिकलो. तेव्हा जात, धर्म काहीच आडवं आलं नाही ?"

"तसा तरी जाती धर्माचा प्रश्न आताही नाही."

"आहे माय, त्याखेरीज का विसूबाबनं सुवर्णाला मला भेटण्याची मनाई केली ? आता तरी परीक्षेच्या अभ्यासासाठी शाळाही बंदच ! तिला बाहेर जायचं नाही अशी सक्त ताकीद आहे. इतकी वर्षे हे असलं काहीच नव्हतं. अचानक हे वैर कुठून सुरू झालं ?"

हॅरी पिसाळल्यासारखा झाला होता, ते ऐकून ग्लोरिया अवाक् झाली.

"हॅरी, सुवर्णा आता लग्नाची मुलगी आहे. तिनं पूर्वीसारखं मुलांशी बोलणं वागणं बरं दिसणार नाही. म्हणूनच विसूबाबनं असं बंधन घातलं असेल."

"इतकंच नव्हे माय, तिला पुण्याची सोयरीगत आलीय." सोमती म्हणाली.

"सुवर्णाचं लग्न ? कुणाशी ?" हॅरी मोठ्यानं म्हणाला.

"कुणाशीही होवो. तुला काय करायचं आहे ?" सॅम म्हणाला.

"सॅम ऽऽ...." त्याच्या अंगावर धावून जात हॅरी म्हणाला.

"सॉरी, सॉरी, माय."

आणि चहाचा कप तसाच ठेवून तो घराबाहेर पडला. पाठोपाठ सॅम.

आंतोन आणि ग्लोरिया एका नव्या काळजीनं थरथरून गेले होते.

हॅरी इतका पिसाळला का ? इतकं रागवायचं कारणच काय ? विसूबाब आहेच चक्रम, तो त्याच्या मुलीचं लग्न त्याच्या पसंतीनंच ठरवणार. कुणाचं ऐकणार नाही. मग, त्यानं मुलीला आधी इतकं स्वातंत्र्य द्यायलाच नको होतं. तिला शिक्षण द्यायला नको होतं. मुलीच्या मनाची पूर्ण वाढ झाली. आवडनिवड पक्की झाली की नंतर बंधनं घालणं हे किती क्रूरपणाचं आहे.

"माय !" मध्येच सोमती म्हणाली.

उषा तिला न बोलण्यासाठी खुणावत होती. तरी ती बोलली.

"माय, सुवर्णा हॅरीभाऊला नेहमी पत्र देते. मीच नेऊन देते ना ? परवा पत्र

देताना ती खूप रडत होती गं. म्हणाली, 'सोमती, तुझ्या हॅरीभाऊला सांग की सुवर्णाला विसरून जा.' म्हणूनच हॅरीभाऊ रागावलाय.''

''ऐकलंस आंतोन ? ऐकलंस ? तरी म्हटलं की सारं सुरळीत कसं चाललंय ?''

ग्लोरिया अस्वस्थ झाली होती.

''त्यात इतकी काळजी कसली ग्लोरिया ? त्या दोघांची मैत्री आहे. हॅरीला अन्याय सोसवत नाही. संतापी आहे तो. होईल शांत.''

''तू भोळा आहेस आंतोन. पण मला भीती वाटतेय. ही ठिणगी पडली आहे ! दोन घरांमध्ये पडलेली ठिणगी. हे सर्व कुठवर जाणार आंतोन ? उद्या हॅरीनं सुवर्णाशी लग्न करण्याचा हट्ट धरला तर ?''

''ग्लोरिया...''

आंतोन ते ऐकून थरथरत उभा राहिला. एखाद्या अशुभाच्या सावलीनं थरथरून जावं, तसे ते सारं घर थरथरून गेलं होतं.

ग्लोरिया मट्दिशी पायरीवर बसली. आंतोन खांबाला टेकून स्तब्ध झाला. उषा, सोमती खालमानेनं काम करत होत्या.

ग्लोरियाचं घर अस्वस्थ झालं होतं.

संतापाच्या भरात घराबाहेर पडलेल्या हॅरीला आपण कुणीकडं जावं हा प्रश्न पडला नाही. त्याची पावलं आपसूकच नवनाथ मंदिराकडं वळली. तिथं जाणं त्याला अनेक कारणांनी आवडत असे. तिथली नीरव शांतता, मंदिर परिसरामधली कमालीची स्वच्छता. अंजू-पूर्णाचं प्रेम !

आणि - मनापासून आशीर्वाद देणारा जगू भट !

संपूर्ण जन्म त्या डोंगरावर नवनाथाची सेवा करत राहिलेली पूर्णा.... हॅरीला त्या स्त्रीबद्दल खूप आदर होता. ज्यावेळी ती या डोंगरावर प्रथम राहायला आली असेल, तेव्हा अवघं पंधरा सोळा वर्षांचं वय असेल तिचं. स्वत:चं गाव सोडून या परक्या गावी येऊन या निर्मनुष्य डोंगरावर ती कशी राहिली असेल ? आज तर तिथवर जायला रस्ता झाला होता. पूर्वी होडीनं खाडी ओलांडून, डोंगर चढावा लागत असे. फक्त हे भलं थोरलं मंदिर. तिची आई आणि गिडूची झोपडी. पूजेच्या वेळी येणारा जगूभट.

''तुला भीती नाही वाटली ?'' त्यानं पूर्णामायला विचारलं होतं.

''भीती कशाची ?''

''जंगली जनावरांची ? इथल्या जंगलांची ?'' हॅरीनं पूर्णामायला विचारलं होतं. त्यावर नाजूक हसून ती म्हणाली होती -

''जनावरं काय जंगलातच असतात ? माणसांच्या जगामधली जनावरंच खूप वाईट असतात. त्यापेक्षा मी इथं सुखरूप होते. नवनाथ होता सांभाळणारा, शिवाय

विसू भाटकारांचा आधार !''

विसू भाटकार आणि पूर्णाचे संबंध जगजाहीर होते व ते समजण्याइतपत ही सर्व मुलं आता मोठी झाली होती. अंजू त्यांच्या बरोबरच लहानाची मोठी झाली होती. अंजू अगर पूर्णामाय या दोघींनी या सर्वच मुलांना आपलेसं केलं होतं. डोंगरावर गेल्यावर पूर्णामायनं आणि विसूबाबच्या घरी वैनीबायनं, हॅरीला नेहमीच प्रेमानं वागवलं होतं. फ्रँकची आई डायना असो, की डोंगरावरची पूर्णामाय असो, या सर्व मुलांना कौतुकानं वागवलं होतं.

डोंगरावरचं चर्च असो किंवा त्या डोंगरावरचं नवनाथ मंदिर, गावची सर्व मुलं तिथं मोकळेपणाने जात असत. त्यावेळी धर्म अगर जात कधीच आडवी आली नव्हती. अंजूच्या घरचा गणपती, वैनीबायच्या हातच्या नेवऱ्या, गूळ पोहे साऱ्याची चव वर्षभर जिभेवर असे. नाताळचा केक, अंजू-सुवर्णा खेरीज कधीच कापला गेला नव्हता. नाताळात मध्यरात्री येणाऱ्या सांताक्लॉजनं अंजू, सुवर्णासाठीही भेटवस्तू आणल्या होत्या. या कोणत्याही वेळी धर्म, जात आडवी आली नव्हती. एकमेकांच्या सोबतीनं, घट्ट हात धरूनच आजवरची वाटचाल झाली होती. फेरीबोटीनं नदीपार करून शाळेला जाता येताना बालपण कधी सरलं होतं, तेच आठवत नव्हतं. आज यौवनात पदार्पण केल्यानंतर ते सारंच बालपण अधिक जवळीकीनं मनात जागं झालं होतं. त्या सहवासाला एक सुंदर अर्थ प्राप्त झाला होता. सुवर्णाबद्दल एक वेगळीच ओढ वाटत होती. तिला भेटताना, तिच्याशी बोलताना, वेगळा आनंद जाणवत होता.

एक हुरहूर...

प्रेम ?

यालाच प्रेम तर म्हणत नसतील ?

आज तिच्या लग्नाची गोष्ट ऐकून आपण का भडकलो ? ती भेटत नाही म्हणून आपण असं अस्वस्थ का झालो ?

पुण्याच्या मुलाशी सुवर्णाचे लग्न झालं तर ?

डोंगर चढता चढता हा विचार मनात येताच हॅरी स्तब्ध झाला.

सुवर्णाची वेगवेगळी रूपं त्याला आठवू लागली. आजवर न जाणवलेले अनेक संदर्भ त्याचे त्यालाच समजू लागले. तिनं व त्यानं कधीच न उच्चारलेली एक अव्यक्त भावना... अचूकपणे स्पष्ट झाली होती. ही जाणीव येताच, तो खूप अस्वस्थ झाला. सुवर्णाला भेटणं आवश्यक होतं. विसूबाबच्या बदलत्या वागण्याबद्दल तिला काय वाटत होतं हे समजणं आवश्यक होतं. या सर्वच प्रकारामधली तिच्या मनाची भावना नेमकी काय होती ?

आज सकाळीच मंदिराच्या आवारात हॅरीला पाहून अंजूला आश्चर्य वाटलं.

आनंदानं ती म्हणाली, "ये हॅरी ये" पूर्णामाय मंदिरात गेली होती.

"अंजू, थोडी बाहेर चल. मला बोलायचं आहे तुझ्याशी."

"अरे पण थांब थोडा, आईला सांगून येते." दरवाजा बंद करून अंजू मंदिरात गेली. हॅरी पाहत होता, ते नीटनेटकं घर ! दरवाजासमोरची सुगंधानं भरून गेलेली फुलझाडं. तुळशी वृंदावनाजवळची ठिपक्यांची रांगोळी, त्यानंतरचं हळदी कुंकू.

ते सर्व पाहताना हॅरीचं मन भरून आलं. हे सर्व त्याच्याही जीवनाचंच एकअंग होते. परके वाटत नव्हते. समजायला लागलं, तेव्हापासून हॅरी हे सर्व जीवन असंच अनुभवत होता, जवळिकीने, आपलेपणाने. सुवर्णाच्या अगर अंजूच्या घरात जाताना, अंगणातच बूट काढून ठेवायचे हे जसे तो करत होता, तसेच संध्याकाळी तुळशीजवळ दिवा लावणाऱ्या वैनीबायला त्याने सुवर्णाबरोबरीनेच वाकून नमस्कारही केला होता. त्यांच्या घरचा गणपती आणताना, पोहोचविताना भजनात तोही सामील झाला होता. इतकी वर्षे कुठेच काही आडकाठी नव्हती.

मग विसूबाबनं हे नवीन काय आरंभलं होतं?

अंजू हसतमुखानं त्याच्याकडे येत होती.

"आईनं परवानगी दिलीय. पण जाण्यापूर्वी तुला घरी घेऊन गेले पाहिजे. नाहीतर माझी धडगत नाही बरं."

"हो. तिला भेटेनच. तिच्या हातचा चहा प्यायल्याखेरीज का मी जाणार? चल."

हॅरी आणि अंजू कातळाच्या दिशेने निघाले.

"अंजू!"

"काही विचारू नकोस हॅरी. सुवर्णा का भेटली नाही हेच ना तू विचारणार? ती भेटणार नाही यानंतर हॅरी. बाबाने तिचे लग्न जवळ जवळ निश्चित केले आहे." अंजू गंभीरपणाने म्हणाली.

"लग्न? तिला विचारलं?"

"त्यात विचारायचं काय? आमच्या समाजात मुलींची लग्नं अशीच तर ठरतात. आई वडीलच मुलीला योग्य घर, योग्य मुलगा बघतात. ज्या घरी आपली मुलगी सुखी होण्याची खात्री वाटते, त्या घरी मुलीचे लग्न ठरवतात. आई वडील जे करतात ते मुलीच्या भल्यासाठीच ना?"

"अंजू... सुवर्णा..."

हॅरी बोलण्याचा प्रयत्न करत होता. त्याला थांबवून अंजू म्हणाली,

"होय हॅरी. सुवर्णाचं तुझ्यावर प्रेम आहे. ही गोष्ट तिनं मला अनेकदा सांगितलीय. तुझ्याच लक्षात कधी आलं नव्हतं... आणि तेच ठीक होतं."

"अंजू."

"खरंच सांग हॅरी. लक्षात आलं असतं, तरी काय उपयोग होता ? केवळ दुःखच. कारण आमचे बाबा कधीच हे प्रेम सफल होऊ देणार नाहीत. तुझं आणि सुवर्णाचं प्रेम सफल होणं, म्हणजे तुमचं लग्न होणं. ते लग्न कोण कसं होऊ देणार आहे हॅरी ?"

"खरं सांगू अंजू ? मी असा विचारच कधी केला नाही. मला इतकंच समजतं आहे, की मी सुवर्णाशिवाय जगू शकत नाही. ती जर जीवनातून निघून गेली, तर .... तर.... मी वेडा होईन. कोण जाणे मी काय करून बसेन."

"हॅरी!" अंजू घाबरुन म्हणाली, "काहीतरीच बोलू नकोस. सर्व गोष्टींचा डोळसपणे विचार कर."

"अंजू, नुकतीच कुठे प्रेमभावना मला परिचित होतेय. किती नाजूक, किती सुंदर आहे हे धुक्यातून चालणं ? ती आणि मी! किती जवळ आहोत पण किती दूरही ? हे जाणवायला सुरुवात झाली न झाली, तोवर दूर होण्याचा क्षणही यावा ? नाही अंजू, सुवर्णाला मी दूर जाऊ देणार नाही. हे कदापि शक्य नाही."

हॅरी व्याकूळ झाला होता.

"काय करणार आहेस तू ? लग्न ? लग्न करशील सुवर्णाशी ?"

अंजूने करकरीत आवाजात विचारले. त्या शांत वातावरणात तिच्या करकरीत आवाजाने हॅरीचे काळीज चिरत गेले. थोड्याशा रागानेच तो म्हणाला,

"लग्न ? जर लग्न या उपचारानेच सुवर्णा लाभत असेल तर लग्नच करेन."

"कोण मान्य करेल हे लग्न ? ग्लोरियामाय, वैनीबाय, बाबा, फादर, जगूभटजी की जुजे गाव ?"

"अंजू, मी या गोष्टींचा विचारच केला नाही आजवर."

"पण हॅरी, मी आणि सुवर्णाने यावर खूप विचार केला आहे. बाबा किंवा वैनीबाय कदापि मान्यता देणार नाहीत. बिचारी वैनीबाय! तिला सुवर्णाचं मन समजलं, तरी ती तिच्यासाठी काहीच करू शकणार नाही. विरोध करणं हे तिच्या रक्तातच नाही. नाहीतर पहिला विरोध तिने माझ्या आईला केला असता. मला केला असता. ती स्वभावाने गरीब आणि त्यात दुखणाईत. तुझे आई वडील ? होय, ग्लोरियामाय करारी आहे. तिची ठाम मते आहेत. तुझ्यावरच्या प्रेमाखातर ती सुवर्णाला आनंदाने सून करून घेईल. तुझे डॅडीसुद्धा ग्लोरियामायचा शब्द मानतात. पण मुख्य प्रश्न बाबांचा! ते जिवाचं रान करतील, पण हे लग्न होऊ देणार नाहीत.

आणि जरी तुम्ही ठरवलं, तरी लग्न लावणार कोण ?

चर्च ? की मंदिर ?

चर्चमध्ये लग्न लागेल, पण सुवर्णाने ख्रिश्चन धर्म स्वीकारला तरच.

मंदिर ? मंदिर तर बाबांचंच. पण इतर कोणत्याही मंदिरात लग्न लावायचं, तरी

तुला प्रथम शुद्धिकरण करावं लागेल. हिंदू व्हावं लागेल.

आता तू मला सांग हॅरी. अगदी जवळचे शेजारी आहात तुम्ही. आणि शेजारीच आहेत मंदिर आणि चर्च! तरी हे सारं किती अवघड आहे ? बाबा इतके कडक स्वभावाचे आहेत की त्यांच्या मनाविरुद्ध वाऱ्याची झुळूक वाहणं सुद्धा त्यांना खपत नाही. सुवर्णा त्यांची एकुलती एक मुलगी. वारस! एक वेळ मी असं काही केलं असतं तर त्यांनी सोसलं असतं. पण सुवर्णाला ती संधीच नाही."

"का अंजू ? तू पण त्यांचीच मुलगी ना ?" हॅरीने विचारले.

"होय मुलगीच! पण अनौरस! सुवर्णा गैर वागली तर लोक म्हणतील विसू भाटकाराच्या पोरीने गैरकृत्य केले. पण मी गैरकृत्य केले तर लोक म्हणतील भाविणीची पोर! अशीच वागणार होती."

"अंजू..."

जे ऐकत होता ते सहन न होऊन हॅरी उद्‌गारला. अंजूच्या डोळ्यांमधून, अनिर्बंधपणे अश्रू वाहू लागले.

"होय हॅरी. मी जाणवून देत नाही. पण ही खंत जाळतेय माझ्या मनाला. ते समोरच्या जांभळीवर लटकणारे बांडगूळ पाहिलेस ? तसा आहे माझा जन्म! जांभळीसोबत वाढणारा, पण जांभूळ नव्हे. उपरी फांदी. जांभळीच्या आधाराने जगणारी. पण मला हे सर्व संपवायचं आहे. माझं स्वतःचं स्वतंत्र रोप लावायचे आहे. म्हणूनच आईनं सुचविलेल्या पहिल्या स्थळाला मान्यता दिली. शिक्षण अर्धवट सोडून मी लग्नाला तयार झालेय."

तिचे डोळे पुसत हॅरी म्हणाला,

"अंजू, किती विचारी आणि समजूतदार आहेस तू. आज प्रथमच इतकं बोलताना मी ऐकलं."

अंजू निरागसपणे हसली.

"आजवर तू कधी आला होतास बोलायला ?"

"खरंच अंजू, आपण सर्वजण किती जवळ होतो, पण तितकेच दूरही. आता लग्न होऊन तू जाणार. पण अंजू, सुवर्णा गेली तर मी वेडा होईन. काय करेन हे आज सांगू शकत नाही."

हॅरी संतापला होता.

"धीराने घे हॅरी... ते पहा हॅरी. फादर रॉबर्ट येत आहेत."

दोघांनी पाहिलं. फादर रॉबर्ट डोंगर चढत होते. हॅरी आणि अंजू त्यांना सामोरे गेले. त्या दोघांना एकत्र पाहून फादरना आश्चर्य वाटले. काही मनात येऊन ते हसले.

"फादर आज इथे ?" हॅरीने विचारले.

"या अंजूचं आमंत्रण होतंच. पूर्णामायला भेटायचं होतं. आज सवड होती.

आज आमचे पावलू महाराज चर्चवर आहेत. म्हणून मी सकाळीच बाहेर निघालो.''

''या फादर, ही आमची आवडती जागा.'' रॉबर्टना कातळाकडे नेत अंजू म्हणाली. तो सर्वच परिसर, त्या ठिकाणाहून खूप वेगळा आणि सुंदर दिसत होता. या निसर्गसंपन्न जागी अंजूचा जन्म झाला होता. एखाद्या वनकन्येप्रमाणे अंजू त्या ठिकाणी लहानाची मोठी झाली होती. तिचे डोळे निरागस होते. चेहऱ्यावर भाबडा, पवित्र भाव होता. पावलूनं रॉबर्टला अंजूच्या जन्माची कथा सांगितली होती. घरात वैनीबायसारखी पत्नी आणि सुवर्णासारखी मुलगी व सारं वैभव हात जोडून उभं असताना, पूर्णाशी संबंध ठेवणाऱ्या विसूबाबचं रॉबर्टला नवल वाटत होतं. शिवाय सारी कथा, एकाच गावात घडत होती. या घटनांचा एकत्र वाढणाऱ्या आपल्या दोन मुलींवर कोणता परिणाम होईल, याची विसूबाबने कधीच पर्वा केली नव्हती. उलट या मंदिराचा जीर्णोद्धार करून त्यानं गावाला उपकृत केलं होतं, अडाणी, दरिद्री गावकरी त्याच्या समोर हात जोडून उभे असत.

अंजूच्या जन्माची कथा ऐकून, रॉबर्टला त्या मुलीबद्दल वेगळीच कणव वाटत होती. थोड्या दिवसांनी अंजू लग्न होऊन जाणार होती. तिनं नुकतंच फादरना नवनाथ डोंगरावर येण्याचं आमंत्रण दिलं होतं. रॉबर्टला तो परिसर पाहायचा होता. पूर्णामायला भेटण्याची ओढ होती, पूर्णामाय!

स्त्रीचं एक वेगळं रुप!

हॅरी आणि अंजूला एकत्र पाहून रॉबर्टला आनंद झाला. पावलूनं सांगितलं होतं, तशीच ही सारी मुलं मैत्रीच्या धाग्यातून जोडली गेली होती. कादरचा रझाक, आल्बर्तूचा अनौरस फ्रँक आणि ही पूर्णाची अंजू! रॉबर्टचं मन भरून आलं.

हीच होती येशूची शिकवण. शरीरापेक्षा आत्मा श्रेष्ठ मानणारी. शुद्ध आत्म्यानं जगायला शिकवणारी!

फादर रॉबर्टच्या येण्याचा अंजूला खूप आनंद झाला. तिनं गिडूच्या सोनो, मोनोला बोलावून फादरना नमस्कार करायला लावला. फादरच्या झग्याकडे टकामका बघत सोना म्हणाला,

''बाय, हो कोण ते हांव जाणा! हो किरिस्तावबालो भट नूं ?''

त्यावर सगळे हसले. मोनो, सोनो लाजून खेळायला पळून गेले.

''ते शाळाही शिकतात हं फादर. आधी कंटाळा करायचे. पण आता माझ्या आधी जायला तयार! हुशार आहेत.''

अंजू कौतुकानं म्हणाली.

''तुझ्यासारखी मास्तरीण भेटल्यावर काय होणार ?'' हॅरी म्हणाला.

''पण फादर गावात शाळा नाही ना ? रोज फेरीबोटीनं पलीकडं जायचं. हा डोंगर चढायचा, उतरायचा. खूप थकून जातात बिचारे.''

"का ?" आपण नाही गेलो ? तू नाही डोंगर चढून, उतरुन शाळेत गेलीस ?"हॅरीनं विचारलं

"मी ?"

ना रे बाबा ना! मी आजीची, आईची लाडकी ना? मी, गिडूच्या खांद्यावर बसून डोंगर उतरायची आणि शाळा सुटताना गिडू पायथ्याशी उभा असायचा. आता तुम्ही हसाल म्हणून मग तुमच्याबरोबर चालत असायची. खरंच रे हॅरी! काय मज्जा केली ना आपण ? बिचारा रझाक, गणित डोकीतच शिरायचं नाही. किती मार खायचा! आणि मला ? ती पोर्तुगीज भाषा, मांजरीसारखी फिस् फिस् बोलणारी टिचर बघितली की हसू यायचं!"

अजूनही अंजूला हसू येत होतं.

"हं! रझाक चाललाय आता दुबईला." हॅरी म्हणाला.

"आणि कादरचाचा ?" अंजूनं विचारलं.

"नको म्हणतोय. पण रझाक ऐकणार ? आणि अंजू खरं सांगू ? मलाही हे गाव सोडून दुबईला जावं असं वाटतंय बघ. काय करायचं इथं राहून ?"

ते ऐकून, अंजू कावरीबावरी झाली.

ती म्हणाली,

"फादर, फादर, पहा ना हा हॅरी कसा बोलतोय ? हॅरी असा विचार तुझ्या मनात आलाच कसा ? असे ग्लोरियामायसारखी आई तुझी! तू डॉक्टर होणार याचा केवढा अभिमान आहे तिला, आम्हाला ! फादर, याला काही सांगा ना फादर.

हा माथेफिरू आहे. आणि सॅम! सॅमचं काय होईल तू असा वागलास तर ? तो तुझ्याशिवाय पाणीही पीत नाही. असं वेड्यासारखं का बोलतोस ?"

बोलता बोलता अंजू रडायला लागली.

"हॅरी" त्याला आपल्याकडे वळवून रॉबर्ट कठोर शब्दात म्हणाला,

"एक सांग हॅरी! इतकी तीव्र आहे तुझी प्रेमभावना ? प्रेम तर विशाल असतं. ते एका सुवर्णात गुंतवून तू अनादर करतो आहेस या शब्दाचा. आईवडिलांचं तुझ्यावरचं प्रेम, आमचं सर्वाचं तुझ्यावरचं प्रेम... या गावाचं तुझ्यावरचं प्रेम... आईनं तुझ्यासाठी केलेल्या प्रार्थना... या सर्वांपेक्षा तुझी सुवर्णाबद्दलची प्रेमभावना मोठी ?"

"होय फादर, निदान या क्षणी!"

"वेडा आहेस तू हॅरी... गोंधळून गेला आहेस तू. तू असा विचार करावास ? तू मेडिकलचा विद्यार्थी..."

"होय फादर, मी चांगल्या संस्कारात वाढलेला, शिकलेला, खरं आहे सगळं. पण त्याचवेळी मी हे समजून चुकलोय की मी सुवर्णाखेरीज जगू शकणार नाही.

ती नसेल तर ... ती कुणा दुसऱ्याची झाली तर... मी काहीही करेन, कुठेही जाईन...''

"हॅरी, फादरसमोर असलं बोलतोस ?" रागाने अंजू म्हणाली.

"का ? फादरना मी सर्व सांगितलंय. धर्म! हा धर्म आमच्या आड येतोय ना ? म्हणून मी फादरना सर्व सांगितलं. मदत करावी म्हणून! चुकलं माझं ?"

हॅरीनं विचारलं.

"नाही हॅरी. यात काहीच चुकलं नाही. मी विचार करतोय, मी बोलणार आहे फादर डिसिल्वांशी, ग्लोरियामायशी. धीरानं घे. काही मार्ग निघेलच ना ?"

हॅरीच्या खांद्यावर ममतेनं थोपटत रॉबर्ट म्हणाला. ते तिघेजण कातळावर नि:स्तब्ध बसले होते.

मंदिरात दामोदर तन्मयतेनं गात होता.

"अवघाची संसार सुखाचा करीन ।
आनंदे भरीन, तिन्ही लोक ॥
जाईन गे माये तया पंढरपुरा ।
भेटेन माहेरा जीविचिया ॥
सर्व सुकृताचे फळ मी लाहीन ।
क्षेम मी देईन, पांडुरंगा ॥

संत ज्ञानेश्वरांचा तो अभंग रॉबर्टनं अभ्यासला होता. आज त्याचा अर्थ थेटवर मनात उतरला होता.

त्याला हे जग सुखी करायचं होतं. आनंदानं हे जग पुन्हा फुलवण्यासाठीच होता या जगण्याचा प्रवास!

"कोण गातंय ?" त्यानं विचारलं.

"तो ना ? आमचा दामोदर, जगूभट त्याला सांगतात मुंबईला जा. नशीब काढ. आवाजाचं चीज होईल."

"मग ?"

"छे ! दामोदर म्हणतो, इथं म्हाताऱ्या आई-बापांना, भावडांना, एकटं टाकून कसा जाऊ ? ते बरोबरच आहे ना फादर ?" अंजूनं विचारलं.

"हो ना! पण इथं कोणतं काम करतो दामोदर."

"काम कुठलं फादर ? या गावात कुठलं काम ? कधीतरी मुरगाव बंदराला मोठी बोट लागली तर जातो माल उतरवायला. सहा महिने मिळतं काम! पण येताना पार सुकून बोंबील होऊन येतो. काम छाती फुटेस्तोवर करायचं पण त्यानंतर खाणं नको ? पैसे वाचवण्यासाठी उंडा, चहा, भजी खाऊन अर्धपोटी राहतो. त्या पैशांवर मग उरलेले चार महिने काढायचे. जगूअण्णा म्हणतात, हा दामोदर, संधी मिळाली

तर दुसरा मास्टर दीनानाथ झाला असता.

आज सकाळीच आलाय. आता दुपारपर्यंत गात बसेल. शेवटी देवालाच ना सांगणार दु:ख ? असं माझी आई म्हणते.''

अंजूला थांबवून हॅरी म्हणाला,

''आणि देव ऐकतो ? देव त्याची गरीबी दूर करतो ? हंबग!''

''असं का म्हणतोस रे हॅरी ? गरीबी काय एका दिवसात संपते ? ते काय लॉटरीचं तिकीट असतं ?''

''लॉटरी! लॉटरीच आहे सगळी. लागेल त्याला लागेल.''

फादर रॉबर्ट न बोलता ऐकत होते.

दामोदर गात होता.

''पोटापुरते देई विठ्ठला, लयि नाही लयि नाही मागणे
भाकर शिळी अथवा ताजी
देई भुकेच्या वेळी
तुका म्हणे आता, नका करू पायांपरतां
लयि नाही, लयि नाही मागणं...''

मंदिरातून धुपाचा, उदबत्तीचा, फुलांचा वास येत होता. चाफ्याचं झाड पिवळ्याधमक फुलांनी भरून गेलं होतं. चमेलीचा गंध हवेत पसरून श्वासांना भिडत होता. रॉबर्ट भावसमाधीत जणू हरवून गेला होता. मंदिरातली घंटा कानावर पडत होती.

''घरी येता ना फादर ?''

''हो येईन ना! पूर्णामायला भेटायला तर आलोय.''

''मी आलेला आईला आवडेल ना ? मघा तुमचा भट, मला इथे येताना बघून मान वळवून वळवून पाहत होता.''

फादरचे बोलणे ऐकून अंजू हसली.

''आमचे जगूअण्णा नं ? ते आहेतच संशयी! त्यात आज सकाळी हॅरी आणि तुम्हीसुद्धा ? झालं! आता उद्या पूजेच्या वेळी मंत्रोच्चार नाहीत तर प्रश्नच प्रश्न. आईला आणि मला पण. खरं तर, ते खूपच चांगले आहेत. आईवर मुलीसारखी माया करतात. आणि माझ्या सोयरगतीचा प्रसाद लागेपर्यंत तोंडात पाणी घेतलं नाही. स्वत:हून माझा साखरपुडा केला.''

''साखरपुडा ?'' फादरनी विचारलं.

''होय फादर, एंगेजमेंट. त्यावेळी गणपती पूजन करुन दोन घरांचं नातं जोडलं जातं. माझा साखरपुडा याच मंदिरात झाला. आई, जगूअण्णा, मी आणि सासरची माणसे.''

''आणि.. ?''

"आणि ? नवनाथ"

अंजू म्हणाली.

"अं हं, मी विसूबाबचं विचारतोय," हॅरी म्हणाला.

"बाबा ? बाबा कसे येणार ?"

"का ? तू त्यांची मुलगी नाहीस ?" हॅरी रागाने म्हणाला.

"हॅरी, मघा मी तुला जांभळीचं झाड दाखवलं ना ?"

अंजू उदास स्वरात म्हणाली.

"मग तुझं लग्न ?"

"ते मामाच्या गावी होणार. मामा आणि मामी माझं कन्यादान करणार."

"म्हणजे ? तुझ्या लग्नालाही तो येणार नाही ?"

"तो कसा येणार हॅरी ? तो लग्नखर्च करणार. तो जगूअण्णाला पाठवणार. माझ्या आईला तेच अपूर्वाईचं वाटतं. ती म्हणते, भाटकरांनी जबाबदारी पूर्ण केली. अर्ध्यावर सोडलं नाही."

अंजूचा आवाज रडवेला झाला. डोळे भरून आले.

"हॅरी, माझं लग्न होणं आणि मी चांगल्या रीतीनं सासरी जाणं, हेच माझ्या आईचं वेडं स्वप्न! त्यासाठीच या डोंगरावर उभं आयुष्य तिनं काढलं. समाजापासून दूर राहिली. चर्चा होऊ दिली नाही तिनं स्वत:ची, एखाद्या गंगेसारखी पवित्र आहे माझी आई. पापभीरू मनाची. याच गावात वैनीबाय आहे. पण आई तिच्यासमोर कधीच गेली नाही. अपराधी समजत राहिली ती स्वत:ला."

अंजू अनावरपणे बोलत होती. इथून ती आता जाणार होती. म्हणूनच अलिकडे आईबद्दल, या परिसराबद्दल तिला एक वेगळा उमाळा जाणवत होता.

"अपराधी ? अपराधी तर विसूबाब आहे." हॅरी संतापाने म्हणाला.

"जाऊ दे हॅरी. आई म्हणते, हे सर्व पूर्वनियोजितच असतं. शिवाय माझं वाईट थोडंच झालं. मला आईजी काळजी वाटते. मी गेले की ती फार एकटी होईल. हॅरी, येशील ना तू आईला भेटायला ?"

"हो ग. ते सांगायला का हवं ?"

"आणि हॅरी, मला तुझी आणि सुवर्णाची पण काळजी वाटतेय. तुमचं लग्न व्हावं, असंच वाटतं मला हॅरी. पण... तू वेडंवाकडं वागू नकोस. नाही ना वागणार ?" हॅरीने उत्तर दिले नाही.

"फादर, तुम्हीच समजावून सांगा या हॅरीला. फार संतापी आहे."

फादर मनापासून त्यांचे संभाषण ऐकत होते,

किती सुंदर नात्यांनी ही मुले एकत्र आली होती!

तिथं जात, धर्म काहीच मध्ये आलं नव्हतं. हॅरी, अंजूच्या निरागस मैत्रीने

रॉबर्टचे मन भारावून गेले. त्याला लिरियानाची आठवण आली.

ती पण या अंजूसारखीच होती. साधी सरळ मनाची! पण वाचनानं, संस्कारानं अधिक प्रगल्भ बनली होती इतकंच!

"आई..."

अंजूनं अंगणातून हाक दिली आणि दरवाजाच्या चौकटीत पूर्णामाय उभी राहिली. लिंबोळी रंगाची नऊवारी साडी, हात भरून हिरवी काकणे, कपाळावरचा कुंकवाचा ठसठशीत लाल टिळा. चेहऱ्यावरचे आर्जवी हासू. निरांजनाच्या शांत वाती तेवत असल्याची जाणीव करून देणारे स्निग्ध डोळे.

पूर्णामायला पाहून रॉबर्टच्या काळजाचे ठोके जलद झाले. पायांना सूक्ष्म कंप जाणवला. ओठ कोरडे पडले.

खूप वर्षांनी... खूप वर्षांनी आज हे असे रूप समोर उभे ठाकले होते.

अम्मा!

अम्माच्या हातामधली हिरवी काकणे, कपाळावरचा ठसठशीत लाल कुंकवाचा गोल. वर खोचलेली साडी.

"गणेशा...गणेशा...."

"स्वामी, पोरांची काळजी वाटते."

"शुभं भवतु... शुभं भवतु..."

स्वामींनी कपाळावर ओढलेला भस्माचा फराटा...

तेलाने माखून अंगावरुन फिरणारी सायीसारखी मऊ बोटे!

मंदिरामधले घंटानाद!

नवनाथ मंदिरातील घंटा वाजत होती. आज किती वर्षांनी हा अनुभव पुन्हा आला होता. रॉबर्टचे डोळे भरून आले.

"या फादर या ना!"

पूर्णामाय तत्परतेने पुढे झाली. जांभळीच्या झाडाखाली चटई अंथरली होती. अंजूने एका ट्रेमधून गरम पोह्यांच्या बशा आणल्या. थंड सरबताचे ग्लास समोर ठेवले.

समोर बसून पूर्णामाय आग्रहाने खाऊ घालत होती.

अम्मा, सिस्टर ॲगाथा, ममा आणि आज भेटलेली पूर्णामाय... या सर्वांनी रॉबर्टचे पोरकेपण कमी केले होते.

पूर्णाचं घर मंदिराच्या पिछाडीला होतं. दामोदरचा आवाज तिथवर ऐकू येत होता.

"उडाली पक्षिणी गेली अंतराळी
चित्त पिलाजवळी ठेवोनिया."

ते ऐकून रॉबर्टचे डोळे भरून आले. अम्मापासून दूर होऊन किती वर्षं झाली होती. तरी तिचं प्रेम असं अवतीभोवती जाणवत होतं.

पावलूनं सांगितलं होतं तसंच मंदिराच्या आवारातली दीपमाळ असणारी पूर्णामाय रॉबर्ट पाहत होता. अशा पूर्णामाय आहेत, म्हणून माझ्यासारखे रॉबर्ट जगतात.

रॉबर्टला त्याच्या विचारातून पूर्णाने दूर केले.

"फादर तुम्हाला भेटून आल्यापासून अंजू सारखी तुमच्याबद्दल सांगतेय. खूप बरं वाटलं की तुम्ही आलात. आता अंजूच्या लग्नाला पण या हं."

"हो तर! ट्रक भरून सारं जुजे गावच नेऊ आपण तुझ्या सदाशिवगडावर." हॅरीनं चिडवलं.

"कितें रे हॅरी ? बघा ना फादर" अंजू म्हणाली.

ह्यावर सगळे हसले. त्यांना डोंगर उतारावर पोहोचवायला अंजू आली होती. परत वळताना ती म्हणाली-

"फादर, या वेड्याला जरा समजावा हं. भीती वाटते मला."

"बरं हं ग्रॅनीमाय. जा आता घरी परत." तिच्या डोकीवर हलकेच चापटी मारून हॅरी म्हणाला.

अंजूचा निरोप घेऊन रॉबर्ट व हॅरी डोंगर उतरत होते. अर्ध्या वाटेवर त्यांना डोंगर चढणारा विसूबाब भेटला. त्यानं डोकीवर छत्री धरली होती. पाठोपाठ सामानाची पिशवी घेऊन गिडू चालत होता. फादर व हॅरीला डोंगर उतरताना पाहून विसूबाब संतापानं जागेवरच थबकला. याच नव्या फादरला भेटून आलेली सुवर्णा त्याला आठवली. ते दोघे समोर येताच विसूबाब कडाडला,

"फादर, तुमचं काम आहे त्या चर्चवर. या डोंगरावर येण्याचं धाडस केलंत कसं ? आता आणखीन कोणता डाव मनात धरून फिरता आहात ? पोटासाठी धर्म बदलणारी माणसं शोधत असाल तर अशी माणसे या जुजे गावी नाहीत."

त्यांचा आवेश बघून रॉबर्ट हतबुद्ध झाला. शांत आवाजात तो म्हणाला-

"तुमचा गैरसमज होतो आहे भाटकार. मी हा सुंदर प्रदेश फक्त पाहायला इथं आलोय."

"फक्त पाहायला ?" उपहासाने विसूबाब म्हणाला.

"असे प्रदेश पाहायला येण्याचे निमित्त करूनच तर पोर्तुगीजांनी हा प्रदेश बळकावला. ज्यांचं राज्य, त्यांचा धर्म. या न्यायानं तुमचा धर्म इथे आला. धर्मापाठोपाठ तुम्ही लोक आलात. धर्मांतरे केलीत. मी ओळखून आहे तुम्हा लोकांना. पण या गावात तुमची डाळ मी शिजू देणार नाही. लक्षात ठेवा. जे काही काम करायचं ते तुमच्या चर्चवर करा. गावात अगर मंदिर परिसरात फिरण्याचं काम नाही. या विसूबाबशी गाठ आहे."

"शांत व्हा भाटकार. धर्मांतरं पूर्वी घडली असतील, पण आता आम्ही नवीन विचारांचे धर्मगुरू धर्मांतराच्या विरुद्धच आहोत. आम्ही धर्मप्रसार मानतो. पण धर्म म्हणजे सदाचार. सत्याचरण."

"मला तुमचं प्रवचन ऐकवू नका. धर्मांतरं तुम्हाला मान्य नाहीत. पण माझी मुलगी चर्चवर येऊन तुम्हाला भेटते. आणि हा हॅरी, तुमच्यासोबत डोंगरावर येतो. उद्या त्याचं लग्न धर्मांतर न करता चर्चवर लावूनही द्याल. कारण तुम्हाला माहिती आहे फादर, की त्यानंतर जन्माला येणारी त्यांची मुलं ख्रिश्चन म्हणून ओळखली जाणार आहेत. म्हणजे धर्मप्रसार तर झालाच, सक्ती झाली नाही. म्हणूनच या दोन मुलांना तुम्ही फूस लावता आहात ? पण मी हे कदापि घडू देणार नाही. माझी एकुलती एक मुलगी. तिची मुलं ख्रिश्चन धर्मात जन्माला येणार ? आणि माझा वंश संपणार मी... विसूबाब.. नवनाथ मंदिराचा जीर्णोद्धार करणारा... हे कदापि घडू देणार नाही.... कदापि..."

फादर रॉबर्टला बोलण्याची उसंत न देता रागाने, बोलत बोलत, विसूबाब पाठमोरा होऊन डोंगर चढू लागला. त्याच्या पाठमोऱ्या आकृतीकडे हतबुद्ध रॉबर्ट पाहत राहिला.

"पाहिलंत ना फादर ? हा कर्मठ माणूस मला आणि सुवर्णाला सुखानं जगू देणार नाही. फादर, आजवर हा धर्म कधी आडवा आला नाही. आता... आयुष्याचा काही निर्णय घेण्याची वेळ आली... आणि धर्माचे हे विक्राळ रुप समोर उभे ठाकले आहे. माणसाने सुखी व्हावे, म्हणूनच आहे ना हा धर्म ? मग ही बंधनं का ?

मी आणि सुवर्णा... माणसं आहोत प्रथम!

आणि माणूस असणं, माणसासारखं वागणं हा खरा धर्म, असंच तर सांगता तुम्ही चर्चवर, मंदिरातून खरं ना ? मग आमची अडवणूक करणारा हा नवीन धर्म कोणता? सांगा फादर.

कधी नव्हे, इतकी मला या वातावरणाची भीती वाटतेय. आजवर या गावातून मनमोकळं वाढलो. चर्च, मंदिर. काहीच फरक जाणवला नाही. ही सर्व घुसमट असह्य होते आहे फादर. असं वाटतं की यात मी गुदमरून जाईन. माझा विश्वास उडत चाललाय सर्व गोष्टींवरचा, प्रार्थनेवरचा, धर्मवचने, सदाचारावरचा."

हॅरीला भावनावेग असह्य झाला होता. तो अंतर्बाह्य थरथरत होता. चेहरा भावनावेगाने फुलून आला होता. त्याला थोपटत फादर म्हणाले-

"शांत हो हॅरी, शांत हो. ही तर सुरुवात आहे. जीवनात संघर्ष अटळ आहे. थोरामोठ्यांना तो चुकला नाही. धीर सोडू नको. आपण काही मार्ग शोधू. मी बोलेन तुझ्या आई-वडिलांशी, मोठ्या फादरशी. चल उन्हं माथ्यावर आलीत."

फादर रॉबर्ट व हॅरी दोघे निघाले होते. वाटेत कातू भेटला. त्याच्या सोबत

त्याची सून होती. अगदी अशक्त अशी ती स्त्री! गरोदरपणाने अवघडलेली, अनवाणी पायाने ती कातू पाठोपाठ जात होती. हॅरील पाहून कातू थांबला.

"बाबा!"

"काय कातू ? खंय चल्लो ?"

"बाबा, सुनेक दोतोराक दाखवू जाय. इंजक्शन द्यायचं आहे. दिवसें दिवस पालीसारखी पांढरी पडत चाललीय. वखतं आणि इंजेसांव केवढा खर्च भाटकारा ? शिवाय इतकं लांब जायचं. फेरीबोटीनं पलीकडे गेल्यावर दोतोर भेटणार. तो पण जागेवर हवा ना ? हिला सोसवत नाही जाणं येणं. पण कितें करतलो ?" कातू सांगत होता.

"पैसे आहेत ?" हॅरीने विचारले.

"हां बाबा. ग्लोरियामायनं दिले. तुमचे चढ उपकार आसता सायबानू. पैर घर मोडला तेन्ना मायनेच आसरा दिला. चुडतं दिली. देव तुमका बरं करतलो."

कातू आणि ती स्त्री जात होते.

"पाहिलंत ना फादर ? या गावात एक डॉक्टर हवा. या माणसांचे केवढे हाल होतात. पाहिलंत ना ? इथं चर्चचं नूतनीकरण झालं. मंदिराचा जीर्णोद्धार झाला. खाडीतून बंधारे घालून तिथे जायला रस्ते झाले. उद्‌घाटने झाली. अमाप खर्च! पण इथं शाळा व्हावी, दवाखाना व्हावा असे कुणालाच वाटत नाही. आणि माणसांनाही सवयच झालीय अशा जगण्याची. यापेक्षा आपण चांगलं जगू शकतो. जगावं हे त्यांच्या स्वप्नातही नाहीय."

हॅरी बोलत होता. त्याच्या खांद्यावर हात ठेवून समाधानानं, ममतेने फादर बोलले.

"म्हणूनच मला वाटतंय हॅरी. तुझी जबाबदारी अधिक वाढलीय, खरं ना ? तू डॉक्टर हो. या गावात दवाखाना सुरू कर. त्यात तुला खूपच समाधान वाटेल. शेवटी ही सर्व धुरा तुम्ही तरुण मुलांनीच वाहायची आहे. राज्यकर्ते परकीय, त्यांना फक्त ही भूमी हवीय. आणि माणसे ? अशीच जगायला हवीत. या अशा विचारांनी मी पण अस्वस्थ होतो आहे अलिकडे हॅरी. पण तुम्ही सर्वजण भेटलात आणि खूप बरं वाटतंय मला, की या गावात एक विचार आहे."

"फादर त्याचं सारं श्रेय माझ्या मम्माला."

"होय हॅरी! युवर मदर! ती एक एंजल आहे. देवता!"

हॅरी आणि फादर सुवर्णाच्या घरासमोरून जात होते. वैनीबाय अंगणातल्या तुळशीला पाणी घालत होती. न्हाऊन तिने केस पाठीवर सोडले होते. कृश अंगाची, लहानखोर चणीची ती स्त्री, स्वतःच वृंदावनामधल्या तुळशीसारखी दिसत होती.

तिनं हॅरीला पाहिलं होतं. पण न पाहिलंस करून, ती पाठ वळवून, तुळशीला

हात जोडून उभी राहिली. पण बंद डोळ्यांतले अश्रू गालांवर उतरले होते. आजवर हा हॅरी अनेकदा या घरात आला होता. पण अचानक विसूबाबनं कडक फर्मान काढलं होतं.

घरात सुवर्णाही मलूल होऊन गेली होती. तिनं न सांगताच वैनीबायला तिचं मन समजून आलं होतं. त्यानेच ती खचून गेली होती. सुवर्णात तिचा जीव होता. तिच्यासाठीच तर वैनीबायने श्वास धरून ठेवला होता. रिक्त मनाने ती संसार करत होती. लाडक्या लेकीत जीव रमवत होती.

आणि अचानक हे वादळ पुन्हा एकवार समोर उभे ठाकले होते. पण यावेळी ती एकटीच नव्हे तर तिचा जीव की प्राण अशी सुवर्णाही त्या वादळी भोवऱ्यात सापडली होती. प्राण गेला तरी विसूबाब त्याच्या निर्णयात बदल करणार नव्हता. उलट पुण्याच्या स्थळाशी सुवर्णाचे लग्न तो हट्टाने करणार होता. विरोध त्याला सोसवला नव्हता कधीच!

हॅरी नव्हे, इतर कुणीही असता तरी विसूबाबने स्वत:चाच हट्ट पूर्ण केला असता. कोमेजल्या फुलागत मलूल होऊन, सुवर्णा घरात वावरत होती. वैनीबायचं मन तिला बघून कळवळून जात होतं.

हॅरीकडे पाठ वळवून वैनीबायने डोळे मिटून, हात जोडून, तुळशीला नमस्कार केला. पण मनात वादळ उठले होते. हॅरीकडे पाठ फिरवताना वेदना होत होती. पण आजवर फक्त सोसतच आलेली वैनीबाय! तिनं स्वत:हूनच ती लक्ष्मणरेषा स्वत:ला घालून घेतली होती. सोसण्याची लक्ष्मणरेषा!

नेहमी प्रेमाने स्वागत करणारी वैनीबाय अशी पाठ फिरवून उभी राहिली, त्याचं हॅरीला खूप दु:ख झाले. त्याचा चेहरा लालबुंद झाला. कपाळावरची शीर टटतटून फुगली. थोड्या वेळापूर्वीचा समजूतदार हॅरी पुन्हा भावुक झाला होता.

''फादर, हे सर्व मी सहन करू शकत नाही. सर्व वातावरणच बिघडून गेलंय. यापेक्षा अधिक बिघडलं, तर मी या गावात राहणार नाही. हे घर मला असं परकं झालं आणि सुवर्णाही निघून गेली, तर मी जगू शकणार नाही. वेडा होईन.''

हॅरीला भावनावेग असह्य झाला होता. रॉबर्टला त्याची काळजी वाटत होती.

''हॅरी, आत्ताच तू डॉक्टर होण्याचं बोलत होतास.''

''होय फादर. पण डॉक्टरच मनोरुग्ण असेल, तर इतरांना औषधोपचार कसा करणार ?''

हॅरीचे घर समोरच होते. त्याचा मूड पूर्णपणे विस्कटला होता.

''हॅरी घरी जा. मन शांत ठेव. आपण पाहू काय करता येते. गॉड ब्लेस यू माय चाईल्ड.''

विचारमग्न फादर रॉबर्ट पायऱ्या चढून चर्चवर पोहोचले. शेवटच्या पायरीवर एक माणूस बसला होता. फादर येताच, तो उभा राहून हात जोडून म्हणाला,

"मी तुमचीच वाट पाहतोय. मी राम गवंडी. मूळचा विजापूरकडचा. खूप आशेनं आलोय फादर. मला मदत करा."

"पण... काम काय ?"

"फादर, माझा पोरगा... तिकडे शहरात कंपनीत काम करत होता. राहायला कंपनीचं घर होतं. पण एकाएकी माझा लेक अपघातानं तडकाफडकी गेला फादर. घरात विधवा सून आणि हतरूण धरलेली माझी कारबारीण."

तो बोलता बोलता रडू लागला.

"रडू नकोस रामा, परमेश्वराची इच्छा! आपण हतबल आहोत त्याच्या समोर. आता सांग, मी तुला काय मदत करू शकतो ते." रॉबर्टनी विचारले.

"फादर, पोरगा गेला. कंपनीचं घर पोराला दिलं होतं. आता पोरगा न्हाई. कंपनी घर वापस मागती आहे. आता सांगा फादरबाबा, या वयात मी कुठे जाऊ ? सुनेचं बाळंतपण झालं की घर खाली करायची ऑर्डर आली हाय. कुटं जानार मी फादर ? मी गवंडी मानूस. समद्यांची घर बांधली पन् स्वतःचं खोपटं उभारायचा इचार केला न्हाय. कारबारीन सांगायची. पन लक्ष देऊस न्हाय. आता एक उपकार करा फादरबाबा. या चर्चची इतकी मोकळी जागा हाये. एक खोपटी बांधेन, इतकी तात्पुरती जागा द्येवा. मी म्हातारा खरा, पून हाडानं घट्ट हाय. कष्ट करून आणि या गावातच एक घर घेईन. इकत... न्हायीतर बांधीन. पून आत्ता लई अडचणीत हाय, येवडी येळ भागवा जी!

विसू भाटकराकडं गेलोतो. ते देऊळ ? म्याच बांदलं जी. पन आज मला कुनी वळखच देत न्हाय. जागा मिळनार न्हायी म्हनाला."

रामा बोलता बोलता रडू लागला. फादर रॉबर्टचे पाय घट्ट धरून तो म्हणाला, "तुम्ही न्हाय म्हनू नगासा. देवाची जागा हाय. नुसतं अंग टाकायला जागा द्येवा जी. मी, सून, कारबारीन समदे फुकटवारी राबू चर्चसाठी. पन् डोईवर छप्पर देवा जी."

रॉबर्ट गडबडीने मागे सरकला. रामाला उठवत तो म्हणाला,

"पाया कसलं पडतोस रामा ? जागा आहे हे खरं. पण जागा चर्चची आहे. माझी नव्हे. या जागेबाबतचा कोणताही निर्णय मी घेऊ शकत नाहीच, तर मोठे चर्च व तिथले अधिकारी घेऊ शकतात. माझ्या हाती अधिकार असते, तर जागा तर दिली असतीच, पण तुमची खोपटी बांधायला स्वतः मदत केली असती."

"लई आशा घेऊन आलो व्हतो जी. कारबारीन् म्हनालीसुद्दीक, फादरबाबा, लई कनवाळू असत्यात ते रिकाम्या हाताने धाडनार न्हायीत."

रामा खांद्यावरच्या टॉवेलाने डोळे पुसत होता. दाढीचे खुंट वाढलेले, डोळे

खोल गेलेले ते रामाचे म्हातारे रूप बघून, फादरना भडभडून आले. ही अशी दुःखी कष्टी माणसे आणि जीझस...

कोणता फरक होता यांच्यात ?

आपल्या दुःखाचा क्रूस खांद्यावर घेऊन, डोक्यावर दारिद्र्याचा काटेरी मुकूट घालून, अनवाणी चालणारी ही गलितगात्र माणसे...

यांच्या दुःखाला अंत नाही. पार नाही.

कसे यांचे दुःख दूर करणार आहोत आपण ? केवळ धीर देऊन ?

केवळ उपदेश करून ? केवळ प्रार्थना करून ?

रॉबर्टची नजर चर्चलगतच्या मोकळ्या जागेवरून फिरत होती.

काय उपयोग आहे या जागेचा ?

त्यासभोवती बंदिस्त भिंत बांधली जातेय. त्या भिंतीपायीच मर्सिलिनावर बहिष्कार आला. या मोकळ्या जागी... शाळा होऊ शकेल. कॉटेज हॉस्पिटल होऊ शकेल. स्त्रियांना शिक्षण देता येईल.

या गावाला चर्चपेक्षा, मंदिरापेक्षा या गोष्टींची गरज आहे.

ते काम करण्यासाठी मी सेवेचं व्रत स्वीकारलेय.

माझ्यासारखे अनेक स्त्री पुरूष आहेत. सेमिनरीत याच विचारांनी प्रेरित झालेले अनेक सहाध्यायी होते. प्रयत्न करायला हवा.

कुणीतरी पुढे होऊन हा विचार मांडायला हवा.

आपण बोलू फादर डिसिल्वांशी!

रामा आशेने रॉबर्टकडे पाहत होता. फादर म्हणाले,

"रामा, मी खात्रीने सांगू शकत नाही. पण मी बोलेन मोठ्या फादरशी, बघू."

"देव बरे करो फादर."

रामाचा चेहरा आशेने उजळून गेला होता.

"थांब रामा, मी आलोच." आपल्या खोलीमधील फळांची करंडी रामाच्या हाती देत फादर म्हणाले, "घे रामा, सुनेला दे."

"देव बरे करो फादर, मी पुन्हा येईन." रामा कृतज्ञतेने म्हणाला.

फादर त्याच्याकडे पाहत होते. आजच्या एका दिवसानेच रॉबर्टला जुजे गावाचे केवढे वेगळे अनुभव आले होते.

डोंगरावर भेटलेली पूर्णामाय... विचारांना प्रौढ समज आलेली अंजू....

नवनाथाच्या भरवशावर बेवारस जीवन आत्मविश्वासाने पार करणाऱ्या त्या मायलेकी रॉबर्टच्या मनातून हलत नव्हत्या. मुरगाव बंदरावर रक्त गाळून गरिबीवर छाती फोडून घेणारा, शरणांगत दामोदर...

पोटच्या पोरीपेक्षा ज्याच्यावर प्रेम केलं, त्या हॅरीला पाठमोरी झालेली वैनीबाय...

टीचभर झोपडीसाठी जागा मिळावी म्हणून गयावया करून दारोदार फिरणारा, सैरभैर... रामा गवंडी...

डॉक्टर होऊन, गावाचे भले करण्याचे स्वप्न पाहणारा कोवळ्या मनाचा हॅरी... त्याचे सुवर्णात गुंतणे...

धर्माच्या विक्राळ बंधनाच्या कल्पनेने हतबल झालेला हॅरी...

आणि एकुलत्या एक मुलीचा वंश परधर्मात वाढण्याच्या कल्पनेने दंश करणाऱ्या नागासारखा फडा काढून उभा असलेला विसू भाटकार...

या सर्व आठवणी रॉबर्टच्या मनात घेर घालत होत्या. "आता आम्ही धर्मांतरे सक्तीने लादत नाही." असे आपण म्हणालो खरे, हॅरी आणि सुवर्णाचे लग्न त्या दोघांनी धर्मांतर न करता होऊ शकेल. पण त्यांच्या मुलांना मात्र ख्रिश्चन धर्मच स्वीकारावा लागेल. विधीयुक्त रीतीने चर्चमध्ये बाप्तिस्मा घ्यावा लागेल.

जी मुले जन्माला आलीही नाहीत, त्यांचा धर्म मात्र त्यांच्या जन्मापूर्वीच नक्की ठरणार होता.

ती माणसांची प्रजा... माणूस म्हणून वाढणं महत्त्वाचं होतं. पण इथं तर धर्माची प्रजा वाढत होती. अशी प्रजा वाढावी, म्हणूनच होता का सारा अट्टाहास ?

विसूबाब जे बोलला, त्यांचे चूक नव्हते.

आपण नवविचाराचे प्रेषित खरे; धर्मांतर मान्य नाही, हे पण खरे...

पण हॅरी, सुवर्णाची मुलं मात्र ख्रिश्चन म्हणून वाढतील. तो बाप्तिस्मा.... कदाचित आपणही देऊ.

त्यावेळी ही मुले हिंदू धर्मीय का नाहीत ? हा प्रश्न कुणाच्याच मनात येणार नाही. आपल्याही नाही.

विसूबाबचा सुवर्णाला विरोध आहे. त्याचा वंश वाढवणारी सुवर्णा... अनेक नवससायास करून, त्याच्या घरी जन्माला आलेली मुलगी...

परधर्माची प्रजा वाढवणारी...आपली मुलगी वाचवणं... तिला या मार्गापासून परावृत्त करणं, विरोध करणं... हे बाप म्हणून, त्याचं कर्तव्यच आहे, स्वाभाविक आहे.

शेवटी, त्याच्या सांसारिक जीवनाचे अंतिम पर्व म्हणजे त्याचा वंश वाढणे, त्याचे कुळ वाढणे.

विसूबाबचा संताप नैसर्गिक होता.

आपण तरी धर्माचा वंश वाढावा म्हणूनच ना प्रयत्न करतो आहोत ?

आपली धर्मसंकल्पना विशाल असेलही!

पण त्याच जोडीला समाजाचीही एक पुरातन चौकट घट्टपणे विणली आहे. या चौकटीनेच जीझसला क्रूसावर लटकावलं.

आपण काय करणार आहोत ?

कसं बदलणार आहोत आपण हे सारं ?

ते बदलण्याची शक्ती आहे या प्रवचनात ?

आपण ना विसूबाबला बदलू शकत, ना धर्मचौकटींना, समाज चौकटींना...

"धीर धर." असं मघा हॅरीला म्हणालो आपण!

"पण खरं तर... आपलाच धीर खचत चाललाय."

फळांची करंडी घेऊन रामा गवंडी चालला होता आशेनं. ती फळाची करंडी लिरियानाने दिली होती.

लिरियाना!

उद्या फादर डिसिल्वा रजेवरून परत येणार होते. त्यानंतर एक दिवसाची रजा घेऊन पापा, ममाला भेटायला जाता येणार होतं. तिथं, पापा कार्व्हालोशी, लिरियाना बरोबर बोलता येणार होतं. काहीतरी नवीन विचार सुचणार होता. त्या सर्वांना भेटण्याची रॉबर्टला विलक्षण ओढ लागलेली होती.

डोंगरावरून हॅरी परत आलेला ग्लोरियाने पाहिला. आज सकाळी चहा देखील न घेता तो घरातून बाहेर गेला होता. आजवर असं कधीच झालं नव्हतं. सकाळचा चहा, नाश्ता सर्वजण आनंदाने एकत्र घेत आणि त्यानंतर प्रत्येकजण आपापल्या कामाला निघे.

हॅरीपाठोपाठ सॅमही बाहेर गेला. एका अशुभाच्या भीतीने ग्लोरिया घाबरली होती. मनातल्या मनात परमेश्वराची करुणा भाकत होती. ते सर्व बघून आंतोन आज वास्कोला गेला नव्हता. भाटातच इथे तिथे काम करवून घेत होता. दुपारनंतरची संध्याकाळ संथ गतीनं सरली. तिन्हीसांजेला, नेहमीप्रमाणे, उषा, सोमतीनं जीझसला अबोलीचा हार घातला होता. समोरच्या कॅन्डल स्टँडवर दोन मेणबत्या लावून ठेवल्या होत्या. ग्लोरिया सायंप्रार्थना करताना यांत्रिकपणे हॅरी, सॅम तिथं उभे होते. पण प्रार्थना म्हणत नव्हते.

उषा, सोमतीनं नेहमीप्रमाणे घरभर धूप फिरवला होता. ही सवय ग्लोरियानीच त्यांना लावली होती. धूपाच्या वासानं वातावरण पवित्र बनलं होतं. ग्लोरिया तन्मयतेनं प्रार्थना करत होती.

"धुपाचो जोसो पोरमोळ
घोम घोमीत चोडता सोरगार
तेच पोरी आमची दाना
इश्वोर तुजे मुखार
दोयोन घाल मोगाळ बापा

भोक्तीची आमची वोपणी
मांदून घे, आजच्या दिसा.''

प्रार्थना झाल्यानंतर जेवण झालं. ग्लोरियानं आज मुलांच्या आवडीचे जेवण रांधले होते.

पण मनापासून कुणीच जेवत नव्हतं.

''हॅरीभाऊ, तळलेले पोस्त घे मरे.'' सोमतीनं म्हटलं.

हॅरीनं उत्तर न देता जेवण आटोपले व खोलीत निघून गेला.

आता मात्र ग्लोरियाचा संयम संपला. तिनं मुलींना टेबल आवरायच्या रोजच्या सूचना दिल्या आणि कपडे बदलायला गेली.

हॅरी आणि सॅमच्या खोलीचे दिवे मालवले होते. पण ग्लोरियाला माहीत होतं की ते दोघे जागे आहेत. खोलीत जाऊन तिनं स्विच ऑन केला. बेडलँपचा मंद उजेड खोलीत पसरला.

''हॅरी, हॅरी. उठून बैस!''

हॅरी उशीत तोंड खुपसून पालथा झोपला होता. ग्लोरियानं त्याला उठवलं. त्याचा चेहरा लालबुंद झाला होता. केस विस्कटलेले होते. ग्लोरियाचे मन मायेनं उचंबळून आलं. तिनं एकदम त्याला मिठीत घेतलं, तिच्या खांद्यावर कपाळ टेकवून हॅरी ढसढसून रडू लागला. तो म्हणत होता-

''ममा, मला सोसवत नाही सारं. तू काहीतरी कर. सुवर्णा मला भेटत नाही. आज विसू भाटकारानं डोंगरावरून येताना भांडण काढलं. आणि कधी नव्हे ते आज वैनीबायनं माझ्याकडे पाठ फिरवली. हे असं काय होतंय ममा ? ते घर असं परकं होताना मी पाहू शकत नाही गं!

तू जे जे शिकवलंस ते सारं पोकळ होतं. मी जे अनुभवत होतो, ते खोटं होतं. खरा आहे तो धर्म. ती हिंदू, मी किरिस्तांव हेच खरं ना ममा ?''

ग्लोरियानं त्याला घट्ट मिठीत घेतलं होतं. हॅरीचा हळवा स्वभाव तिला परिचित होता. त्याच्या माथेफिरू स्वभावाची भीती वाटत होती.

त्याला शांत करत ती म्हणाली-

''नीट लक्ष देऊन ऐक हॅरी. तू सुवर्णाची गोष्ट मनातून काढून टाक. यापूर्वी माझ्या लक्षात आलं नव्हतं. नाहीतर यापूर्वीच तुला मी सावध केलं असतं. तुला, मला व सर्वांना मन:स्ताप होण्यापलीकडे यातून काही निष्पन्न होणार नाही.''

''पण का ? का ममा ? तुला सुवर्णा आवडत नाही ?''

''आवडते ना, पण तरी ती या घरची सून होणं शक्य नाही. तू डोक्यातून हे सर्व काढून टाक.'' ग्लोरिया कडक शब्दात म्हणाली.

''ममा, माझं प्रेम आहे तिच्यावर. मी जगू शकणार नाही. ती नसेल तर या

गावात राहण्यात अर्थ नाही.''

''का ? आम्ही नाही आहोत ? तुझी करिअर नाही ?''

''कुणासाठी करिअर करायची ?''

''आमच्यासाठी, गावासाठी, तुझ्यासाठी.''

''नाही ममा, यानंतर मला काहीही करायचं नाही. कुणासाठीही नाही. सारं खोटं आहे. हे जग खूप सुंदर आहे असं तू सांगायचीस. मलाही तसंच वाटायचं. पण इथं तर फक्त धर्म आहे. मग त्या प्रार्थनांना अर्थ तरी काय होता ? माझा विश्वास नाही कुणावर.

आता मला शिकायचं नाही. मी जाणार नाही यानंतर कॉलेजला.''

''मग, तू काय करणार आहेस ?'' ग्लोरियानं भीतीनं विचारलं.

''हवं ते करेन. हवं ते! सूड घेईन या खोट्या जीवनावर.''

असंबद्धपणे हॅरी बोलत होता.

ग्लोरिया ढसढसून रडत होती. समजावत होती.

आज कितीतरी दिवसांनी रॉबर्ट घरी येणार होता. दोन दिवसांपूर्वी त्याचा निरोप मिळाला, तशी ममाने एकच धांदल उडवून दिली होती. विसवणाची मोठी पोस्तं काळूंदरं, सुंगटं, चिकन... ममा फक्त रांधत होती. रोझीनं रॉबर्टची खोली तयार करून ठेवली होती. बाजारात जा ये करून शोफर थकला होता. लिरियानाने साऱ्या फुलदाण्या सजवून ठेवल्या होत्या. महादूनं हिरवळीवर खुर्च्या मांडून ठेवल्या होत्या. कार्व्हालो पापा केव्हाचेच तिथं स्थानापन्न झाले होते. वर्तमानपत्रामधल्या साऱ्या बातम्या वाचून झाल्या होत्या. चिरूट पुन्हा पुन्हा पेटला होता.

त्यांची नजर पुन्हा पुन्हा गेटकडे वळत होती.

जुईज कार्व्हालो मूळचे पोर्तुगीज. जुईज पदवी घेतली आणि गोव्यातली सरकारी नोकरी चालून आली. पोर्तुगालमधल्या एका शेतकरी कुटुंबामधले जुईज त्यानंतर मग गोव्यातच रमून गेले. त्यांची पत्नी अंतोनियासुद्धा या प्रदेशावर खूष होती. तशात लिरियानाचा जन्म झाला. तिला समुद्राचं वेड होतं. म्हणून कोलवा बीचलगतच हा भला थोरला बंगला बांधून घेतला. प्रत्येकानं आपल्या आवडीप्रमाणे तो सजवला. ''काजा लुईजा.'' असं आपल्या आईचं नाव जुईजांनी त्या बंगल्याला दिलं होतं. आज त्यांची आई नव्हती आणि मायभूमी खूप दूर राहिली होती. पण त्या भूमीची आता ओढ लागत नव्हती. गोव्यामधली साधी, पापभीरू मनाची माणसे त्यांना आपली वाटत होती. या प्रदेशात फक्त दोनच वर्ग होते. एक तर अतिशय श्रीमंत किंवा अतिशय गरीब. नोकरी करणारा, मध्यम वर्ग अजुनी निर्माण झाला नव्हता. पोर्तुगीज शिक्षण घेऊन मगच सरकारी नोकरी मिळत असे. म्हणून सर्वांनी आपली

मुले पोर्तुगीज शाळांमध्ये घातली होती. आणि त्यातूनच शिकलेला पगारी नोकरवर्ग तयार झाला होता. कुणी भाटकार असो वा कुणबी किंवा नोकरदार... ही सर्व माणसे या गोऱ्या सरकारी माणसांना मान देत असत, आदबीने वागत असत. इथले कायदे, नियम खूप कडक होते म्हणूनच माणसे भीतीने त्यांचे पालन करत. कायद्याची, शिक्षेची भीती व सालाझारच्या हुकूमशाहीचा धसका इथल्या माणसांनी घेतला होता. या प्रदेशावर सालाझारची पकड घट्ट होती. त्याच्या राजवटीचा सूर्य कधीच मावळणार नव्हता. म्हणूनच जुईज कार्व्हालोसारखे अनेक पोर्तुगीज गोव्यातच स्थायिक झाले होते. इतका नंदनवनासारखा सुरेख प्रदेश सोडून पुन्हा पोर्तुगालच्या शेतकरी कुटुंबासोबत राहणे, कुणालाच रुचणारे नव्हते. इथे नोकरचाकर, अधिकारी, रुबाब, पैसा, मान व शांत जीवन सारे हात जोडून उभे होते. इथले धडकणारे समुद्र किनारे, हिरव्या झाडीने गच्च झाकलेला भूभाग, सारं त्याचं होतं. सालाझारचं साम्राज्य होतं. गोवा आणि पोर्तुगाल...फरकच कुठे होता ?

म्हणूनच जुईज कार्व्हालोसारखे अनेक पोर्तुगीज आपल्या कुटुंब कबिल्यांसह आरामात जगत होते.

पण अलिकडेच गोवा मुक्तीसंग्राम नावाचं नवीन खुळं वारं या प्रदेशात सुरू झालं होतं. ही माणसे मोर्चे काढत होती. सत्याग्रह करत होती. आणि त्यानंतर तुरूंगात सडत पडत होती. मिस्तिस कमांडोच्या बुटांच्या लाथांनी त्यांचं स्वातंत्र्यवेड संपवले जायचे. म्हणूनच अलिकडे सारे कसे शांत वाटत असे. पण पोलिस यंत्रणा सावध होती. दोडा मार्गाने गोव्यात येणाऱ्या सत्याग्रहीवर कडक लक्ष होते. नजर चुकवून कुणी आत आलंच तर त्यांना भूमिगत व्हावं लागत होतं. अशी लपून छपून येणारी माणसं क्रांती थोडीच घडवून आणणार होती ?

या विचारानं पापा कार्व्हालोच्या ओठांवरून उपहासाचं हासू ओघळलं, मुक्तीसंग्रामाची आठवण आली तसं त्यांचं मन कडवट झालं. धमन्यांतून रक्त उसळून आलं

'मूर्ख लेकाचे! स्वतंत्र होणार म्हणे! आणि काय करणार ? त्या भल्या मोठ्या इंडियात तांदळामधल्या खड्यासारखे संपून जातील, मग याद येईल सालाझारची! परकीय प्रदेश असून सारे राज्य कसे चोख होते. बोटी ये जा करत होत्या. मुरगाव बंदर हे तर व्यापाराचे मुख्य ठिकाण होते. बोटी भरभरून लोखंड, मँगेनिजची खनिजे परदेशी रवाना होत होती. आधुनिक उपकरणांनी सुसज्ज खाणी केवळ पोर्तुगिजांच्या आधारावर उभ्या होत्या. स्वस्ताई होती. परदेशी मालाने दुकाने भरून गेली होती. इथल्या नेटिव्हजना संरक्षण हवे होते. म्हणून सुसज्ज पोर्तुगीज सैन्य इथे उतरवले होते. लोकांना शिक्षण दिलं जात होतं. गरीबीचा, भुकेचा बळी या प्रदेशात कधीच झाला नव्हता.

"आणखीन काय हवंय या काळ्यांना ?"

आज सकाळी सकाळी अंगावर कोवळे ऊन घेत हिरवळीवर बसलेल्या पापा कार्व्हालोचं मन पोर्तुगालच्या आठवणीने, अभिमानाने उचंबळून आलं होतं. बागेत काम करणाऱ्या भिकू गावड्यावर उगीचच ते डाफरले.

"ऐ मालकेरियाद, सारके काम करू जाय ना ? तुझ्या बापानं पळेली अशेली असली बाग केन्ना ? गावडो मरे तू ? डोंगरातच धाडू जाय तुका डुक्कर!"

सकाळी सकाळीच अशा शिव्या घातल्यावर त्यांना हलके वाटले. हो! त्यांना असेच पायाखाली ठेचून ठेवायला हवं! स्वातंत्र्य हवंय साल्यांना ? पाठ फोडून काढली पाहिजे. शिंचे!

ते पुटपुटतच होते. भाटकार का खवळला हे बिचाऱ्या भिकूला समजलेच नाही. तो खोरे, टोपली घेऊन भराभरा तिथून निघून गेला.

पापा कार्व्हालोने नव्या दमाने चिरुट शिलगावला. सॅटीनच्या कॉलरचा उंची गाऊन ठीक करून तो रॉबर्टची वाट पाहू लागला.

रॉबी!

हा पोरगा उच्चवर्णीय, गोऱ्या रक्ताचा असता तर कदाचित त्यालाच घरजावई करून घेतला असता. बेटा होता हुशार, विचारी, समंजस आणि बुद्धिमान!

लिरियानाचे मन त्याच्यात गुंतले होते, हे पापा कार्व्हालो जाणून होते. पण नशीब बलवत्तर होते. रॉबीने धर्मगुरू होण्याचा निर्णय बदलला नाहीच. धर्मगुरू होणं पापा कार्व्हालोच्या स्वभावात नव्हतेच. पण कुणीतरी हे पवित्र काम करायला हवं होतं. म्हणूनच रॉबीबद्दल त्यांना वेगळे ममत्व होते. इथल्या अडाणी माणसांना सन्मार्ग दाखवण्याचं काम रॉबर्ट करत होता. हा रॉबर्ट, पापा कार्व्हालोने तयार केला होता. नकळत त्यांच्या मनातून अहंकाराची सूक्ष्म लहर तरंगून गेली. आजची सकाळ त्यांना खूपच प्रसन्न वाटत होती. बंगल्यातून पियानोचे सूर ऐकू येत होते. लिरियाना पियानो वाजवत होती.

ते आर्त स्वर ऐकून पापा कार्व्हालो उगीचच हळवे झाले.

इतक्यात व्हरांड्यातल्या पितळी चकचकीत पिंजऱ्यातला काकाकुवा ओरडू लागला.

'रॉबी... रॉबी...रॉबी...'

पापा कार्व्हालोनी पाहिलं, गेट उघडून रॉबी येत होता. काकाकुव्याचं ओरडणं ऐकून पियानोचे स्वर बंद झाले. लिरियाना पाठोपाठ ममा, रोझी सारेच व्हरांड्यात उभे होते. रॉबर्टने प्रथम हिरवळीवर उभ्या असणाऱ्या पापांना शेकहॅन्ड करून अभिवादन केले. नंतर पायऱ्या चढून तो ममाकडे गेला. मम्माने त्याला मिठीत घेतले. त्याच्या कपाळावर ओठ टेकवत ती गदगदून म्हणाली,

"रॉबी, माय चाईल्ड, कसो असा तू ? किती सुकलास रे ? कोण जेवायला

घालत असेल त्या डोंगरावर ?''

"सुकलोय कुठे ममा ? आहे तसाच आहे ना मी ? पण आज सकाळपासूनच तुझ्या जेवणाच्या खमंग वासाने तोंडाला पाणी सुटलंय. भूक लागलीय सणकून.''

ते ऐकून ममाचा जीव कळवळला. रोझीकडे बघून ती म्हणाली,

"हाव तुका सांगताले मू ? चल काळूंदरं काढ व्हिनीगरमधून, शीत वाळून घे. आणि तव्यावर तेल घालून पोस्त तळायला घे चुरचुरीत. अगं गोमू टेबल मांडलेय ना नीट ? देवा रे सायबा. कालपासून तयारी करून ऐनवेळी बोंवाळ झालाच नां ?''

ममा घाईघाईने घरात गेली.

'रॉबी, रॉबी...'

काकाकुवा पिंजऱ्यातच खालवर करत फडफडत होता. पिंजऱ्या पलिकडे लिरियाना एकटक नजरेने ते दृश्य पाहत होती. रॉबर्ट तिच्या जवळ येऊन म्हणाला,

"हॅलो लिरि, कशी आसा तू ?''

"मजेत. ते बघ रॉबी, पापा तुला बोलावताहेत.''

रॉबर्टने हिरवळीकडे पाहिले. पापा कार्व्हालो त्याला हात करून बोलावत होते. रॉबर्ट म्हणाला, "आलोच हं लिरी.''

पायऱ्या उतरुन तो पापा कार्व्हालोकडे जाऊ लागला. पाठमोऱ्या रॉबीकडे पाहून लिरियाना हसली. आता जेवणाच्या वेळेपर्यंत पापा रॉबर्टला सोडणार नव्हते. लिरियानाने रोझीकडून सरबताचे दोन ग्लास पाठवले आणि ती टेबल लावू लागली.

तिकडे पापा कार्व्हालो रॉबर्टच्या गप्पा ऐकत मनाने जुजे गावी पोहोचले होते. शाळा नाही. दवाखाना नाही. लाईट नाही. रोजगार नाही. असे जुजे गाव ? तिथली माणसे... चर्चशी लढणारी मर्सिलिना, गावावर अधिकार गाजवणारा विसूबाब. त्याची पूर्णा. हॅरी आणि सुवर्णाचे प्रेम! पापा कार्व्हालोना जणू अद्‌भुत गावची कहाणी ऐकल्याचा भास होत होता. या सर्वांपाठची रॉबर्टची घुसमट समजत होती.

"तुझ्या हॅरीला रजिस्टर लग्न करता येईल. धर्म बदलण्याचा प्रश्नच येणार नाही. सज्ञान मुले आहेत.'' ते रॉबर्टला म्हणाले.

"पण पापा हे सर्व कुणी करायचं ? कुणी पुढाकार घ्यायचा ? सारं गाव भाटकाराच्या धाकाखाली आहे. सुवर्णा घरातच आहे. बाहेर जाणं बंद केलं आहे. हॅरी तापट आहे. तो संतापाच्या भरात काय करून बसेल याचीच काळजी वाटतेय.''

थोडा वेळ शांततेतच गेला. थोड्या वेळानं रॉबर्ट म्हणाला,

"पापा हे सर्व पाहिलं की वाटतं, या गावाच्या इतर कितीतरी प्राथमिक गरजा महत्त्वाच्या आहेत, त्या मला समजतात. अशावेळी मी फक्त प्रवचने करायची ?

मिसं सांगायची ? उपाशीपोटी ती माणसे प्रार्थना करणार, पण त्या प्रार्थनेला काही अर्थच नाही. एक दिलासा, एक चांगली सवय म्हणू आपण. पण याने माणूस खरा सुखी होणारच नाही.''

''पापा, मी विचारांच्या फार मोठ्या गोंधळात उभा आहे. मी हा मार्ग स्वीकारलाय खरा. पण मला समाधान वाटत नाहीय. शिक्षण घेताना सारी आदर्श तत्त्वे अभ्यासून झाली आहेत. ते सारं खूप उच्च तत्त्वज्ञान आहे हे खरं! पण ज्या माणसांना अज्ञानानं आधीच गिळून टाकलं आहे, दोन वेळेच्या अन्नासाठी मरेपर्यंत राबावं लागतं, त्यांना प्रार्थना जगण्याचं बळ देईल हे खरं, पण त्या आधी इतर गोष्टी त्यांना जगण्यासाठी हव्या आहेत. चर्च ही एक शक्ती आहे. ती शक्ती अशी एका जागी गोठून न ठेवता. त्या शक्तीने विधायक काम करायला हवे आहे. पण हे कुणी सांगायचं ? कुणी करायचं ? हा खरा प्रश्न आहे.''

''खरं आहे रॉबी. पण तुझ्यासारखा विचार करणारे इतरही तुला भेटतीलच. आज तुला एकटं वाटतं आहे. पण सुरुवात नेहमीच एकटा करतो. चीअर अप्. ती पाहा लिरियाना येते आहे ममाचं समन्स घेऊन. रॉबी, लिरीसाठी मी इथल्या गवरनेरचा मुलगा पाहून ठेवलाय. परवाच एका पार्टीत ओळख झाली. त्याला आपली लिरियाना आवडलीय असं स्पष्ट जाणवलं. हे झालं तर सोन्याहून पिवळं. तुला काय वाटतं ?''

''अं ? हो छानच होईल, चला.'' रॉबर्ट स्वत:ला सावरत उद्गारला.

''काय हे पापा ? रॉबर्टला उसंतही घेऊ दिली नाहीत ना ? ममा ओरडतेय तिथे. टेबलावर जेवण मांडून वाट पाहतेय. आज हा आलाय ना ? बिच्चारा!'' लिरियाना म्हणाली.

त्यावर पापा हसून म्हणाले ''लिरी, ती कविता म्हण गं, आधी एकटाच ?''

''त्याचं काय आता ? आणि या फादरला कविता कसली ऐकवताय ? उपाशीपोटी ?''

''म्हण ना लिरी.'' रॉबर्ट म्हणाला.

किती अर्थपूर्ण होती ती कविता! रॉबर्ट मनापासून ऐकत होता.

खरंच! जे निसर्गात घडतं, तेच मानवी जीवनात!

आंब्याच्या मोहोराचा सुगंध आधी कुणा कोकिळेला जाणवतो. तो गाण्याची लकेर देतो. आणि हळूहळू त्याच्या आवाजात आवाज मिसळून अनेक कोकिळ प्रतिसाद देऊ लागतात. आणि कोकिळ कूजनाने सारा आसमंत भरून जातो.

वर्षा ऋतूची सुरूवात होण्यापूर्वी आभाळात प्रथम एकच काळा ढग उभा असतो. एकटाच! बघता बघता सारे आभाळ काळ्या ढगांनी भरून जाते. विजांचे कडकडाट होतात. आणि शतधारांनी आभाळ कोसळू लागतं.

तसंच माणसांत सद्विचार पेरणारा, परिवर्तनाच्या दिशेने जाणारा पथिक आधी एकटाच असेल त्या वाटेवर.... पण हळूहळू त्याच्या विचारांना साथ देणारे... अनेक पथिक त्या वाटेने जाऊ लागतात.

आज आपण एकटे... असे घुसमटल्या अवस्थेत उभे आहोत गोंधळून. पण हळूहळू सारे काळे ढग ओसंडून जातील... आभाळ निरभ्र होईल आणि अचूक दिशा गवसेलच. इतके उदास का आहोत आपण ?

लिरियाना!

गवरनेरच्या मुलाने लिरियानाला पसंत केली होती व ही सोयरीगत जुळावी, अशी पापा कार्व्हालोची मनापासून इच्छा होती. लग्न झाले की लिरियाना कदाचित पोर्तुगालला जाईल.

आपण एकटेच असू आपल्या मार्गावर. आजवर मार्ग दोन होते. पण सावलीसारखी सुखद सोबत होती. यानंतर सावल्याही दुरावणार होत्या. आणि एकटं चालायचं होतं.

जेवणघरात ममानं सारं टेबल खाद्यपदार्थांनी सजवून ठेवलं होतं. पण सावली-सारखी सुखद सोबत होती. यानंतर सावल्याही दुरावणार होत्या. आणि एकटं चालायचं होतं.

जेवणघरात ममानं सारं टेबल खाद्यपदार्थांनी सजवून ठेवले होते. कोपऱ्यात स्टिरिओवर मंद संगीताची धून लागली होती. जेवणाआधी सर्वांनी प्रार्थना केली.

"प्रभू, तुझ्या कृपेनं हे अन्न माझ्यासमोर तू दिलं आहेस. जशी माझी भाकर तू मला दिलीस तशीच भाकर, या भुकेच्या वेळी साऱ्या भुकेलेल्या माणसांना दे. दया कर."

ममानं आग्रह करून जेवू घातलं. पापा कार्व्हालो विश्रांतीसाठी आपल्या खोलीत गेले. लिरियाना पियानोवर तिची आवडती धून वाजवत होती. रॉबर्टचं मन रिझवण्यासाठी सारा दिवस ती त्याच्या सभोवती घोटाळत होती. बंगल्यापाठीमागच्या समुद्र किनाऱ्यावर सांजउन्हे उतरू लागली. रॉबर्टची परत निघण्याची वेळ झाली होती.

सारा दिवस खूप छान गेला होता. ममाने डबे भरून खाण्याच्या वस्तू, फळांच्या करंड्या दिल्या. रॉबीला पोहोचविण्यासाठी पोर्चमध्ये मर्सिडिस शोफरने आणून लावली होती. सर्वांचा निरोप घेऊन, रॉबर्ट गाडीजवळ आला. लिरियाना उभी होती. रॉबर्टला पोहोचविण्याच्या तयारीतच ती उभी होती.

"तू येतेस ?"

"नको येऊ ?"

"चल ना"

गाडी पोर्चमधून बाहेर पडली. 'रॉबी रॉबी' काकाकुवा ओरडतच राहिला. गाडीत कुणीच बोलत नव्हते. खाडीच्या कडेने गाडी हमरस्त्याने जात होती. डोंगरावरचे चर्च दृष्टिपथात आले. गाडी हमरस्त्यावर ठेवून सारे सामान पोहोचवायला शोफर डोंगर चढत होता. लिरियाना आणि रॉबर्ट खाडीतून जाणाऱ्या पायवाटेलगत उभे होते. वाऱ्याने तिचे सोनेरी केस उडत होते. अचानक ती म्हणाली,

"रॉबी, मला काहीच पटत नाही. लग्न, तो श्रीमंत खानदानी संस्कार बाळगणारा मुलगा. हा प्रदेश सोडून जाणं. अरे, माझा जन्म इथला. या मातीचं, सागराचं मला वेड. हे सारं सोडायचं आणि अशा प्रदेशात जायचं, जिथे तूही जवळपास नाहीस ? मी वेडी होईन रॉबी, तू सांग ना पपांना."

"फादर, सुवर्णा ह्या गावातून गेली तर मी वेडा होईन."

हॅरीचे शब्दच पुन्हा ऐकल्याचा भास झाला.

लिरियानानं विचारलं

"हॅरी आणि सुवर्णाचं काय झालं ?"

"काय होणार ? काय निर्णय घेणार ?" उदासपणे रॉबर्ट म्हणाला, "पण एक सांग लिरी, या लग्नानं खरंच ते दोघं सुखी होतील ?"

"का नाही होणार ? मनातलं प्रेम खरं असेल तर माणसं सारं सोसू शकतात." त्याच्याकडे पाहत लिरियाना म्हणाली.

◆

काळी मार्सीडिज निघून गेली. सभोवती अंधार दाटला होता. रॉबर्ट डोंगर चढून वर गेला. फादर डिसिल्वा त्याची वाट पाहत होते.

"फादर रॉबर्ट, ती मुलगी कोण ?"

"लिरियाना, जुईज कार्व्हालोची मुलगी होती फादर."

"असेल, गवरनादोरची मुलगी का असेना. तू तिच्याशी काळोखात हमरस्त्यावर बोलत उभं राहणं योग्य होतं ? आपण स्वीकारलेला मार्ग, आपलं व्रत याचा विसर पडू देऊ नकोस. परवा ती इथे आली होती. या हिरवळीवर जेवलात तुम्ही. दिवसभर ती तुझ्या खोलीत होती. या गोष्टी चर्चच्या नियमात बसत नाहीत."

"फादर, जुईज कार्व्हालो माझे पालक. गेली दहा वर्षे मी त्या कुटुंबाचा घटक आहे. केवळ शिक्षण पूर्ण झालं व दिक्षा घेतली. यानंतर मी त्या कुटुंबाशी संबंध तोडून टाकू ? त्या म्हाताऱ्या जीवांनी पाठवलेले अन्न परत पाठवू ? आता प्रश्न उरला हिरवळीवर जेवण्याचा. फेस्ताला सारी माणसे आपले जेवण घेऊन चर्चवर येतात. हिरवळीवर बसून जेवतात. एखाद्या दिवशी माझी पाहुणी आली, तर मी तिला परत पाठवू ? असा आहे चर्चचा नियम ? माणसांची मने दुरावणारा ? "

रॉबर्टने विचारले.

"प्रश्न इतरांचा नव्हे. प्रश्न या मुलीचा आहे.

एक सांग, ती मुलगी तुझी कोण ?"

'काही नात्यांचा संदर्भ लावू नकोस लिरियाना.' हे रॉबर्ट लिरियानाला सांगू शकत होता. पण फादर डिसिल्वांना काय सांगणार ?

रॉबर्ट हलकेच म्हणाला,

"कुणीच नाही, जस्ट अ फ्रेंड!"

"गर्ल फ्रेंड ?" फादर डिसिल्वा कुत्सितपणे म्हणाले.

"फादर तुम्हीही एक महिना रजेवर होता. भावाच्या घरी गेला होता. त्या कुटुंबात स्त्रियाही होत्या ना ? तुम्ही त्यांच्याशी बोललाच नाहीत ?"

"ते माझं रक्ताचं नातं आहे."

"रक्ताचं नातं ? व्रत घेताना, आपण सारी रक्ताची नाती सोडून फक्त माणसाचं नातं जोडलं आहे. ती स्त्री आहे, पण स्त्रियांशी बोलू नये, असा तर नियम नाही ना ?"

रॉबर्टच्या प्रश्नावर डिसिल्वांना उत्तर मिळेना.

"ती मर्सिलिना ? तिला तू चर्चमध्ये जाण्याची परवानगी दिलीस ? बहिष्कृत आहे ती! वाळीत टाकलंय त्यांना."

"हे पहा फादर रॉबर्ट, तू इथला असिस्टंट प्रीस्ट आहेस. इथे तुला जी कामे करावी लागतील, ती तुला इथे येण्यापूर्वीच समजावून दिली आहेत. तेवढीच कामे कर. चर्चचे नियम बदलण्याचा अधिकार आपल्याला नाहीच, समजलं ? गॉड ब्लेस यू."

फादर डिसिल्वा निघून गेले.

रॉबर्ट एकटा त्या चर्चसमोर उभा होता.

भलं मोठं चर्च!

सभोवताली दाटून आलेला काळोख!

आणि... प्रभूचा प्रेषित होण्यासाठी तिथवर आलेला फादर रॉबर्ट!

◆

एवढ्या रात्री ग्लोरिया आणि आंतोन चर्चवर आलेले पाहून डिसिल्वांना आश्चर्य वाटलं. रॉबर्ट चिंतातूर झाला.

फादर डिसिल्वांना बघून ग्लोरिया म्हणाली,

"फादर, बरं झालं तुम्ही दोघे भेटलात. संकटात आहोत आम्ही. मदत केली, तर फक्त तुम्हीच करू शकाल. मार्ग सुचवा."

"असं कोणतं संकट ?"

ग्लोरियानं सर्व हकीकत सांगितली. ते ऐकताना फादर डिसिल्वांच्या चेहऱ्यावर नाराजीच्या आठ्या पसरत होत्या.

"मूर्ख आहे तुझा मुलगा, त्यानं मनांत आणलं तर कॅथालिक समाजातल्या सुंदर, तालेवार मुली त्याला मिळतील. ते सोडून हे दरिद्री खूळ कसलं घेऊन बसलाय ? समजावून सांग त्याला, प्रेमानं ... धाकानं!"

"तो ऐकणार नाही फादर." आंतोन म्हणाला.

थोडा वेळ शांतता पसरली होती.

फादर डिसिल्वा म्हणाले, "ती पोर धर्म बदलायला तयार आहे ? नसेल तर मी काहीच करू शकत नाही. सॉरी."

ग्लोरिया थरथरत होती. एका हाताने तिनं खुर्चीचा घट्ट आधार घेतला.

याच चर्चमध्ये तिनं फादरची अनेक प्रवचने ऐकली होती. माणुसकी हाच श्रेष्ठ धर्म आहे हे ऐकलं होतं. आणि आज फादर डिसिल्वा कठोरपणे पाठ फिरवून चालले होते.

ग्लोरिया रॉबर्टला म्हणाली, "फादर प्लीज, काही मार्ग सुचवा."

"फादर रॉबर्ट इथं असिस्टंट प्रीस्ट आहे. त्याचं काम प्रवचन करणं आणि लोकांना धर्मप्रेम शिकवणं इतकंच! या लग्नाबाबतच नव्हे, तर कोणत्याही गोष्टीत अंतिम निर्णय चर्चचाच असेल."

फादर डिसिल्वाच्या भरदार आवाजाने चर्चमधल्या पाकोळ्याही भीतीने छताला चिकटल्या होत्या.

त्या डोंगरावर चर्चवर आलेला नवीन फादर व हॅरीला बघून विसूबाब संतापानं फुलला होता. या डोंगरावर आजवर पाद्री कधी आला नव्हता. या गावच्या किरिस्तावांचा आणि त्यांच्या चर्चचा विसूबाबला कधीच उपसर्ग नव्हता. पण आजच हे दोघे डोंगरावर यावेत ?

हॅरी ? तो सुद्धा फादरसोबत ?

विसूबाब सावध झाला होता. तशात त्याचा नुकताच फादरशी वाद झाला होता. आजवर या गावात त्याच्याशी मान वर करून बोलण्याची कोणाची हिंमत झाली नव्हती. शेजारचा आंतोन भाटकारही अलीकडे मान खाली घालून जात होता. त्याची बायको दृष्टीसही पडली नव्हती.

आपली भाटं, कुळागार, शेतं, बांध, त्यांच्या सीमा यांच्यावर विसूबाबचं सतत लक्ष होतं. भागेली, ताल्लूकदारांना तो थोडंही मोकळं सोडत नव्हता, खंड चुकवू देत नव्हता; अकारण दया दाखवत नव्हता. प्रत्येकाला त्याच्या पायरीवरच त्यानं

ठेवलेलं होतं.

पूर्णानं त्याच्या घराची चौकट कधी ओलांडली नव्हती, की अन्नपूर्णा कधी नवनाथ मंदिरात आली नव्हती. जीर्णोद्धाराच्या पूजेला आली होती, त्यानंतर तिचं तिनंच बाहेर जाणं बंद केलं होतं.

विसूबाबनेही कधी आग्रह केला नव्हता.

का करावा ?

घरात देवघर होतं. नवनाथ आणि सारी कुलदैवतं तिथं होती. त्यानंतर डोंगरावर दर्शनासाठी जाण्यात काय अर्थ होता ?

अन्नपूर्णा शहाणी होती.

न सांगताच तिनं समजून घेतलं होतं.

विसूबाबनं सुवर्णाला शाळत घातलं; तसंच अंजूलाही.

पूर्णाची मुलगी, ही त्याचीच मुलगी होती. तिनं मोठी होऊन देवाची सेवा करणं विसूबाबला न पटणारं होतं. तिनं चार बुकं शिकून, तिचं कुठंतरी लग्न लावून देणं हे विसूबाबच्या इभ्रतीला शोभून दिसणार होतं आणि त्यानं पूर्णाही सुखावणार होती.

आता सुवर्णा व अंजू एकाच शाळेत जाणार म्हणजे त्यांची ओळख होणार; दोघींना एकमेकींच्याबद्दल समजणार, हे पण विसूबाब आधीच जाणून होता. पण ते नातं त्या दोन मुलींना समजलं तर विसूबाबचं काय बिघडणार होतं ?

आणि तसंच झालं. दोन्ही मुलींनी त्याला कधीच काही विचारलं नाही किंवा अन्नपूर्णेनंही नाही.

पूर्णाचा प्रश्न नव्हता.

विसूबाबचा संसार सुरू झाल्यानंतर पूर्णा त्याच्या जीवनात आली होती.

विसूबाबला काही प्रश्न विचारण्याची कुणाचीही हिंमत नव्हती.

आता समाज!

चार दिवस हसला असेल फिदीफिदी!

स्वत:च्या घरात चर्चा केली असेल ''कळ्ळें मू ? ऐकले मू ? कित्यें हें लाज नशील्ले काम ?''

पण इतकंच!

ती गजाल विसूबाबपर्यंत उघडपणे कधीच पोहोचणार नव्हती.

विसूबाब समाजाला भीक घालत नव्हता.

एक तालेवार भाटकार...

आणि जुजे गावची माणसं, यांचा संबंधच कुठे होता ?

संबंध येतो, तो बरोबरीच्या माणसांशी. तसे विसूबाबचे जातवाले, सोयरे, दोस्त होतेच की मडगाव, पणजीत!

सुवर्णाच्या लग्नात सारे येणार होते.

सुवर्णाचं लग्न!

आज सदू गुरव पुण्याहून येणार होता. ते स्थळ चांगलं असेल तर लगेच लग्न उरकून घ्यायला हवं होतं.

"आज हा पाद्री आणि तो पोरगा या डोंगरावर का आले होते ?"

संतापानं विसूबाबनं, रस्त्यावरचा दगड पायाने उडवला, तो बाजूवरच्या उतारावरून गडगडत गेला.

"अश्श्ये, अश्श्येच, उडवू जांय सगळ्यांक हांव विसू भाटकर
म्हज्या चलियेचेर नदर देवरता ? मालकेरियाद..."

संतापाने फुललेला विसूबाब पूर्णाच्या अंगणात उभा होता. त्यानं हाक दिली.

"अंजू बाहेर ये."

गिडू संकोचानं अंगणाबाहेर उभा होता. विसूबाबचा आवाज ऐकून मंदिरातून जगूभट, दामोदर बाहेर आले. त्यांना बघून विसूबाबचा आवाज खाली आला.

दरवाजा उघडून पूर्णानं गडबडीने चटई अंथरली. पाण्याचं तांब्याभांडं घेऊन अंजू आली. फादर व हॅरी यांना परत जाताना विसूबाबनी पाहिलंय हे अंजूनी ओळखलं.

अलीकडे, म्हणजे तिचा साखरपुडा झाल्यापासून विसूबाब आपल्याशी थोडं प्रेमानं वागतोय असं अंजूला जाणवत होतं. डोंगरावरून येताना अंजूला आवडेल असं काही ना काही तो आणत होता. ते बघून पूर्णा सुखावत होती.

आणि अचानक हा वेगळा विसूबाब समोर होता.

"अंजू, तो पाद्री आणि तो आंतोनचा पोरगा इथं आले होते ?"

"होय बाबा."

"इथं ? पण का ?"

"काही नाही. सहज."

"सहज ? हे पाद्री कधी सहज येतील ? जिथं जातील, तिथं मनात डाव धरून."

"पण इथं कसला डाव ?"

मनातली भीतीदायक शंका अंजूनं विचारणं विसूबाबला कमीपणाचं वाटलं. तो म्हणाला,

"लोकांचा विश्वास मिळवून त्यांना आपल्या धर्मात ओढायचा डाव असतो त्यांचा. अशा गावंच्या गांव बाटवलेत बार्देसांत, त्यांच्या पांढऱ्या झग्यावर जाऊ नकोस."

"इथं कुणाला बाटवणार ? मला की अंजूला ?" पूर्णा हसून म्हणाली.

उत्तर न सुचून, विसूबाब म्हणाला,

"का ? हा गिडू आहे. त्याची पोरं आहेत. ते जाऊ दे. पण अंजू आज तुला

सांगून ठेवतो. त्या फादरशी ह्यानंतर संबंध ठेवायचा नाही. मला आवडणार नाही. तो इथं आला तर तंगडं मोडेन त्याचं; फारान् उडवेन. लक्षात ठेव.''

''पण बाबा, फादर खरंच चांगले आहेत. आणि हॅरीला मी आज का ओळखते ? लहानपणापासून.''

''लहानपण ?''

अंजूला थांबवत तो कडाडला.

''आता तू लहान आहेस ? की ती सुवर्णा लहान आहे ? उद्या तुझ्या सासरी कळलं की तू किरीस्तांव पोरांतून फिरतेस म्हणून.... तर ?....

हे बंद कर. कधी एकदा लग्न लागून धडपणे जाताय सासरी... असं झालंय.'' उठून चप्पल पायात सरकवत विसूबाब म्हणाला.

''जेवून जायचं होतं ? तयारच आहे.'' पूर्णा म्हणाली.

''आज नाही. सदू गुरव आला असेल.''

''कसं होणार सुवर्णाचं ?'' पाठमोऱ्या विसूबाबकडे बघत अंजू विचार करत होती.

◆

तेवढ्या भाजत्या उन्हातून विसूबाब झपाट्यानं डोंगर उतरत होता. थोड्या वेळापूर्वी ज्या जागी त्याला हॅरी व फादर भेटले, त्या जागेवर येताच, आठवणीनं त्याला संताप आला. तिथला एक दगड त्यानं पायानं उडवला. गडगडत तो दगड रस्त्यालगतच्या झुडुपाला लागला. सावलीत विसावा घेणाऱ्या काळ्या चिमण्या कलकलत वर उडाल्या.

''साल्या! कर्मदरिद्री लक्षणं!'' विसूबाब पुटपुटला.

विसूबाब दरवाजातून अंगणात आला तर सोप्यावर सदू गुरव बसलेला दिसला. मनातला आनंद चेहऱ्यावर न दाखवता, विसूबाबनं कोपऱ्यातल्या पितळी बादलीतलं पाणी पायांवर घेतलं. पंचानं तोंड पुसत तो ओसरीवरच्या लाकडी झोपाळ्यावर बसला.

''सदू, अरे किती दिवस लावलेस ? बसला असशील सारी थिएटरं पालथी घालत ? काम झालं की यायचं नाही ? मी रोज वाट बघतोय तुझी. किते रे पाप्या ?''

''देवाच्यानं सांगतो भाटकारा. एक मिनिटही वेस्ट करू नां. काल रात्री काम झालं. आणि मिळेल त्या गाडीनं निघालो. काय गर्दी, काय गर्दी, कितें सांगतलो माजे हाल तुका.''

सदूनं पुणे प्रवासाचं वर्णन सुरू करण्याआधी विसूबाबनं त्याला थांबवलं,

"रांव रे ते मागीर ऐकता आधी सांग, ज्या कामासाठी धाडलेलं तुला त्याचं काय ?"

आनंदाने सदू म्हणाला. "एकदम बेष्ट माणसं! घराणं तालेवार. एवढा मोठा चौसोपी वाडा. एकत्र कुटुंब. सारे कुलाचार, व्रतवैकल्यं, देवधर्म, पुण्यासारख्या शहरात असून पाळतात. हॅ हॅ हॅ काय नव्हेच ते."

"खरं सांगतोस सदू ?" अधीरतेनं विसूबाब म्हणाला. "चल इथं नको. चल आत चल. भिंतीला पण कान असतात."

सदूला आतमधल्या दिवाणखान्यात नेत विसूबाब म्हणाला. दिवाणखान्याचा दरवाजा त्यानं घट्ट लावून घेतला. आरामखुर्चीत बसत तो म्हणाला,

"हं, सांग सदू."

"किते सांगतलो भाटकारा. हे लग्न ठरलंच समजा. फक्त तुम्ही हो म्हणायचा अवकाश, की मुहूर्त बघायचा. सगळं काम प्रोंत करून आलोय."

"मुलगा काय करतोय ? कसा आहे ?"

"मुलगा ? अगदी मदनाचा पुतळा. घरचा केवढा मोठा धंदा. लाखमोलाची माणसं. असली माणसं या कर्मदरिद्री गोयांक सापडणार ? पाड पडली हितली मनूसं. हिमटी आणि आशेखोर ! पवनांनं भांगर मागणारी मनषं इथली. पण बोरकर ही माणसं तशी नाय हं."

"त्यांनी काहीच विचारलं नाही ?" न राहवून विसूबाबनं विचारलं.

"त्यांनी कशाला विचारायचं ?" मी सांगितलं ना सगळं. आमची भाटं, बेसं कुळागार, शेतं... सगळा मोठेपणा वर्णन करून सांगितला त्यांना. तरी असलं तालेवार घराणं पुण्यात मिळणार ? तिथं ? पाड पडले ते वाडे आणि शायकली." सदूचा आवाज बोलता बोलता वाढला.

"सदू, हळू बोल." विसूबाब दटावून म्हणाला.

"त्यांनी बायचा फोटो बघितला ?"

"तर ? इतली सुंदर चली, बघून अजाब झाले समदे."

"तू मुलाचा फोटो आणलास ?"

"फोटो कशाला ? मी आमंत्रणच देऊन आलो ना मुलगी बघायला येण्याचं! कुल, गोत्र, पत्रिका आणि घराणं सगळं शंभर टक्के जमून येत असताना वेळ कशाला काढायचा ? प्रसादही चांगला झाला होताच असलं स्थळ, म्हणून उरतं ? बस्स भाटकारा, आता तयारीक् लागावं बोरकर कधीही दत्त म्हणून उभे राहणारे. हांव नकळो." हळू आवाजात सदू म्हणाला.

"आणि सुवर्णाबायला जरा घरातच ठेवा. आता ते हिंडणं, फिरणं चार दिवस बाजूला राहू दे. हो! फटकन् पुणेकर आले तर ?"

हे सर्व ऐकून विसूबाब मनातून खूश झालाय हे सदू गुरव जाणून होता. पण तो आनंद तो दिसू देणार नाही हे पण सदूला माहिती होतं.

'जरा तोंडानं चांगले शब्द बोलला तर बिघडेल ? छ्यॅ! बामणाची जात!'

विचारमग्न विसूबाबकडे बघत सदू गुरव पुटपुटला.

'सदूनं शंभर नंबरी काम केलं होतं. आता बोरकर यायचा अवकाश, सोयरीगत पक्की करून टाकायची. या कानाचं त्या कानाला तोवर समजता कामा नये. एकदा का तेर्म झालं की बघून घेतो, त्या फादरला.'

विसूबाब विचार करत होता. समोर सदू बसलाय, हे ध्यानी आलं तसा तो उठला. कोटाच्या खिशातून चावीचा जुडगा काढला व त्यानं अलमारी उघडून शंभराची नोट काढून सदूला दिली.

"सोयरीगत पक्की होऊ दे भाटकारा. अशा नोटीवर भागणार नाही. सुवर्णाबायचा शालू घ्यायला बेळगावला जाऊ आपण. तेव्हा आमच्या हिला सुद्धा नारायणपेठी नऊवारी लुगडं घेऊन द्या. अस्सल गर्भरेशमी बरं. फार दिवस, पाड पडली जीव खावून राहिलीय. बरं येतांव."

"अरे, सदू जेवून चल."

जेवणघराकडे जाता जाता विसूबाब म्हणाला.

सदूला आठवलं. आज बुधवार, आज भाटकाराच्या घरी मासळीचं चांगलं चुंगलं जेवण साधलं असणार. पुण्यातलं पचपचीत जेवण जेवून सदूच्या जिभेवर बुरशी चढली होती. आज तो पोटभर जेवणार होता.

जर ही सोयरीगत पक्की झाली, तर.

तर सदूचं नशीबच फळफळणार होतं.

देवा रवळनाथा पांव रे सायबा

सगळी काळजी तुकांच रे बाबा. सुस्सेगाद पार पाड. सांभाळून घे.

सदू गुरव नीरफणसाखाली, कळशीतल्या पाण्यानं पाय धुता धुता बडबडत होता.

दुपारचे दोन वाजून गेले होते. जेवणघरात ताट मांडून केव्हापासून वैनीबाय खोळंबली होती. भात वेळून भाताचं तपेलं निखाऱ्यावर ठेवून कितीतरी वेळ झाला होता. तशात सदू गुरव ऐन जेवणाच्या वेळीच टपकला होता. शांतू, सुवर्णा आणि वैनीबाय, जेवणघराच्या दारालगत उभ्या होत्या.

विसूबाब पाटावर येऊन बसला. वाढप पूर्ण झालं. हळूहळू जेवणही!

कढी भाताचा शेवटचा घास घेऊन, विसूबाबनं हांक दिली,

"सुवर्णा!"

सुवर्णा स्वयंपाकघरातून जेवणघराच्या दरवाजात आली. तिला बघून विसूबाब म्हणाला,

''ऐक सुवर्णा. आणि तूही ऐक.''

स्वयंपाकघरातल्या वैनीबायला उद्देशून तो म्हणाला,

''सदू गरव पुण्याहून आलाय. पुण्याचं स्थळ लाखात एक आहे. आख्ख्या गोव्यात असलं स्थळ शोधून सापडणार नाही. मुलगा कर्तबगार आहे, शिकलेला आहे. आपल्या समाजाचा आहे. प्रसाद चांगला झालाय. त्यांना फोटो पसंत आहे. या आठवड्यात ते मुलगी पाहायला केव्हाही येतील. जरा घरात लक्ष घाला. अंगण सारवून घ्या. जास्तीचं सामान सदूला सांगून मागवून घ्या. फराळाचं करून ठेवा.

''आणि सुवर्णा, उद्यापासून तू अजिबात घराबाहेर जायचं नाहीस. घरकामात लक्ष घाल. चार पदार्थ शिकून घे. कोणत्याही प्रकारे हे स्थळ हातचं जाता कामा नये. इतका सुंदर, श्रीमंत, कमावता मुलगा आहे तो! हे सगळं तुझ्या भल्यासाठीच आहे. मी बाप आहे तुझा. हे सगळं असंच घडायला हवं नाहीतर... माझ्यासारखा वाईट माणूस कुणी नाही हे लक्षात ठेवा.''

विसूबाब हात धुवायला निघून गेला.

स्वयंपाकघरात शांतता पसरली होती.

आपल्या बोलण्याचा योग्य परिणाम होणार आहे, याचा विसूबाबला पूर्ण विश्वास होता.

जर सुवर्णानं चुकून चुकीचं पाऊल टाकलं तरी त्याचा वाईट परिणाम तिच्या आईला भोगावा लागेल हे सुवर्णा जाणून होती.

आणि वैनीबायही!

विसूबाबची दहशतच तशी होती.

शिवाय!

तो वाईट थोडंच करणार होता ?

आपल्या मुलीला चांगल्या घरी द्यावं हे प्रत्येक बापाला वाटतं... आणि सुवर्णाचं चांगलं होण्याचा चांगला योग चालून आला होता.

अन्नपूर्णा दुराव्यानं वागत होती खरी, पण मुलीचं भलं कशात आहे हे समजण्याइतपत ती समजूतदार आहे, हा विसूबाबचा विश्वास होता.

तरीपण पाहुणे येऊन सारं सुरळीत पार पडेपर्यंत त्यांच्या जीवात जीव नव्हता.

आजकालच्या शिकलेल्या पोरी!

आणि आजुबाजूचं वातावरण!

कुणी भरवसा द्यावा ?

या विचारानं विसूबाब सावध होता. येणाऱ्या पाहुण्यांच्या आदर सत्काराची नित्य नवीन फर्मानं तो सोडत होता.

वावराड्या लावून सारं कुळागार स्वच्छ करवून घेतलं होतं. सारवून अंगण

हिरवंगार झालं होतं. वासू गुरवाकडून तुळशीवृंदावन रंगवून घेतलं होतं. दिवाणखान्यातल्या झुंबर, हंड्या स्वच्छ पुसायला लावल्या होत्या. वास्कोहून सामान मागवलं. लग्न झाल्यापासून प्रथमच त्यानं संसारात इतकं लक्ष घातलं होतं ते बघून वैनीबाय आतून कुठंतरी सुखावली होती.

शांतू, फुलवंतीच्या मदतीनं फराळाचे करवून घेत होती.

"कसा असेल आपला जावई ?"

विसूबाबने शोधून काढला होता म्हणजे चांगलाच असणार होता.

वैनीबायनं सुवर्णाच्या लग्नाची केवढी स्वप्नं रंगवलेली होती.

त्या लग्नाच्या निमित्तानं सारे सोयरे जमतील व त्यात आपलं माहेरही असेल.

भांगरानी, फुलांनी सजलेली आपली लेक...

विसूबाबच्या शेजारी बसून होणारं पुण्याहवाचन, लेकीचं सासरी जाणं...

बस्स! त्याचसाठी अशक्त वैनीबाय जीव धरून होती. आयुष्यभर नवऱ्याच्या एका मायेच्या शब्दासाठी आसुसली होती. त्याला खूश करण्यासाठी सतत धडपडत होती पण...

त्यानं पूर्णाला जवळ केलं होतं. पूर्णामुळे कदाचित विसूबाबचं जीवन पूर्ण झालं होतं. पण...

वैनीबायचा संसार मात्र त्यानंतर भकास, मोकळाच उरला होता.

जीव गुंतला होता तो मुलीत.

ती सासरी गेली, सुखी झाली की साऱ्या सोसण्याचं सार्थक होणार होतं,

त्या दिवसाची वैनीबाय वाट बघत होती.

तिच्या लक्षात आलं, की सुवर्णा दिवसेंदिवस अबोल होत चाललीय. चेहरा उतरून गेला आहे. न बोलता पुस्तक हाती धरून, तासन् तास ती विचार करत होती.

तिचं मन वैनीबाय जाणून होती. पण जे तिच्या मनात होतं ते कधीच होणं शक्य नव्हतं.

कसं होणार या सुवर्णाचं ?

मनातून कुढत तर नाही ?

थोडाही उत्साह ती दाखवत नाही.

नेमका कोणता विचार करतेय ?

सुवर्णाचा म्लान चेहरा पाहून ती सचिंत झाली होती. हे सर्व सुवर्णाच्या मनाविरूद्ध सुरू होते. पुण्याचं स्थळ कितीही तालेवार असलं तरीही सुवर्णा तिथं सुखी होणार नव्हती. सुवर्णा ज्या घरात सुखी होणार होती ते घर, शेजारीच हाकेच्या अंतरावर होतं. पण तिथवर जाण्याची शक्ती वैनीबायच्या दुबळ्या पाऊलात नव्हती.

म्हणून ती सुवर्णाची परोपरीने मनधरणी करत होती.

"मग मला इतकं शिकवलंस तरी का आई ?" सुवर्णानं प्रश्न केला.

"पोरी, शिक्षण वाया जाणार नाही. पुढंमागं तुला समजेल. पण डोळसपणानं विचार कर."

"पण आई, सगळं सोडून पुण्याच्या स्थळाचा आग्रह ?"

"ती मात्र माझीच इच्छा आहे सुवर्णा. नकोच हा गोवा."

"का ग ?"

"नको. तुझं नशीब माझ्यासारखं असू नये. पुण्यात शिकलेली माणसे. निदान तिथं कुणी भाविणीच्या प्रेमात पडून घरच्या लक्ष्मीचा अपमान तरी करणार नाही ?"

कधी नव्हे ती वैनीबाय उसळली. पण तेवढ्यानेही तिला ढास लागली. आईच्या पाठीवरून हात फिरवत सुवर्णा विचार करीत होती.

या स्त्रीने खूप सोसलं होतं. अंतःकरणात सतत घुसमटणाऱ्या वादळाने तिला पार खिळखिळी करून टाकलेलं होतं. सुवर्णाचा हात आपल्या कृश हातात घेत, वैनीबाय म्हणाली,

"सोना, फक्त तू आहेस म्हणून मी उभी आहे. श्वास घेते आहे. तू सुखरूप सासरी गेलीस की मोकळी झाले."

थोडा वेळ थांबून ती बोलू लागली,

"त्या घरामधले आंतोन, ग्लोरिया देवमाणसे आहेत. हॅरी गुणी मुलगा आहे. तुला ते सारे फुलागत जपतील. सुखी ठेवतील. समजतं ग मला! कदाचित दोन घरांमधलं अंतर तू सुद्धा हिंमतीने पार करशील. पण आजवर मी निभावलेलं सारं वाया जाईल.

किती नवससायास करून तुझा जन्म झाला. तेव्हापासून मी जगायला शिकले. एका उमेदीने तुला सासरी जाताना पाहणं, एवढ्याचसाठी वैराग्य पत्करून संसार मांडला. इथवर सारं नेटानं निभावून आणलं."

थोडा वेळ थांबून वैनीबाय म्हणाली,

"सोना, स्त्रीच्या जीवनाचं सोनं केव्हा होतं ? जेव्हा ती आई होते. सासरचा वंश वाढवते. तू मुलगी आहेस, पण तुझं मूल आम्ही पोसके (दत्तक) घेऊ. पुन्हा हा वंश चालू राहील. पण तुझ्या पोटी जन्माला येणारे मूल जर किरिस्तांव असेल तर ?

तर ते मूल आमच्या वंशाचे होऊ शकणार नाही ! आंतोन, ग्लोरिया देव माणसे आहेत आणि हॅरीइतका चांगला मुलगा.... कुठेच मिळणार नाही. पण पोरी... त्याचा धर्म वेगळा आपला वेगळा. आज तुला सारं सोपं वाटतंय. पण एकदा तू त्या घरची झालीस की तुझे बाबा या घरच्या अंगणात तुला पाय ठेवू देणार नाहीत. त्यांचा वंश परधर्मात वाढण्यापेक्षा, पाहण्यापेक्षा.... ते... हे घर सोडून निघून जातील. आणि

माझं तिळतिळाने झिजत जगणं पाहण्याखेरीज तुझ्या हाती मग काहीच उरणार नाही. विचार कर सुवर्णा, प्रत्येक पाऊल विचारपूर्वक उचल. हे सर्व तुला सोसवणार असेल तर तू खुशाल तुला आवडेल तो निर्णय घे.

मी रागावणार नाहीच.''

वैनीबायचे अश्रू आज मुक्तपणे वाहत होते. सुवर्णा प्रथमच आपल्या आईची ही अवस्था पाहत होती.

पांढरी फटफटीत अशक्त वैनीबाय कधी नव्हे ती अनावरपणे बोलत होती. सुवर्णाला आईची दया आली. तिची घुसमट, तिचा संयम याचा सुसंगत असा अर्थ तिला प्रथमच जाणवला. तिनं कधी सुख भोगलं नव्हतं. तिच्या नवऱ्यानं तिची सदा अवहेलनाच केली होती. आणि तरी तिनं संसार नेटकेपणानं पेलला होता. आज ती अगतिक स्त्री सुवर्णाकडे प्रथमच काही मागत होती. ती मागणी पूर्ण झाली तरच तिचा घुसमटलेला श्वास मोकळा होणार होता. कदाचित तो शेवटचाच श्वास असू शकेल.

या विचारानं कासावीस झालेली सुवर्णा आईच्या गळ्यात पडून रडत होती. कोण जाणे, यानंतर मोकळेपणी रडता येणार होतं की नाही ?

हॅरीबरोबरच्या सुखी जीवनाचे स्पष्ट चित्र पुसायचे आणि कुणा परक्या घरी, परक्या गावी सुखी होण्याच्या भरवशावर निघून जायचे.

सुवर्णा कळवळून रडत होती.

आईच्या कृश शरीराची थरथर तिला जाणवली. ती दुबळी स्त्री तिची आई होती. तिला एक दिलासा हवा होता. सुवर्णानं निर्धाराने अश्रू पुसले. आपल्या हातांनी आईचे डोळे पुसत ती म्हणाली,

''काळजी करू नकोस आई. तुझी तपश्चर्या मी वाया जाऊ देणार नाही.''

त्या क्षणापासुन सुवर्णा शांत झाली होती. दाखवण्याचा, पाहण्याचा, लग्न ठरवण्याचा सारा प्रसंग तिने स्थिर चित्ताने निभावून नेला होता. पुण्याला लागणाऱ्या लग्नाची तिथी ठरवूनच पाहुणेमंडळी निघून गेली होती. विसूबाब खूश होता.

विसूबाबचं सारं वैभव, त्यानं केलेला पाहुणचार, त्याची सुंदर मुलगी... जी या सर्व वैभवाची वारस होती. एकुलती एक मुलगी...

बोरकर मूळचे गोव्याचे. पण सर्व कुटुंब व्यवसायानिमित्त पुण्याला राहिलेलं होतं. गोव्यातलं त्यांचं कधी काळी असलेलं घर, कुळागार सारं त्यानंतर नातेवाईकांनी बळकावलं होतं. त्यांच्याशी भांडावं, आपला हिस्सा मागावा असं त्यांना वाटायचं. पण त्यासाठी मारावे लागणारे हेलपाटे, खर्च हे सर्व करण्याची त्यांची तयारी नव्हती. पुण्यातला व्यवसाय दिवसेंदिवस तोट्यात चालला होता. कर्जाचा बोजा चढत होता.

जो वाडा त्यांच्या मालकीचा आहे असे सदू गुरव समजत होता त्या वाड्यात बोरकर हे भाडेकरू होते. आपल्या भावी जावयाच्या व्यवसायाची चौकशी विसूबाबने, खरं तर, स्वतः येऊन करायला हवी होती. पण देखणा मुलगा व बोरकरांचं अघळपघळ बोलणं यावर सर्व निभावून गेलं होतं. त्यांचं पितळ उघडं पडलं नव्हतं.

आणि बोरकर येताक्षणीच लग्न ठरलं होतं. अगदी साधा, घरच्या घरी दिवाणखान्यात गणेशपूजन करून साखरपुडा झाला होता. जवळचीच लग्नतिथी ठरवून तृप्त मनाने पाहुणे निघून गेले होते.

वैनीबायला हवा असाच जावई होता. देखणा.

विसूबाबला हवे असेच व्याही होते, घरंदाज, श्रीमंत.

सुवर्णा.... तिला जे हवं होतं त्याकडे तिनं पाठ फिरवून घेतली होती. त्या ऐवजी आईच्या डोळ्यांमधलं समाधान बघून आपले डोळे कोरडे ठेवत होती.

प्रयत्नपूर्वक !

एग्मा आणि तिचे वडील, एग्माच्या लग्नाचं निमंत्रण द्यायला विसूबाबच्या घरी आले होते. एग्माचे वडील पोर्तुगीज शाळेत प्रोफेसर होते. आपली मुलं, कुटुंब आणि नोकरी सांभाळून शांत वृत्तीनं या गावात राहत होते.

विसूबाबने त्यांचं स्वागत केलं. बाहेरच्या ओसरीवरच्या लाकडी झोपाळ्यावर एग्मा व प्रोफेसर बसले होते. मुंबईकर, शिकलेला जावई मिळाला म्हणून ते समाधानात होते.

सुवर्णाही ओसरीवरच्या सोप्यावर बसून त्यांचं बोलणं ऐकत होती.

"सुवर्णा, या दिवसात बाहेर आलीच नाही ती ?"

एग्मानं विचारलं.

"या दिवसात तिची आई सीक आहे." सुवर्णाऐवजी विसूबाबच म्हणाला.

"पण माझ्या लग्नाला यायचं हं. बघा मी बोलणार नाही. आता आपण रोज कुठे भेटणार ?"

"खरंच भाटकार, सुवर्णाबायचं काय ?" प्रोफेसरनी विचारलं.

"पाहतोय, पाहतोय. योग हवा ना ! एग्माचे लग्न कुठे आहे ?" विसूबाबने विचारलं.

"वास्कोच्या चर्चमध्ये. पण त्या रात्रीनंतर घरात पार्टी आहे. निदान त्यावेळी पाठवा सुवर्णाला." प्रोफेसर म्हणाले.

"ते का ? तिनं वास्कोला यायला हवं. लग्न लागताना माझी मोगाची आमिग, जवळ नको ?" एग्मा म्हणाली

"वास्कोला नाही; पण इथं, तुमच्या घरच्या समारंभाला सुवर्णा येईल."

विसूबाब म्हणाला. पण आपली लेक, सुवर्णा मात्र... काळजावर भार घेऊन वागतेय हे एग्माला बघून वैनीबायला पुन्हा एकदा जाणवले.

देवघरातल्या नवनाथासमोर वैनीबाय प्रार्थना करत होती.

'निभावून ने शिवशंभो
अब्रूनं पार पाड यामधून.'

◆

आज सकाळीच वास्कोच्या चर्चवर एग्माचं काजार झालं होतं. जुजे गावचे व गोवातल्या इतर ठिकाणाहून सारे सोयरे, मित्रमंडळी एग्माच्या लग्नाला हजर झाली होती. सारं जुजे गाव आनंदात होतं. त्या गावची एग्मा लग्न लावून आता मुंबईला जाणार होती. मुंबईकर जावई बघून, सारे जुजे गाव आनंदानं बेहोष झालं होतं. त्याचं रुप, त्याचं सफाईदार बोलणं, आदबशीर वागणं, जुजे गावच्या साध्या सरळ माणसांना अपूर्वाईचं वाटत होतं.

पांढराशुभ्र लेसचा वेडिंग ड्रेस आणि फुलांचा भार सावरत, एग्माने आज सकाळीच मोठ्या फादरसमोर लग्नबंधने पाळण्याची शपथ घेतली होती. काळा सूट घातलेला, उजळ वर्णाचा, भरदार बांध्याचा आपला जोडीदार एग्माला मनापासून आवडला होता. एरवी शांत असणारी एग्मा, आज सळसळणाऱ्या केतकीसारखी उत्साही दिसत होती.

सुवर्णा, अंजू, फ्रँक, हॅरी, सॅम, रझाक आणि शाळेतल्या मित्र-मैत्रिणी, गावचे सारे लोक तिचं अभिनंदन करत होते. रात्री डिनर आणि डान्स होता. एग्माच्या घरासमोर मोठा मांडव घातला होता. गिटार, ड्रम, पियानो आणि डफली... सारी वाद्ये घेऊन संगीतकारांचा ताफा मांडवाच्या एका कोपऱ्यात होता. एका कोपऱ्यात छोटा बार सजला होता. जेवणासाठी टेबलावर प्लेटस्, ग्लासेस, मांडले होते. बुफे सजला होता. शागुतीचा वास सगळीकडे घमघमत होता.

अंजू, सुवर्णा त्यांच्या वेगळ्या वेशभूषेने वेगळ्याच दिसत होत्या. डायना, कापितांव, आल्बर्तूला घेऊन आली होती. आंतोन, ग्लोरिया, मेरी, एपी, पावलू, गावचे सारे लोक रात्रीच्या मेजवानीला हजर होते. नृत्याला सुरुवात झाली. आणि नवविवाहित एग्माबरोबर येणाऱ्या त्या सुंदर मुलीला बघून सर्वांना आश्चर्याचा धक्काच बसला.

एग्मा लगबगीने पुढं झाली. त्या सुंदर मुलीचा हात हाती घेऊन ती म्हणाली,

"ये ये, खूप आनंद झाला तुला पाहून !" अतिशय सुंदर कपडे परिधान केलेली आकर्षक व्यक्तिमत्त्वाची लिरियाना, डौलदार पावले टाकत त्या लग्नमंडपात येत होती.

"एग्मा तू आठवणीने वेडिंग-कार्ड पाठवलंस आणि मी येणार नाही ? लिरियाना स्नेहभराने तिला म्हणाली.

"अभिनंदन !"

लिरियाना त्या दोघांना शुभेच्छा देत म्हणाली आणि थांबलेला वाद्यवृंद पुन्हा सुरू झाला. गिटारची आणि ड्रमची लयबद्ध सुरावट सुरू झाली. लिरियाना नाजूक पावले टाकत एग्माच्या नवऱ्याबरोबर नृत्य करत होती.

फादर रॉबर्ट, अंजू, सुवर्णा एका बाजूला बसले होते. ग्लोरियाने फादरकडे पाहून अभिवादन केले. रॉबर्टनी सर्वांशी लिरियानाची ओळख करून दिली.

रॉबर्टने सांगितलेल्या कथांमधल्या साऱ्या व्यक्तिरेखा लिरियाना प्रत्यक्ष पाहत होती. ग्लोरिया, डायना, फ्रँक, कापितांव, सुवर्णा, हॅरी, अंजू साऱ्यांबद्दल रॉबर्टनं खूप काही सांगितलं होतं. ते सर्व लग्नमंडपात हजर होते.

जुजे गावातील साऱ्या व्यक्तिरेखा प्रत्यक्षात पाहताना लिरियाना वेगळाच अनुभव घेत होती.

ती सारी एका गावातील माणसे !

नियतीने आखलेल्या रस्त्याने चालत होती.

त्या मंडपात विसूबाब, वैनीबाय, पूर्णा नव्हते.

पण सुवर्णा होती आणि अंजूही !

लिरियाना नवलानेच तो सारीपाट पाहत होती. आणि त्या सर्व व्यक्तिरेखांत हरवत होती.

तिच्याही नकळत !

हॅरी केव्हापासून सुवर्णाशी बोलण्याची संधी शोधत होता, पण सुवर्णा अंजूला सोडून जराही बाजूला होत नव्हती. ती हसतमुखाने सर्वांशी बोलत होती. फक्त हॅरीकडे ती जाणून बुजून दुर्लक्ष करत होती. हॅरीची होणारी घालमेल ग्लोरिया पाहत होती.

"यो रे मोगा, चोंय रे माका
मोगाचे दोले, लाय रे माका..."

गिटारच्या करुण साथीबरोबर कुणी षोडशा माईक हाती धरून गात होती.

लिरियाना लक्ष देऊन ते गीत ऐकत होती. आज इथे येतानाच तिचे मन कातर झाले होते. दिवसेंदिवस रॉबर्ट त्याच्या मिशनमध्ये गुंतत चालला होता. जुजे गावच्या व्यथांनी तो उद्विग्न झाला होता. त्याच्या कामावर तो समाधानी नव्हता.

आणि आज तर तो अधिकच गंभीर वाटत होता. परवा मडगावहून येताना, लिरियाना त्याला पोहोचविण्यासाठी, चर्चच्या पायथ्यापर्यंत आली होती. त्या दिवशी त्यानं आपल्या सर्व अडचणी पापा कार्व्हालोंना सांगताना लिरियानाने ऐकलेलं होतं.

हॅरी आणि सुवर्णाबद्दल तर त्यानं स्वत: सांगितलेलं होतं.

पण त्यामध्ये नक्कीच काहीतरी घडलेलं होतं. त्याखेरीज रॉबर्ट इतका गंभीर होणार नाही.

नृत्य करता करता लिरियाना विचार करत होती.

त्या दिवशी फादर डिसिल्वांचा आणि रॉबर्टचा वाद झाला होता. ग्लोरिया आंतोनला डिसिल्वांनीच उत्तर दिलं होतं. त्याबाबत कोणताही निर्णय फक्त चर्च घेणार होतं, रॉबर्ट नव्हे.

हे ऐकल्यापासून रॉबर्ट सुन्न झाला होता. केवळ एग्मासाठीच तो या समारंभात हजर होता. तिथं भेटणाऱ्या ग्लोरिया, आंतोन, हॅरी यांना देण्यासारखं कोणतंही उत्तर रॉबर्टजवळ नव्हतं.

हॅरीची अस्वस्थ मन:स्थिती ग्लोरिया बघत होती. केवळ एग्मासाठी तो समारंभाला आला होता आणि नेमकी सुवर्णा समोर आली होती. तिला आज भेटून, काहीतरी निर्णय घेणं हॅरीला निकडीचं वाटत होतं.

ग्लोरियानं आंतोनबरोबर थोडेसं नृत्य केलं आणि थकून ती खुर्चीवर जाऊन बसली.

''जाणती झाले आता.'' ती हसत म्हणाली तरी तिच्या डोळ्यात तरळणारं पाणी आंतोनला दिसलंच. तिच्या शेजारी बसत हलकेच तो म्हणाला,

''ग्लोरिया काळजी करू नको ग! सगळं ठीक होईल.''

पण खरं तर त्याचीच पाऊलं थरथरत होती.

''ऑले. आंतोनबाब'' कापितांब आल्बर्तू त्याच्या शेजारी बसत म्हणाला.

''आंतोनबाब आता तुमच्या घरी पण एक पार्टी कर लवकरच; अ ग्रँड वेडिंग पाटी.''

''होय तर; लवकरच करू.'' आंतोन म्हणाला.

ही पार्टी बघताना, त्याच्याही मनात येत होतं की एक चांगली मुलगी बघून, हॅरीचं लवकरात लवकर लग्न करायला हवं. तरच तो माणसात येईल.

एग्माच्या नवऱ्याबरोबर संथ लयीत नृत्य करणाऱ्या लिरियानाकडे बघून कापितांवला डायनाची थट्टा करण्याची लहर आली होती. तो तिला म्हणाला,

''पाहिलंस ? अशा सुंदर असतात आमच्या पोरी, नाहीतर तू.''

''असू दे, माझा काळा रंगच तर तुला आवडतो! आणि आल्बर्तू, अशीच एक पोरगी आण ना सून म्हणून, आपल्या फ्रँकचेही काजार करूया लवकरच!''

''नक्कीच करू, अशी का ? हिच्यापेक्षा सुंदर आहे माझ्या बहिणीची मुलगी. आता रजेत पोर्तुगालला गेलो की घेऊनच येतो.'' आल्बर्तू म्हणाला.

''खरं ? खरं सांगतोस ?''

आपल्या गोऱ्या सुनेच्या कल्पनेत डायना रंगून गेली.

फ्रँकला मात्र उदास वाटत होतं. एग्मा! त्याची बालमैत्रिण. एक वेगळी ओढ होती दोघांमध्ये.

फ्रँकला एकटं वाटत होतं.

◆

रात्र झाली, तशी अंजू, सुवर्णा जायला निघाल्या, हॅरी म्हणाला,

"थांब अंजू मी पोहोचवायला येतो."

"टॉर्च घेऊन जा." ग्लोरिया काळजीनं म्हणाली.

सुवर्णाही आज अवघडूनच वागली होती. नेहमीसारखं मोकळं हसणं, बोलणं नव्हतं. हॅरीशी तिचं बोलणं झालं तर बरंच होईल, असा विचार ग्लोरियाच्या मनात आला.

अंजू, सुवर्णा आणि हॅरी न बोलता चालत होती. आपल्या घराकडे सुवर्णा वळणार, तोच हॅरी म्हणाला,

"सुवर्णा, चल. आपण अंजूला पोहोचवून येऊ."

"नको हॅरी, बाबांना कळलं तर..."

"काय होईल ते होईल. प्लीज आज नाही म्हणू नकोस. किती दिवसांनी भेटलीस!"

मनाशी काही ठरवूनच सुवर्णा त्याच्या बरोबर जात होती. अर्ध्या वाटेवर कंदील घेऊन गिडू उभा होता.

अंजू त्याच्या सोबतीने गेल्यानंतर...

त्या डोंगरवाटेवर सुवर्णा आणि हॅरी... काळोखात समोरासमोर उभे होते.

"काय बोलायचं आहे हॅरी ? आपल्या समोरच्या सर्व प्रश्नांना पूर्णविराम मिळाले आहेत." सुवर्णा उदासपणाने म्हणाली. आणि ते दोघे डोंगराच्या रस्त्याने चालू लागले. रात्रीचा गडद अंधार पसरला होता. खाडीच्या किनाऱ्यावर धडकणाऱ्या लाटांचा आवाज फक्त ऐकू येत होता. अंजूला घरी पोहोचवून डोंगर उतरताना सुवर्णाचा हात हॅरीच्या हातात होता. टॉर्चच्या उजेडात ते दोघे वाट उतरत होते. आजवर मैत्री होती. अव्यक्त प्रेम होतं. पण असा एकान्त नव्हता. अशी जवळीकही नव्हती.

हॅरीच्या मिठीत बद्ध झालेली सुवर्णा उन्मळून रडत होती. हॅरीलाही अश्रू आवरत नव्हते. भावनावेग ओसरल्यावर दोघेही शांत झाले.

"सुवर्णा, आजवर किती जवळ होतो आपण आणि किती दूरही ?" हॅरी म्हणाला.

"आणि हॅरी, यानंतर कायमचेच दूर व्हायचं. माझं लग्न ठरलंय."

"ऐकलंय मी. पण सुवर्णा, तू कशी मान्यता दिलीस ? मनात इतकं वादळ असताना ?"

"मग काय करणार होते मी ? या चर्च आणि मंदिराच्या वादाच्या भोवऱ्यात सापडायचं ? की... आपल्या दोन घरात धुमसणारा वैराचा अग्नी पेटवायचा ? की धर्मभावना चेतवून या गावातल्या दोन जमातीत कलह माजवायचा ?

पण... त्यापेक्षाही माझी आई....

मी एक पाऊलही तुझ्या दिशेने टाकलं तरी माझी आई त्या क्षणी संपून जाईल हॅरी. आजवर कधीच कुणाकडे तिनं काही मागितलेलं नाही. सारे दुःखाचे कढ जिरवत राहिली आतल्या आत!

मी माझं सुख पाहू की आईचं समाधान ? हॅरी, तुझं घर म्हणजे नंदनवन आहे, पण माझ्या नशीबात नाही."

सुवर्णा पुन्हा रडत होती.

"कसल्या नशीबाच्या गोष्टी बोलतेस सुवर्णा ? आपलं नशीब आपण घडवायचं असतं. लोक चार दिवस बोलतील. नंतर जो तो आपल्यापुरता असतो. माझ्या डॅडींचे मित्र आहेत पणजीत. जुईज नर्विकार आदेगाद केरकार! आपण त्यांना भेटू. तेर्म करून घेऊ. हीच वेळ आहे कसोटीची. जर तूही नशीबाला दोष देत राहिलीस तर वैनीबायमध्ये आणि तुझ्यात फरकच कोणता ? घाबरू नकोस सुवर्णा. माझी आई, डॅडी आपल्या पाठीशी उभे राहतील. फक्त तू साथ दे. तू सोडून गेलीस तर मी या गावात राहणार नाही. गोव्यात मी राहणार नाही." हॅरी निग्रहाने म्हणाला.

"वेड्यासारखं बोलू नकोस हॅरी. आयुष्य वाया घालवावं इतकी मी कुणीच नाही. तुझं आयुष्य मोलाचं आहे. तुझे आई-वडील तुझ्यावर जीव लावून बसलेले आहेत. तू डॉक्टर होणार आहेस. या गावात दवाखाना काढणार आहेस. ग्लोरियामायनं तुझ्यावर इतके संस्कार केलेत. तुझ्यासाठी प्रार्थना केल्या, त्या वाया जाऊ देऊ नकोस. हॅरी वचन दे."

तिच्या हातातून हात सोडवून घेत हॅरी तुटकपणे म्हणाला,

"प्रार्थना, संस्कार, चर्च, मंदिर, प्रवचनं, गरीबांची सेवा. हंबग! फजूल आहे सारं, निरर्थक! तू असलीस तरच त्याला अर्थ येईल. नाहीतर फक्त शब्द, खोटे शब्द! मला खोट्या शब्दांसाठी जगायचं नाही."

कोरडेपणाने तो बोलत होता. हॅरीचा हा आवेश बघून सुवर्णा गारठून गेली.

"हॅरी, आजवर आपण आपल्या भावना कधीच व्यक्त केल्या नाहीत. यानंतरही त्या अव्यक्तच ठेवू. हे सारं वादळ सोसणं फार अवघड आहे. धर्म ! कशासाठी या भिंती हॅरी ?"

"त्या भिंती आपण पार करू शकतो. त्याच शब्दांना आपण नवा अर्थ देऊ.

मी वाट पाहीन. नाहीतर असं करूया सुवर्णा ? आता या इथूनच पळून जाऊ.

सुवर्णा, मुंबईला येतेस ? तिथं माझा मामा आहे, आण्टी आहे. ते लग्न लावून देतील आपलं. थोडं दिवसांनी सारं शांत झालं की परत येऊ आपण! चल सुवर्णा, थोडं धाडस कर माझ्यासाठी, आपल्यासाठी. नंतर सुखच सुख असेल. अशी अनेक लग्न यापूर्वी झाली नाहीत का ?''

अधिरतेनं हॅरी म्हणाला.

''आपण परत येऊ तेव्हा ? तोवर माझ्या घराचं स्मशान झालेलं असेल. माझी आई ही वार्ता समजेल त्याच क्षणी संपलेली असेल. संतापाच्या भरात बाबा वाट्टेल ते करतील. आपल्या हॅरीनं सुवर्णाला पळवून नेणं, ग्लोरियामायला कदापि सोसणार नाही. सोसेल ? आणि फादर रॉबर्ट... ? सुवर्णानं विचारलं.

''हं! त्यांच्याजवळ तर मार्गच नाही.'' हॅरी तुच्छतेनं म्हणाला.

''होय ना ? मग ? जे धर्माला मान्य नाही, कुटुंबाला मान्य नाही, समाजाला मान्य नाही, ते आपण करायचं नाही.'' सुवर्णा निग्रहानं म्हणाली.

''असं सांग ना ? त्या पुण्याच्या पोरानं तुला भुरळ घातलीय ? पण मी तुला सुखानं जगू देणार नाही. तुझी पत्रं आहेत माझ्याजवळ. तू बघच! मी काय करतोय ते.'' हॅरी डोळे तारवटून म्हणाला.

''हॅरी, अरे, असं काय बोलतोस रे ? असं वेड्यासारखं बोलू नकोस. ऐक हॅरी.'' त्याला हाताने हलवत सुवर्णा म्हणाली.

स्वत:ला सावरून हॅरी म्हणाला.

''रागवू नकोस गं सुवर्णा. माझं डोकं ठिकाणावर नाही. चल तुला घरी पोहोचवतो. नीट विचार कर आणि ये. फक्त एकदाच धाडस कर. त्या जांभळाच्या झाडापाशी केव्हाही ये. मी वाट पाहीन.''

त्याचा हात सोडवून घेऊन सुवर्णा घराकडे वळली. भर अंधारात हॅरी रस्त्यावर एकटाच उभा होता.

त्याच्या दृष्टीनं सारं संपलं होतं.

◆

आज साऱ्या जुजे गावात हलकल्लोळ माजला होता. काल रात्री, मासे धरायला गेलेल्या कोळ्यांमधून एपी परत आलाच नव्हता. काल रात्री सर्वांनीच एकवीरेचं नाव घेऊन होड्या पाण्यात सोडल्या होत्या. मेरीचा निरोप घेऊन एपीनेसुद्धा साऱ्या मच्छिमारांसोबत समुद्रात होडी घातली होती. नेहमीपेक्षा दर्या आज खवळला होता. सारेजणच एकमेकांना हाकारे देत समुद्रात उतरले होते. फार पुढे न जाण्याच्या सावध सूचना देत होते. आणि त्यानंतर सारे अलग अलग दिशांना पांगले होते.

रात्रभर सागराशी झुंजून थकलेले सारे मच्छिमार सकाळी परतले. बंदरावर मासळीची देवाण घेवाण करणाऱ्यांची एकच झुंबड उडाली होती. प्रत्येकाला आपली मासळी विकून घरी परतण्याची घाई झाली होती. एपी परत आला नाही, हे कुणाच्याही ध्यानी आलं नव्हतं.

नेहमीप्रमाणेच मेरी एपीची वाट पाहत आतबाहेर फेऱ्या घालत होती. सारेजण परतले पण एपीचा पत्ता नव्हता, ते बघून मेरीच्या काळजाचा ठोका चुकला. तिनं सर्वांची दारे वाजवून एपीची चौकशी केली आणि एपी परत आलाच नाही हे सर्वांना समजून चुकले. एपीसारखा निष्णात दर्यावर्दी सागरात हरवून जावा याचे सर्वांना नवल वाटत होते. त्याचा धाडसी स्वभाव सर्वांना माहिती होता. साऱ्या मच्छिमारांनी पुन्हा आपल्या होड्या पाण्यात सोडल्या होत्या. किनाऱ्याकिनाऱ्याने ते एपीचा शोध घेत होते. पण एपीचा ठावठिकाणा लागला नाही. समुद्रकिनाऱ्यालगतच्या एका झुडपावर एपीची टोपी मात्र अडकून राहिली होती. जुजे गावचा निष्णात दर्यावर्दी बघता बघता सागराच्या पोटात गडप आला होता. त्याच्या शरीराचा अंश न् अंश माशांनी फस्त करून टाकला होता. हताश झालेले कोळी खालमानेने गावात परतले. एपीची खूण म्हणून त्याची टोपी फक्त परत आली होती. ती टोपी पाहून कुणी काहीच न सांगता, मेरीला सारे समजले होते. तिच्या आकांताला सीमाच उरली नव्हती. तिचे हफिसर होणारे पोरगे दीनवाणे झाले होते.

आज सकाळीच साऱ्या गावात ही वार्ता पसरली आणि सारा गाव कोळीवाड्याकडे धावला. मेरी जिवाच्या आकांतानं रडत होती. तिचा प्राणप्रिय एपी यानंतर येणार नव्हता. घरावर भांगरांची कौलं घालण्याचं आणि पोरांना हफिसर बनविण्याचं स्वप्न अर्धंच राहिलं होतं. मेरीच्या दुःखाची आच साऱ्या गावाला लागली होती. एग्मा, डायना साऱ्याजणी मेरीजवळ बसून होत्या.

धीमे, धीमे पाऊलं टाकत ग्लोरिया मेरीला भेटायला येत होती. तिला येताना पाहून सारी वस्ती तटस्थ झाली. ग्लोरियाला पाहून मेरीच्या रडण्याचा बांध कोसळला. धाय मोकलून ती रडू लागली. ग्लोरिया तिला शांत करत होती. रडण्याचा आवेग थांबल्यावर ग्लोरिया तिला म्हणाली,

"मेरी, साऱ्याच घटना अनपेक्षित समोर आल्या आहेत. होऊ नये ते झालं. एपी फार चांगला माणूस होता. अकाली गेला."

मेरी रडू लागली. ग्लोरिया म्हणाली,

"तुझं दुःख मला समजतं मेरी."

"भाटकारनी, माझं दुःख तर जन्माचंच, पण या मुलांचं काय करू ? कसं होणार यांचं ? मला कधी मासळी विकायला जाऊन सवय नाही. त्यानं मला कधीच काम करू दिलं नाही. घरावर भांगरांची कौले चढवणार होता. हफिसर करणार होता

पोरांना! आता मी काय करू सांग ? शाळा नाही, रोजगार नाही. असं गाव हे! भाटकारनी मला वाटतं, मी हे गाव सोडून भावाकडे जाईन, तिथं पोरांना एस्कोलांत दाखल करेन.'' मेरीला थांबवत ग्लोरिया म्हणाली,

''नाही मेरी. असला विचार तू मनात आणू नकोस. हे घर तुझं हक्काचं घर आहे. तुझ्या एपीनं तुझ्यासाठी बांधलेलं घर, तू इथंच राहायचंस मेरी. आणि आजच सगळे विचार कशासाठी ? थोडे दिवस जाऊ दे. आपण पाहू.''

खाली मान घालून मेरी रडत होती. डोळ्यातले अश्रू टपटपत गालावरून ओघळत होते.

मेरीच्या अश्रूंनी ग्लोरियाच्या मनातले प्रश्न पेटून उठले होते. अलीकडे ती खूपच अस्वस्थ होती. तिला या जीवनाचा सुसंगत अर्थ लागत नव्हता. तिच्या घरावरही वादळी ढगांनी मळभ धरले होते. त्या घरांवर येऊ घातलेल्या संकटांची चाहूल तिला लागली होती. अनेक प्रश्न तिच्यासमोर उभे होते. हॅरी पिसाळून गेला होता. लहानपणापासून सॅम नेहमी हॅरीचे अनुकरण करत आला होता. हॅरीमुळे सॅमही बिथरला होता. दोन्ही मुलगे बाहेर बाहेर राहत होते. नीटपणाने खातपीत नव्हते. परीक्षा समोर असूनही पुस्तकांना हात लावत नव्हते. आईवडिलांशी संभाषण करत नव्हते. ग्लोरियाच्या घरासमोर संकट उभे होते. त्याच्या अक्राळविक्राळ सावल्या ग्लोरियाच्या अंगणात स्पष्ट उमटल्या आंतोन पार दीनवाणा झाला होता.

समोरून फादर रॉबर्ट येत होते. ग्लोरियाला कोळीवाड्यात पाहून ते क्षणभर थबकले.

गावातल्या सर्वात सधन कुटुंबामधली ती स्त्री, गावामधलया सर्वात गरीब घरामधल्या स्त्रीचे सांत्वन करण्यासाठी आली होती. फादर रॉबर्ट तिथे पोहोचण्याआधीच ग्लोरिया तिथे पोहोचली होती.

फादर रॉबर्ट आणि ग्लोरिया समोरासमोर उभे होते. ग्लोरियाचे डोळे अश्रूंनी डबडबले होते. ती म्हणाली,

''फादर, मेरीचं दुःख फार मोठं आहे. सांत्वन करण्यापलिकडचे! आणि तिला खरं तर सांत्वनापेक्षा इतर अनेक गोष्टींची गरज आहे. प्रार्थना करून दुःख हलकं होईल. पण फादर, तो उतारा नव्हेच ना दुःखावरचा ? आता आपण एपीच्या आत्म्याला शांती मिळो म्हणून प्रार्थना करणार. पण भरला संसार अर्ध्यावर टाकून गेलेला तो आत्मा शांत कसा होणार ? तो अतृप्त आत्मा शांत तेव्हाच होईल, जेव्हा त्याच्या मागे त्याची मुले बाळे मार्गाला लागतील. त्यांच्या दोन वेळेच्या अन्नाची सोय होईल.

आत्ताच मी मेरीचं सांत्वन केलं. पण त्या सांत्वनाने काय होणार ?

त्यापेक्षा खूप वेगळं व्हायला हवं आहे फादर, खूप काही!

ते मेरीला कसं मिळेल. हा खरा प्रश्न आहे.''

फादर रॉबर्ट ग्लोरियाकडे पाहत होते. दुःखाचं प्रतीक अशी काळी वस्त्रं तिनं परिधान केली होती. दुःखानं थिजून गेलेली ती स्त्री, प्रश्नांचा पेटता पलिता घेऊन रॉबर्टसमोर उभी होती.

धगधगती ग्लोरिया!

''घरी कसे आहेत सर्वजण ?'' रॉबर्टनी विचारले,

''घर ?'' ग्लोरिया उदासपणाने म्हणाली. ''सांगेन मी एक दिवस फादर! येणार आहे चर्चवर.''

ग्लोरिया पाठमोरी होऊन घरी जात होती.

फादर रॉबर्ट ती धगधगती ज्वाला पाहत होते.

एपीच्या मृत्यूची वार्ता देणाऱ्या, उदास चर्चबेलचा आवाज तिथवर ऐकू येत होता.

◆

एपी गेला आणि गावावर संकटाचे सावटच जणू पडले होते. मर्सिलिना आणि तिचा नवरा यांना चर्चने बहिष्कृत केले होते. त्या धक्क्यानं मर्सिलिना खचत चालली होती. अलीकडे ती घराबाहेर पडत नव्हती. दिवसेंदिवस ती खचत चालली होती. तिला हॉस्पिटलात दाखल करणे भाग होते. तिच्या नवऱ्यानं तिला रायबंदरच्या हॉस्पिटलात दाखल केले होते. पावलूने ही वार्ता फादर रॉबर्टना दिली. आज फादर रॉबर्ट मर्सिलिनाला भेटायला गेले.

''आम्ही पापी नाही आहोत फादर. या गावावर, चर्चवर आमचं खूप प्रेम आहे. शेजारीच घरात आले नाहीत तर नाताळ कसा साजरा करायचा ? कुणासोबत ? ही शिक्षा आम्ही का भोगायची ? सांगा फादर.''

बसमधून जाताना, फादरना मर्सिलिनाचे शब्दच आठवत होते. त्या दुर्दैवी स्त्रीला रॉबर्टनी आश्वासन दिलं होतं,

''काळजी करू नकोस मर्सिलिना, मी मोठ्या फादरशी बोलेन. काही मार्ग निघेल.''

पण प्रत्यक्ष बोलणं झालंच नव्हतं. लिरियानाच्या येण्यावरून फादर डिसिल्वांनी वाद घातला होता. हॅरी, सुवर्णाच्या प्रश्नावर फादर डिसिल्वा अलिप्त राहिले होते. मर्सिलिनाच्या बहिष्काराचं त्यांनी समर्थनच केलं होतं. फादर रॉबर्टला पुन्हा पुन्हा त्याच्या मर्यादांची जाणीव करून दिली होती.

असिस्टंट प्रीस्ट!

मदतनीस!

त्या सर्व कामात रॉबर्टनं फक्त मदत करायची होती.

रॉबर्टनं एक आवंढा गिळला. लवकरच तो रॉशेल सेमिनरीच्या प्रिन्सिपॉलना भेटणार होता. सेमिनरीमधल्या त्याच्या वास्तव्यात या प्रिन्सिपॉलनीच सर्व शिक्षणार्थींना नवीन दिशा दाखवली होती. नवीन विचार दिले होते. धर्मगुरुच्या कार्याच्या कक्षा विस्तारित करून दाखवल्या होत्या. ते अध्ययन आणि वास्तव यात फरक होता. इथे तर धर्माच्या मजबूत तटबंदी उभ्या होत्या. नियमांचं काटेकोरपणनं पालन केलं जात होतं. समाजाला दबलेला आवाज, प्रार्थनेनंतर मोकळा होण्याऐवजी मर्सिलिना, हॅरी, ग्लोरियासारखे अनेक जण त्या चौकटीखाली दबून जात होते.

धर्मगुरुची दीक्षा घेतल्यानंतर आलेले सर्व अनुभव सेमिनरीच्या प्रिन्सिपॉलना सांगायला हवे होते. येत्या आठवड्यातच रॉबर्ट त्यांना भेटणार होता.

रायबंदर हॉस्पिटलच्या जनरल वॉर्डमधल्या एका कॉटवर मर्सिलिना झोपली होती. जाड ब्लँकेटच्या आत तिचा क्षीण देह दिसतही नव्हता. फादर रॉबर्टना बघून तिचा चेहरा उजळून गेला. तिच्या एका हाताला सलाईन लावलं होतं. दुसरा हात फादर रॉबर्टच्या हाती देऊन ती म्हणाली,

"देव बरं करो फादर. तुम्ही आलात जिवाक् खुब्ब बरे दिसले. गावात असताना मी घरातल्या घरात खितपत होते. सारं गाव अंतर ठेवून वागायचं, ते काट्यासारखं उरात सलायचं,पण मला इथे ॲडमिट केल्यावर गावचे सारेजण बघून गेले. त्याचंच मोठं समाधान वाटलं. आमचा एपी समुद्रात हरवला. माझा जीव कळवळला फादर. पण मी आजारी, बहिष्कृत, मी मेरीला भेटायला कशी येणार ?

पण फादर, मेरीसुद्धा मला येऊन भेटून गेली. माहिती आहे फादर ? ग्लोरियामाय तिला घेऊन आली होती."

मर्सिलिनाच्या हाताची थरथर फादर रॉबर्टना जाणवत होती. त्यापेक्षा, एक नवीन गोष्ट फादरना जाणवली होती. ती म्हणजे सारं जुजे गाव मर्सिलिनाला पाहून गेलं होतं. चर्चनं मर्सिलिनावर घातलेला बहिष्कार जुजे गावाच्या सीमेतच मर्यादित होता. पण रायबंदरला येऊन सर्वांनी मर्सिलिनाची चौकशी केली होती. आपलं प्रेम व्यक्त केलं होतं. बहिष्काराबद्दलची ही सामाजिक जाणीव खूप महत्त्वाची होती.

चर्चनं घातलेला बहिष्कार गावानं पाळला कारण, त्या चौकटीत, गावाच्या सीमेत असताना त्यांचं जीवन बद्ध होतं, पण मनोमनानं बांधलेली एकमेकांच्या प्रेमाची नाती अभंगच उरलेली होती. ते ऐकून फादर रॉबर्टना एक समाधान वाटलं.

ग्लोरिया!

ग्लोरिया, मेरीचं दुःख हलकं करण्याचा प्रयत्न करत होती. तिने मेरीला इथवर आणलं होतं, दुःखाच्या कोशातून मेरीला बाहेर आणण्याचा प्रयत्न करत ग्लोरिया स्वतःच तिच्या घरावर आलेल्या संकटाशी सामना देत होती. पण सर्व निभावताना,

इतरांना सावरत होती. त्यांच्या दुःखावर उतारा शोधत होती. गेले कित्येक दिवसात ती चर्चवर आली नव्हती. पण एक दिवस, तिच्या सर्व प्रश्नांना सामोरं जावं लागणार होतं. ज्या प्रश्नांची उत्तरे ते स्वत: शोधत होते.

"फादर"

मर्सिलिनाच्या क्षीण हाकेने फादर रॉबर्टची विचारशृंखला तुटली.

"फादर या दुखण्यातून मी उठणार नाहीच. जर माझं काही बरंवाईट झालंच तर ?"

"असं बोलू नकोस मर्सिलिना. तू बरी होणारच. इतके चांगले डॉक्टर्स तुझ्यावर उपचार करत आहेत. हे सारं दुखणं तू स्वतःहून ओढवून घेतलेलं आहेस. नीट खाल्ली, प्याली नाहीस. खंत करत राहिलीस. सारं ठीक होणार यापेक्षा कठीण परिस्थितीला माणसं तोंड देत असतात." फादर तिला धीर देत होते.

"फादर, ज्या दिवशी आमच्यावरचा बहिष्कार उठेल आणि आम्ही तुमच्या चर्चमध्ये प्रार्थना करण्यास येऊ तेव्हाच ही खंत संपेल. पण फादर... त्यापूर्वीच मी संपले तर ?"

मर्सिलिनाचे अश्रू गालांवरून ओघळत होते. तिचा अशक्त देह थरथरत होता.

"फादर, मी इथंच मरून गेले तर ? तर जुजे गावच्या सिमेट्रीत माझे दफन कराल ना ? लग्न होऊन जुजे गावी आले. नवऱ्याच्या कमाईतला ओला सुका घास खात आनंदानं जगले. ते गाव माझं मानलं आणि तिथली माणसंसुद्धा; पण मेल्यावर माझा देह या गावच्या मातीतच मिसळावा फादर.. मी मेल्यावर तरी बंदी उठेल ना फादर ?"

एक नवा प्रश्न समोर उभा ठाकला होता. फादर रॉबर्ट मर्सिलिनाच्या प्रश्नांवर दचकले.

"नाही, मर्सिलिना. इतका अन्याय होणार नाही. माणसाच्या मृत्यूनंतर वैर संपतं. मृतदेहाशी वैर कोण करणार ? पण तू जगण्याचा विचार कर मर्सिलिना. यावेळी मृत्यूचा विचार करू नकोस. गॉड इज ग्रेट. तो सर्व नीट पार करून नेईलच." फादर रॉबर्ट तिच्या कपाळावर ममतेने थोपटत म्हणाले.

त्यांनी उठून उभे राहून प्रार्थना केली.

मर्सिलिनाचे डोळे टपटप गळत होते.

"ओब्रिगाद फादर. देव तुमका बरे करो." तिचे क्षीण ओठ पुटपुटत होते.

◆

"या सिमेट्रीत, त्या स्त्रीचे दफन ?" अशक्य! फादर डिसिल्वांचा आवाज भल्या थोरल्या चर्चच्या हॉलभर घुमला. आतल्या पाकोळ्या पंख फडफडवून भीतीने

चर्चच्या छताला चिकटल्या.

मर्सिलिना मरण पावली होती. तिचा मृतदेह तिच्या घरी आणला होता. आप्त मंडळी जमली होती. जुजे गावची माणसे मात्र घरातल्या घरात तळमळत होती. तिच्या दफनविधीला जाणारे सर्वजण वाळीत पडणार होते. पाचशे रुपये दंड भरावा लागणार होता. माणसे चिडीचिप्प घरात बसून होती.

फादर डिसिल्वासमोर फादर रॉबर्ट उभे होते. मर्सिलिनावरचा बहिष्कार तिच्या मृत्यूनंतर तरी उठावा, म्हणून धर्मवचनांचा आधार देत होते. वाद घालत होते. मृतदेहावर पवित्र संस्कार करून त्याचे दफन करणे, हे प्रत्येक धर्मगुरूचे कर्तव्य मानले गेले होते. मृत्यूपूर्वी किंवा मृत्यूनंतरही वैर करणे हे परंपरेला न शोभणारे होते, हे फादर डिसिल्वांना परोपरीनं समजावून देत होते. कालचा संपूर्ण दिवस मर्सिलिनाचा मृतदेह तिच्या घरात पडून होता. आप्त मंडळी सचिंत झाली होती. दुसरे दिवशी पणजीहून चर्च कमिटी आली होती. मर्सिलिनाचा नवरा त्यांच्यासमोर उभा होता. दुःखानं तो खचला होता. तेवढाच अन्यायानं तो पेटला होता.

"जिवंतपणी चर्चशी वैर घ्याल. पण मृत्यूनंतर तरी आमची गरज लागलीच ना ? तू बांधकामावरची स्थगिती मागे घे. न्यायालयात दाखल केलेला खटला मागे घे. तरच या गावच्या सिमेट्रीत तिचं दफन होईन. नाहीतर अशक्य!"

कमिटीनं आपला निर्णय जाहीर केला. सारं गाव तो निर्णय ऐकत होते. ग्लोरिया एका कोपऱ्यात शांतपणे उभी होती. पण तिच्या नजरेमधलं पलितं अधिकच धगधगलं होतं.

मर्सिलिनाच्या नवऱ्यानं तेवढ्याच करकरीत आवाजात उत्तर दिलं.

"सायबानू, नका करू माझ्या मर्सिलिनाचं दफन. राखून ठेवा तुमची सिमेट्री, पवित्र आत्म्याचं कबरस्तान! मी खटला मागे घेणार नाही. घरासमोर भिंत बांधू देणार नाही. कोर्टात मला न्याय मिळेलच. नाही मिळाला तर लिस्बनच्या मोठ्या कोर्टात जाईन. लढेन शेवटपर्यंत. माझी बाजू न्यायाची आहे. मी भिणार नाही. हवं तर मला शिक्षा होईल. क्रुसावर चढवतील. सोसेन मी!"

सगळीकडं सन्नाटा पसरला होता. त्या सर्व समुहातून ग्लोरिया धीमे धीमे त्या दीन परंतु कट्टर माणसाजवळ आली. त्याचे डोळे खोल गेले होते. अंगावरची वस्त्रं जीर्ण झाली होती. पण तो उभा होता कमिटीसमोर! एखाद्या नागाप्रमाणं फडा काढून!

ग्लोरियानं त्याच्या खांद्यावर हात ठेवला,

"चल. त्यांचा निकाल आपण ऐकला आहे."

त्याला सावरत ग्लोरिया चर्चबाहेर घेऊन जात होती. तिच्या स्पर्शानं त्या दीन माणसाच्या दुःखाचा बांध कोसळला होता. तो हमसाहमशी रडत होता. त्याला चर्चबाहेरच्या एका बाकावर बसवून ग्लोरिया पुन्हा चर्चमध्ये आली. कमिटीसमोर

उभी राहून ती म्हणाली,

"रिस्पेक्टेड सिन्योर, मी ग्लोरिया. या गावची एक स्त्री. नित्य नियमानं प्रेअर करणारी आणि जमेल तेवढं धर्मसार समजावून घेण्याचा प्रयत्न करणारी स्त्री. मी या चर्च परिसरातच राहते, म्हणून आपले नियम मलाही लागू पडतात, व ते मी पाळते. जन्माला आल्यापासून ते नियम पाळण्याची सवय झालीय. पण यानंतर मी मर्सिलिनाच्या दफनविधीला हजर राहणार आहे. त्याची सजा म्हणून हा पाचशे रुपयांचा दंड मी भरते आहे."

तिनं पांढरा लिफाफा कमिटीसमोरच्या मेजवर ठेवला.

"हा दंड स्वीकारावा की नाही. आणि यानंतर माझ्या कुटुंबाला बहिष्कृत करावं की नाही याचा निर्णय कमिटीनं घ्यावा. पण तो दफनविधी जुजे गावच्या बाहेरच्या सिमेट्रीत, चिखली गावाच्या सिमेट्रीत होणार आहे. आपला नियमभंग होणार नाही, ओब्रिगाद!"

ग्लोरिया कमिटीला पाठमोरी झाली. हळूहळू ती चर्चबाहेर गेली. तेव्हा छतावर टांगलेल्या हंड्या आणि मधोमध पेटलेलं झुंबर काळोखून गेल्याचा भास सर्वांना झाला.

"फादर, माझा देह या गावच्या मातीतच मिसळू दे. या गावची सून मी! या गावातूनच माझं कफन निघू दे. माझ्या कबरीवर माझा पती अक्षरे कोरेल.

मर्सिलिना डिअर,

जिनं शेवटचा श्वास या भूमीत सोडला."

तिचे शब्द रॉबर्टला आठवत होते. चर्चसमोरच्या दगडी कठड्यालगत उभे राहून फादर रॉबर्ट मर्सिलिनाची अंत्ययात्रा पाहत होते.

दुःखाचे काळे कपडे परिधान केलेल्या माणसांची एक काळी रेषाच जुजे गावातून बाहेर निघाली होती. मधोमध एका हातगाडीवर लाकडी शवपेटीका ठेवलेली होती. त्या पेटीवर फुलांचे गुच्छ ठेवले होते. खाडीचा वारा त्या अंत्ययात्रेची शोकांतिका पाहून थिजून उभा होता. फादर रॉबर्टसारखाच!

त्या अंत्ययात्रेच्या अगदी शेवटी ग्लोरिया चालत होती.

तिची पाठमोरी, उंच आकृती... फादर रॉबर्ट पाहत होते.

तब्बल बहात्तर तासांनी मर्सिलिनाचा दफनविधी कुणा परक्या गावी होणार होता. ती काळी रेषा हमरस्त्याच्या दाट झाडीतून दिसेनाशी झाली होती. साऱ्या खाडीच्या पाण्यावर काळा रंग पसरला होता.

मनात प्रार्थनेचे सूर उमटत होते...

"हे प्रभो...

या जन्मामधल्या सर्व दु:खांना भोगून...
त्याचा आत्मा देहातून मोकळा झालाय
आता त्या शुद्ध आत्म्याला...
योग्य दिशा दाखव.
कृपा कर सर्वेश्वरा
सोर्वपोदवेदोर देवा बापा....
त्याची काकूत कर....''

◆

सकाळी नऊची वेळ होती. उषा, सोमतीनं सोप्यावरच्या बलकांवलगत चहाची तयारी केली होती. आंतोन, ग्लोरिया चहा घेत होते.

मर्सिलिनाच्या दफनविधीची घटना ताजी होती. चर्चची ठाम भूमिका बघून लोक हादरून गेले होते. गावात एक सुन्न शांतता पसरली होती.

''बिचारी मर्सिलिना! शेवटी तिची माती दुसऱ्या गावच्या मातीत मिसळली.'' आंतोन म्हणाला.

''शेवटी जे देवाला मंजूर, तेच होणार.'' उदारपणे ग्लोरिया म्हणाली. पण तिच्या मनातील काळजी वेगळीच होती.

हॅरी अजूनही कॉलेजला जात नव्हता. रजा घेऊन तो घरी आला होता, तो अजुनी घरीच होता.

जे हॅरी करणार तेच सॅम करणार, हे लहानपणापासून चाललं होतं. हॅरीला पोहायला येत होतं. त्याने विहिरीत पोहण्यासाठी उडी मारली न मारली, पाठोपाठ सॅमही! आणि खरं तर त्याला पोहायला येतच नव्हतं. पण जे हॅरी करेल, तेच सॅम. हॅरी कॉलेजला न जाता घरी होता म्हणून सॅमही!

ग्लोरियाला ही काळजी होती.

''आंतोन, मुलं चहा प्यायला आली की जरा आवाज काढ. रागव ना जरा ? काही कर आंतोन, पण हॅरीच्या डोक्यातलं हे खूळ काढून टाक. त्याला उपायही नाही. फादर काय म्हणाले परवा ?'' ग्लोरिया चिंतेनं म्हणाली.

''नाही ग्लोरी, आज बघतोच त्यांना. फार डोक्यावर बसलेत. नऊ वाजले अजून उठलेही नाहीत ?'' रागाने आंतोन म्हणाला.

''आंतोन, जरा बेतानं हं. नाहीतर रागाच्या भरात काहीतरीच करशील.''

''झालं ? आत्ताच म्हणालीस ना की रागव म्हणून ?''

''रागव रे, पण बेतानं. मुलं आता मोठी झालीत. लहानपणापासून हॅरी, सुवर्णा एकत्र खेळलेत. पण असलं काही डोकीत घेतील हे मात्र वाटलं नव्हतं. हॅरीनं दुसरा

कोणताही हट्ट केला असता, तर मी काय वाट्टेल ते करून तो पुरवला असता. पण इथं काय करणार ? सांग आंतोन.''

''ग्लोरी, तुला म्हणून मनातलं सांगतो. खरंच सुवर्णा सून म्हणून आली, तर काय बहार होईल ना ?''

तेवढ्यात उषा धावत आली आणि म्हणाली,

''माय जाणा तू ? काल रात्रीच विसू भाटकार, सुवर्णाबाय आणि वैनीबायला घेऊन पुण्याला गेला. जगूभट पण गेलाय. धाकटी गाडी मागवली होती. शांतू म्हणाली की, सुवर्णाबायचं लग्न लावून भाटकार परत येणार.''

''काय ?''

ग्लोरिया थरथरत उभी राहिली आणि धावतच ती हॅरी-सॅमच्या खोलीकडे गेली.

''आंतोन, आंतोन लवकर ये.''

उषा, सोमती, आंतोन धावले.

खोलीत कुणीही नव्हतं.

काल रात्री त्यांच्यासाठी घातलेल्या बिछान्यावर एकही सुरकुती पडली नव्हती. याचा अर्थ काल रात्रीच त्या दोघांनी घर सोडलं होतं. ते बघून ग्लोरिया कोसळली. हॅरीच्या कॉटवर बसून ती मोठ्यानं रडू लागली.

''आंतोन घात झाला. मुलांनी नको ते केलं.'' उषा, सोमती रडत रडत तिची समजूत घालू लागल्या.

''माय तू रात्रीची मागणी देवालागी करत होती ना ? तेव्हा हॅरीभाऊ मागच्या दारी जाताना मला दिसला.''

जेव्हा ग्लोरिया रात्रीची प्रार्थना करत होती तेव्हाच हॅरीनं घर सोडलं होतं आणि म्हणूनच सॅमनंही! हॅरीनं अनेकदा समजावूनही सॅम हट्टानं त्याच्या बरोबर गेला होता. हॅरी हा त्याचा प्राण होता. आईवडिलांपेक्षाही अधिक जवळचा.

मुलांचे रिकामे बिछाने, मोकळी खोली बघून ग्लोरियाची छाती फाटून गेली होती.

''आता कुठं शोधायचं यांना ? आंतोन आता पणजीला जा, चौकशी कर. उषा, शेजारच्या शांतूला बोलाव. चर्चवर फादरना निरोप धाड. देवा सायबा, हे कोणतं संकट आणलंस रे आमच्यावर ? तुला आमची दया का आली नाही ? असा कोप कसा केलास बापा ?''

शांतूला बोलवायला म्हणून बाहेर गेलेली उषा ओरडत होती,

''माय, माय लवकर ये, आंतोनबाबाक् पळे ? किते जाला!''

लटपटल्या पायांनी ग्लोरिया ओसरीवर आली. तर आंतोन जमिनीवर कोसळला होता. त्याच्या तोंडातून फेस येत होता. चेहरा वाकडा झाला होता.

'पापा, पापा.''

उषा, सोमती रडत होत्या.

''आंतोन, आंतोन''

ग्लोरिया त्याला हाक मारत होती.

दामोदर भजनासाठी नवनाथ डोंगराकडे जात होता. ग्लोरियामायच्या हाका त्याला ऐकू आल्या. तो धावत आला,

''काय झालं ? काय झालं माय ?'' त्यानं विचारलं

''अरे आधी चिखलीला जाऊन डॉक्टरना घेऊन ये, कसा जाशील ?''

''कसाही जाईन माय'' दामोदर जिवाच्या कराराने धावत होता.

''उषा, फादरना निरोप दिला ?''

''होय माय.''

''चल आपण त्याला उचलून बिछान्यावर ठेवू.''

तोवर भाटातली माणसं गोळा झाली होती. सर्वांनी आंतोनला उचलले. त्याच्या शरीराची एक बाजू लुळी पडली होती.

''आंतोन काय होतंय तुला, बोल रे आंतोन.''

त्याला शुद्ध नव्हती.

एका वाडग्यात ब्रॅन्डी घेऊन ग्लोरिया त्याच्या हातापायांना चोळत होती.

फादर रॉबर्ट घाईघाईने पायऱ्या चढत होते. पावलूही! त्यांना निरोप घेऊन येणाऱ्या म्हादूने त्यांना सर्व सांगितलं होतं. ते खोलीत आले. ते म्हणाले,

''घाबरू नको ग्लोरिया, डॉक्टर येतील आता. दामोदर सायकल घेऊन गेलाय. पण फेरीबोट मिळायला हवी.''

''फादर या गावात एक डॉक्टर नाही. आता फेरीबोट मिळून डॉक्टर भेटून, इथं पोहोचेपर्यंत....फादर- आंतोन वाचेल ना ?''

ग्लोरियाला रडू आवरत नव्हतं.

जेवणघरातल्या जीझससमोर कॅन्डल पेटवून पावलू प्रार्थना करत होता.

''ए देवाचे पुताचें माय - मुज्या मागण्याची बेपोर्वा करू नाका. - पूण दया कोरून - ते ऐकून घे आणि फोलादिक कर - आमेन.''

एक मेणबत्ती जळत होती.

त्या गोष्टीला एक महिना होऊन गेला होता. पक्षाघाताने आंतोन अंथरुणावर पडला होता. जिवापलीकडे ग्लोरिया त्याला जपत होती. सेवा करत होती.

शांतूने सांगितल्याप्रमाणे, विसूबाबने पहाटे तीनच्या सुमारास सर्वांना घेऊन घर सोडले होते. आणि हॅरी, सॅम तर रात्री दहा वाजताच घरातून निघून गेले होते. सुवर्णाचे लग्न लावून विसूबाब पंधरा दिवसांपूर्वीच परतला होता. मनोमन निश्चिंत

झाला होता. सदू गुरवाच्या बायकोला गर्भरेशमी नारायणपेठी लुगडे मिळाले होते.

तरी सदू गुरव, पुन्हा पुन्हा रवळनाथची माफी मागताना, दोन्ही हातांनी गालावर थपडा मारून घेत होता.

'पाड पडलो हो लालजी सोभाव!' तो म्हणत होता.

त्या दिवशी हॅरीनं हिरवी नोट पुढं केलीन् केली तशी झट्दिशी सुवर्णाचा पुण्याचा पत्ता देऊन टाकला ? मूळ स्वभाव बदलेल कसा ? पाड पडो हे पोट!

आता आंतोनची दोन्ही पोरं गावात नाहीत आणि सुवर्णाचा पत्ता त्यांच्या हातात ?

'म्येलो. पापी रे तू सदू, महापापी.'

सदू गुरव सचिंत होता. गावात जरा कुठं खुट्ट झालं तरी घाबरत होता.

आंतोन आता थोडा सुधारला होता. रोज मोठे डॉक्टर येऊन तपासत होते. धोका टळला होता. फक्त हातापायात शक्ती नव्हती.

या महिनाभरात आंतोनचे पणजीचे दोस्त, वास्कोची प्रतिष्ठित माणसे, जुजे गावची माणसं, त्याला भेटून गेली होती.

सारा गोवाभर शोध घेऊनही हॅरी, सॅमचा पत्ता लागत नव्हता. ग्लोरियाचा जीव थाऱ्यावर नव्हता. दिवस कसा तरी निघून जाई. पण रात्र संपता संपत नसे. आंतोनसमोर धीरगंभीर झालेली ग्लोरी रात्री मात्र दुःखानं फुटून जात असे. हॅरी, सॅमच्या काळजीत बुडून गेलेली असे.

कुठं असतील मुलं ? तापट डोक्याचा हॅरी आणि भाबडा सॅम!

कसं होणार यांचं

आयुष्यातल्या पहिल्याच धक्क्यानं असे सैरभैर झाले ?

बाहेरचं जग त्यांनी पाहिलेलं नाही.

काय खात असतील ? कुठं झोपत असतील ?

या घराशिवाय कुठे आणि कसे राहतील ?

हॅरी!

सॅम!

जन्मला आल्यावर कापसाच्या गोळ्यासारखे दिसणारे हॅरी, सॅम! ग्लोरियासारखा नाजूक चेहरा. गोरा रंग आणि आंतोनसारखा भरदार बांधा लाभलेली ती दोन मुलं, ग्लोरियाचं सर्वस्व होतं.

"तू काजार करून गोयांत आलीस, तर घर सुधारेल."

आंतोनला केवढा विश्वास होता!

पण त्याच आंतोनची ही अवस्था या मुलांनी करावी ?

विकल होऊन अंथरुणावर पडलेल्या आंतोनला बघून ग्लोरियाचं मन मुलां-विषयीच्या संतापानं भरून जात असे.

फादर रॉबर्ट, पावलू रोज न चुकता येत असत. काही न बोलता, चूपचाप बसून जात असत. साऱ्या गावाचं दुःख आपल्या हृदयाशी बाळगणारी ग्लोरिया...

आज तिच्याच मुलांनी तिला दुःखाचा जबरदस्त फटका मारला होता.

रॉबर्टला कशाचाही अर्थ लागत नव्हता.

इतक्या सुंदर मनाच्या स्त्रीला प्रभूनं हे दुःख द्यावं ?

भर पावसात, बांधावर छत्री घेऊन उभी असणारी ग्लोरिया, कातूच्या कोसळत्या घराला झावळ्या घालून घेताना रॉबर्टनं पाहिली होती.

आणि आज, तिचंच घर उद्ध्वस्त झालं होतं.

आज काल रॉबर्टला प्रार्थनेचा अर्थ कळेनासा झाला होता.

मूकपणाने तो ग्लोरियाचं दुःख पाहत होता.

जगातली सर्व संकटं, सज्जन माणसांच्याच मागे का लागलेली असतात.

रॉबर्ट विचार करत असे.

रॉबर्ट पाहत होता, जुजे गावच्या वाड्यावर राहणारी दामोदर, नरसू, पुंडलिक, नरहरी, विठू, शानू ही सारी मुलं रोज आंतोनला बघायला येत होती. बंदरावरचे काम सांभाळून, रात्रीच्या वेळी ग्लोरियाच्या सोबतीसाठी तिच्या ओसरीवर अंगाचं मुटकुळं करून पडत होती.

त्या अडाणी मुलांची माणुसकी बघून रॉबर्टचा डळमळता विश्वास स्थिर होत होता.

फादर रॉबर्ट आणि ग्लोरिया आंतोनजवळ बसले होते. एवढ्यात पावलूने ग्लोरियाला बाहेर बोलावलं.

घराच्या पहिल्या पायरीवर, कादर रेंदेर बसला होता. ग्लोरियाला बघून तो मोठ्याने छाती पिटून रडायला लागला. तो आवाज ऐकून फादर बाहेर आले.

ग्लोरिया कादरजवळ बसली होती. दोन्ही हातांनी आपल्या गालांवर थपडा मारून घेत कादर ग्लोरियाच्या पायावर पुन्हा पुन्हा डोकं ठेवत होता.

"माफ कर भाटकारनी, माफ कर, हवं तर जोड्यानं मार, मीच रझाकचा पत्ता हॅरीला दिला होता. पत्र पाठवायचं म्हणाला होता म्हणून. पण मला काय ठाऊक मां की, तुझे दोन्ही मुलगे दुबईला जातील ?"

रडत रडत कादर बोलत होता.

ते ऐकून ग्लोरिया दचकली.

"माझा धाकटा भाऊ सलमान! फार पूर्वी असाच एका अरबाबरोबर दुबईला गेला होता. खूप उनाड मुलगा. मला हायसं झालं. कारण उद्या पुढं, मागं त्याच्या नादानं माझी पोरं बिघडली असती. पण तकदीरच माझी वाईट! आणि त्यानं पत्र पाठवून रझाकला भुरळ घातली आणि माझं न ऐकता रझाक दुबईला गेला. धड

शिकला नाही. तिथं काय काय काम करत असतील ? जी इज्जत आपल्या गावात आहे, ती परदेशात कशी असणार ? गोयांतले खापरी आणि आपण- दोघे सारखेच तिथं ?

ते जाऊ दे, भाटकारनी, पण तुझ्या मुलांनी पण तिथं जावं ? आम्ही तर मुल्ले - रेंदेरपण करून आणि हातभट्टी गाळण्यात जन्म गेला. पण या घरची मुलं ? त्यांनी पण असं करावं ?

आपला हरिबाब डॉक्टर झाला की तुझ्या दुखणाऱ्या गुडघ्यांवर औषध करेल असं मी बिबीला म्हणायचो. आणि हे काय झालं भाटकारनी. नजर लागली ग तुझ्या संसाराला, माझ्या मुलामुळे तुझी मुलं परदेशी झाली.

हे बघ पत्र! या पत्रासोबत पैसेही पाठवले होते. मी परत पाठवले. मला नकोत त्यांचे हरामाचे पैसे! त्यापेक्षा माझी गरीबी बरी, कष्ट करेन. मरेपर्यंत राबू, मी आणि बिबी.

या पत्रात रझाकनं लिहीलंय की हॅरी, सॅम इकडे आले आहेत. आता तिघे मिळून नवीन धंदा सुरू करणार. सलमानचाचाही पाठीशी आहे.

पाड पडला धंदा. सोन्याच्या चिपा, गांजा, अफूचा चोरटा धंदा...

अल्ला की कसम, भाटकारनी काळीज जळतंय माझं!''

पायरीवर बसलेली ग्लोरिया सुन्न झाली होती. तिचं अंग ताठरलं होतं,

ते सर्व ऐकून आंतोन अंथरुणात रडत होता.

फादर रॉबर्ट अवाक् झाले होते.

''रडून घे आंतोनं. आज भरपूर दुःख कर. तू बाप बाहेस ना मुलांचा ? पण उद्यापासून या घरात त्या मुलांचं नावही कुणी घ्यायचं नाही. संपलं ते सारं.''

ग्लोरियाचे शब्द घरातल्या भिंतीवर आदळले. उषा, सोमती ते ऐकून घाबरल्या होत्या.

दामोदर, नरसू, सदा सारी मुलं सुन्न झाली होती.

दिवस पुढे सरत होते.

◆

त्या दिवशी नेहमीप्रमाणेच सारी मुलं ग्लोरियाच्या सोबतीला झोपायला आली. तिनं किती नको म्हटलं, तरी हट्टानं येत होती.

''असूं दे माय. आमचं काय ? कुठंही अंग टाकायचं. पण ऐन रात्री तुला मदत लागली तर कोण आहे ? आंतोनबाब एकदा बरा होऊ दे.'' ते म्हणत.

त्यांचा समजूतदारपणा बघून, ग्लोरियाच्या डोळ्यात पाणी उभं राहत असे. त्या दिवशी दामोदर लंगडत होता.

"काय झालं रे ? लंगडतोस का ?"

"काय नाही माय" गोरामोरा दामोदर म्हणाला.

"मी सांगतो ग माय. आज बंदरावर बोटीवरून गोणी उतरवताना, दामोदरच्या हातून गोणी खाली पडली आणि पाठोपाठ गोप्या पाकल्याची लाथ त्याच्या बरगडीत बसली. नशीब, बरगडी मोडली नाही."

"आई ग! देवी सायबिनी" कळवळून ग्लोरिया म्हणाली. तिनं दामोदरच्या काळ्या निळ्या झालेल्या बरगडीला आयोडीन लावलं. गरम पाण्याची पिशवी शेकायला दिली.

"आता दोन दिवस कामावर जाऊ नकोस."

"न जाऊन कसं चालेल माय ? घरी आई आजारी; बाप म्हातारा! कमावणारा मी एकटा. मी घरी बसून कसं भागेल ?"

ते ऐकून ग्लोरियानं चूपचाप हुंदका गिळला.

"माय आम्ही सगळे मिळून एक भजन म्हणू. आंतोनबाबला बरं वाटेल."

"म्हणा रे "

मुलांनी टाळ आणले. दामोदर गात होता.

'ठेविले अनंते तैसेची रहावे
चित्ती असो द्यावे समाधान'

उशीला टेकून कॉटवर बसलेला आंतोन लक्ष देऊन ऐकत होता. गालावरून आसवं वाहत होती.

त्याला लवकर बरं व्हायचं होतं. त्याच्या लाडक्या ग्लोरीसाठी.

भजन ऐकता ऐकता ग्लोरियाच्या मनात आलं-

'जे जिणं देवानं दिलं, ते स्वीकारायलाच हवं आनंदानं!'

भजन गाणाऱ्या, मालकांच्या लाथा खाणाऱ्या त्या काळ्या मुलांकडे बघताना ग्लोरियाच्या मनात एक नवा विचार आकार घेत होता.

असाच विचार करीत ती आरामखुर्चीत बसली होती. रात्रीचा दुसरा प्रहर होता. आंतोनला झोप लागली होती. सारं घर शांत होतं.

दामोदरनं पाहिलं, ग्लोरिमाय बसल्या जागी झोपली होती. तिच्या कॉटवरची पातळ चादर त्याने हलकेच तिच्या अंगावर पांघरली. दरवाजा बंद करून तो ओसरीवर झोपायला गेला.

ग्लोरियानं मिटल्या डोळ्यांनी हे सारं पाहिलं होतं. दामोदरनं तिच्या अंगावर पांघरलेल्या चादरीत तोंड खुपसून ती रडत होती.

◆

"आज नरसू कुठं दिसत नाही रे ?"

सारेजण गप्प झाले.

"काय रे ? नरसू नाही आला ?"

सांगावं की न सांगावं या विचारात सारे गुंतले होते.

"माय तुला म्हणून सांगतो. नरसू जयहिंदाचं काम करतोय."

"काय सांगतोस ?"

"खरं माय, बंदरावर एक माणूस येतो कधीमधी. इथला नाही तो. बाहेरचा आहे, मधल्या वाटेनं येतो. त्यानं आम्हाला जयहिंदाच्या साऱ्या गजाली समजावून सांगितल्या. एक दिवस बघशील माय, सारे पाकले पळून जातील पोर्तुगालला. हा देश त्यांचा नाही आपला आहे असं बाबानं सांगितलं."

"पण नरसू ?"

"हं तर, बाबा जे कागद देत ना ते आम्ही, त्यांनं सांगितलेल्या माणसांना नेऊन देतो."

"अरे, पण सापडलात तर ?"

"कसे सापडणार ? आजवर कितीदा तरी आम्ही ते सर्व पोहोचवलंय. आम्ही अडाणी, बंदरावरचे कामगार! आमच्याकडे कुण्णाचं लक्ष जात नाही."

विठू म्हणाला.

"अहा रे ? लक्ष जात नाही, त्या दिवशी बसमध्ये एक पाकल्या माझ्या शेजारी येऊन बसला आणि कागद माझ्या पिशवीत! अस्सा घाबरलो म्हणून सांगू, पुढच्या स्टॉपवर उतरून, दुसऱ्या बसमध्ये चढलो."

ती आठवण येऊन सदाशिव हसत होता. "हं आणि पकडलं असतं तर ?" ग्लोरिया काळजीनं म्हणाली.

"तर काय माय ? बंदरावर पण खलाशांच्या लाथा खातोच आहोत. आणि पकडून नेलेल्या जयहिंदवाल्यांना पोलिस तुडवून काढतात. इतकाच ना फरक ?" कडवटपणे दामोदर म्हणाला. "निदान जन्म सार्थकी लागेल."

झोपडीत राहणारी, अर्धपोटी, कष्टानं जगू पाहणारी ही सारी मुलं बघताना ग्लोरियाला जीवनाचा नित्य नवा पैलू दिसत होता आणि ती आश्चर्यचकित होत होती.

ते सर्वजण स्वत: किती दु:खी होते!

या तरुण वयातच सारे भविष्य अंधारले होते.

पण ते वाकत नव्हते.

उलट जयहिंदचं काम करत होते.

मंदिरात जाऊन भजनात रंगत होते.

जे जिणं देवानं दिलं होतं ते त्यांना मान्य होतं. ग्लोरियाच्या मदतीला ते धावून आले होते.

आपल्या आईबापांबरोबरच ते आंतोनची काळजी करत होते. कुठून येतात हे संस्कार ?

हॅरी, सॅमला जन्मभर आपण चांगले संस्कार दिले.

पण काय झाला शेवट ?

संस्कार म्हणजे वरवरचं लेपन नव्हे.

ते तर आतून रुजलेले असतात.

पूर्वजन्मीचं देणं असावं ते!

झोपडीत वाढलेली मुलं इतकी गुणी आहेत आणि... आणि... हॅरी, सॅम... स्मगलरच्या टोळीत ?

छी...छी...

ग्लोरियाचं अंग शहारून निघत असे.

आंतोन सुधारत होता. ग्लोरिया दुःखातून बाहेर येऊन विचार करत होती. जगण्याचं बळ अंकुरत होतं.

पूर्वीपेक्षाही अधिक या गावाच्या प्रेमात ती विरघळत होती.

फादर रॉबर्ट चुपचापपणे तिला पाहत होते.

पावलू, उषा, सोमती, तिच्यासाठी प्रार्थना करत होते.

एपीचा अपघाती मृत्यू, मर्सिलिनाचा दुर्दैवी अंत्यविधी, हॅरी, सॅमचं परागंदा होणं, आंतोनचं आजारपण, साऱ्या घटना जुजे गावावर पाठोपाठ कोसळत होत्या. रॉबर्ट चिंतातूर होता. संकटं आली की पाठोपाठ येतात की काय ? असं त्याला वाटत होतं. पण त्याला हे सुद्धा समजत होतं. संकटांना धीरानं सामोरं जाणं म्हणजेच जीवन आहे. प्रभूनं दिलेलं सुख दुःख समतोल वृत्तीनं स्वीकारणं हेच जीवन आहे. म्हणून त्याच्या प्रार्थनेतून तो सर्वांना सोसण्याचं बळ देण्याचं मागणं करत होता.

त्यांच्या दुःखावर उतारा मागत होता.

पावलूही अलीकडे जास्ती बोलत नसे. खाली मान घालून काम करीत असे.

◆

असाच सामान आणायला म्हणून तो खालच्या गावात गेला आणि लगबगीने धापा टाकत परत आला. दुःखानं चेहरा विदीर्ण झाला होता. डोंगरावर येताच त्यानं हिरवळीवर बसकण मारली. हातातलं पुस्तक खाली ठेवून, रॉबर्ट पावलूजवळ बसला.

“काय झालं ? काय झालं पावलू ?”

"फादर, गावाचं पुण्य संपलं. वैनीबाय गेली फादर. सकाळी वृंदावनाजवळच आडवी झाली."

"काय ?" विश्वास न बसून रॉबर्टनं विचारलं.

"होय फादर. सारे गावकरी जमले आहेत. मी गेलो म्हणून कळलं तरी. सुवर्णाबायच्या येण्याची वाट बघताहेत. वैनीबायला नेण्याची सारी तयारी झालीय फादर. काय झालं हे ?"

देवा, सायबा, का हा आकांत मांडलास ?

किर्पा कर. सोमदा लेकरांची काकूत कर.

पावलू कळवळून प्रभूला विचारत होता.

रॉबर्ट सुन्न झाला होता. थोड्या वेळाने तो म्हणाला,

"चल पावलू. मर्सिलिनाच्या वेळी चर्चचं बंधन होतं. पण आज ती चूक पुन्हा घडू नये."

"पण फादर, विसूबाब ?"

"चल, पाहू काय होतं. चल."

"बरं झालं फादर. माझा जीवही तळमळत होता वैनीबायला शेवटचं बघण्यासाठी."

रॉबर्टनं वैनीबायला एकदाच पाठमोरं पाहिलं होतं. हॅरीशी बोलावं लागू नये म्हणून तिनं पाठ फिरवली होती. ती लहानखुरी स्त्री पुसटशी आठवत होती. प्रत्यक्ष न भेटता गावातल्या अनेक घटनांतून रॉबर्टला वैनीबायच्या मन:स्थितीचा अंदाज होता.

सुवर्णाचं लग्न लागून जेमतेम महिना झाला होता.

खरं तर ती आनंदात असायला हवी होती.

काय झालं असेल ?

फादर रॉबर्ट आणि पावलू विसूबाबच्या घराकडे चालले होते.

रॉबर्ट विचार करत होता.

या घटनेचं सर्वात दु:ख सुवर्णाला होणार होतं. आणि विसूबाब ? त्यालाही तिच्या जाण्याचा धक्का बसणार होताच पण तो ते कधी दिसू देणार नव्हता.

ही वर वर कठोर दिसणारी माणसं....

खरं तर ... आतून खूपच हळवी असतात.

आपल्या कठोरपणाचा मुखवटा बाळगून जेव्हा ती वागतात तेव्हाच...

मनातून आपल्या चुकीची कबुलीही ती देत असतात,

पण स्वभाव, तो कसा बदलणार ?

फादर डिसिल्वाही असेच. मर्सिलिनाच्या शोकान्तिकेनंतर स्वत:च कोसळले होते.

आज रॉबर्टला समजत होतं की, सुवर्णाच्या लग्नाचा जो निर्णय बाप विसूबाबने घेतला तो योग्यच होता.

तसाच निर्णय, एग्माच्या वडिलांनी घेतला होता.

आणि तसाच ... विचार...

पापा कॉर्व्हालोच्या मनात नव्हता ?

लिरियानाचं लग्न गवर्नरच्या मुलाशी व्हावं असं त्याला वाटत होतं. त्यात चूक काय ?

लिरियाना!

खूप दिवसात रॉबर्ट मडगावला गेला नव्हता.

या गावच्या दुःखातच गुंतून पडला होता.

या आठवड्यात नक्कीच जायचं. आंतोनचं दुखणं, वैनीबायच्या मृत्यूचं ऐकून तिला खूप दुःख होईल.

विचारांच्या भरात तो विसूबाबच्या घराजवळ पोहोचला. सारा रस्ता माणसांनी भरून गेला होता. रॉबर्टनं पायातले बूट काढून ठेवले आणि अंगणात पाऊल ठेवलं. सारवलेल्या हिरव्या अंगणाचा स्पर्श पावलांना झाला, आणि मन कुठेतरी गलबलून गेलं.

तुळशीवृंदावनाजवळ ताटीवर वैनीबायचा मृतदेह ठेवला होता. पिवळं वस्त्र नेसवलेली आणि कपाळभर कुंकू ल्यालेली वैनीबाय, फुलांच्या ताटीवर अखेरची विसावली होती.

'गणेशा, ओ गणेशा'

फार दुरून अम्माची हाक ऐकल्याचा भास झाला.

'स्वामी कसं होणार या पोराचं ?'

मंदिरातल्या स्वामींना विचारणारी अम्मा, आज समोर, स्पष्ट दिसल्याचा भास झाला.

रॉबर्टच्या डोळ्यात पाणी तरळलं. दोन हातांचा क्रूस करून, त्यानं प्रार्थना केली. तिच्या आत्म्याला शांती लाभावी म्हणून मनोमन मागून घेतलं.

ओसरीवरून विसूबाब प्रार्थना करणाऱ्या फादरकडे बघत होता. पण...

आज त्याच्याशी भांडावं असं विसूबाबला वाटत नव्हतं. त्याचं सारं अवसान गळून गेलं होतं. घरात रडणाऱ्या सुवर्णाला नातेवाईक स्त्रिया धीर देत होत्या.

खालमानेनं फादर बाहेर आले. त्यांनी पाहिलं. जांभळीच्या झाडाजवळ ग्लोरिया, मेरी, डायना, एग्माचे आईवडील उभे होते. उषा, सोमती होत्या. रॉबर्ट त्यांच्याकडे गेला. त्याला बघून उषा, सोमती रडायला लागल्या.

"फादर, वैनीबायला आम्हाला बघायचं आहे. किती चांगली होती ती फादर!

खुब्ब लाड केले आमचे. काय झालं असेल तिला ?''

फादरनी त्या दोघींना थोपटलं.

ग्लोरिया, डायना, मेरी, फिलोमिना... या साऱ्या तिथं जमलेल्या स्त्रियांनी... कधीही वैनीबायला पाहिलेलं नव्हतं... की... पूर्णाला.

प्रत्यक्ष त्यांना न पाहता, त्यांच्या जीवनामधल्या घटना मात्र गावासमोरच घडलेल्या होत्या.

म्हणूनच...

गावच्या स्त्रियांना वेगवेगळ्या कारणांनी, त्यांचं प्रेम वाटत होतं. वैनीबायच्या जाण्याची हळहळ त्यांच्या बोलण्यातून व्यक्त होत होती.

रॉबर्टनं पाहिलं. फक्त ग्लोरिया मात्र... काहीच न बोलता... सुन्नपणे उभी होती.

तिच्या मनाचा अंदाज त्याला येत नव्हता.

''रामकृष्ण विठ्ठल, बोला विठ्ठल बोला.

तुका जातो वैकुंठाला

आम्ही जातो आमुच्या गावा

आमुचा रामराम घ्यावा... रामराम घ्यावा''

विसूबाबच्या घरामधून ऐकू येणारी दामोदरची आर्त भैरवी, सर्वांना कासावीस करत होती.

वैनीबायला खांदा देताना विसूबाबला ऐनवेळी हुंदका फुटलाच.

शेवटी अन्नपूर्णा भरल्या कपाळानंच गेली होती.

जांभळीच्या झाडाजवळून अंत्ययात्रा चालली होती. आज प्रथमच अन्नपूर्णेनं घराची सीमा ओलांडली होती.

जांभळीच्या झाडाखाली वैनीबायसाठी प्रार्थना सुरू होती. सारं गाव संथ गतीनं अंत्ययात्रेसोबत चालत होतं.

सर्वात पढे होता विसूबाब आणि...

सर्वात शेवटी चालत होते फादर रॉबर्ट....

देऊळवाड्याला वळसा घालून यात्रा डोंगरमाथ्याकडे वळली. नवथाथ मंदिराकडे जाणाऱ्या वळणावर पूर्णा उभी होती. विसूबाबची पावलं क्षणभर अडखळली. त्यानं एक आवंढा गिळला.

''हरि बोला हरि बोला, ना तरी अबोला ।

व्यर्थ गलबला करू नका ।।

नको अभिमान नको नको मान ।

सोडी मी तू पण तोचि सुखी ।।

एका जर्नादनी नाही यातायाती ।

सुखाची विश्रांती हरिसंगे ।।''

भजनाच्या संथ लयीत अंत्ययात्रा चालली होती. अशा यात्रेत या पूर्वी कुणी कधीही भजन गायले नव्हते. पण वैनीबाय ही गावची सती सावित्री होती. तिच्या अंत्ययात्रेला आजुबाजूची सारी गावं जमा झाली होती. टाळ, मृदंग कशाचीही साथ न घेता, भजन गात गात, गावानं आपलं तुळशीवृंदावन डोंगरापायथ्याशी आणून पोहोचवलं होतं. मुंगीच्या गतीनं माणसं पुढं सरकत होती.

हळूहळू फादर पूर्णाजवळ आले. सारी गर्दी डोंगरपायथ्याच्या दिशेनं सरकली होती.

समोरचा रस्ता मोकळा झाला होता. फादरना बघून पूर्णाचा बांध कोसळला. तिनं रस्त्यावर बसकण मारली आणि हंबरडा फोडून रडू लागली. त्या डोंगरचढावर तिच्या रडण्याला फक्त चार साक्षीदार होते.

फादर रॉबर्ट, पावलू, गिडूची बायको आणि आजुबाजूचा परिसर! फादरनी तिला शांत होऊ दिलं. आपल्या हातांनी तिला उठवत म्हणाले.

''चल माय, घरी चल.''

गिडूच्या बायकोनं तिला आधार दिला होता. फादर रॉबर्टनी तिच्या माथ्यावर छत्री धरली होती. पाठोपाठ पावलू चालत होता. सारा परिसर नि:स्तब्ध झाला होता. डोंगरपायथ्याला पेटलेल्या चितेचा धूर आभाळात चढत होता.

गिडूच्या बायकोनं पुढं होऊन आंब्याच्या पाराखाली चटई अंथरली. थंड पाण्याचे तांब्याभांडे आणून पूर्णाला पाणी प्यायला दिलं आणि चहा करायला ती आत निघून गेली.

''फादर, अख्ख्या जन्मात मी कधी पाप म्हणून केलं नाही. जसं समजायला लागलं, तशी सदाशिवगडाहून इथं येऊन, नवनाथाच्या सेवेला लागले. सारा जन्म इथं चंदनासारखी झिजले. भाटकार, अंजू आणि हा नवनाथ!

''अपराध एकच घडला हातून! वैनीबायचं सुख मी नासवलं. माझ्यासारख्या बाईचं नशीबच असं असतं फादर! दुसऱ्या बाईचा संसार नासवण्यासाठीच असतो का आमचा जन्म ? पण मी हे जाणूनबुजून काहीच केलं नाहीय फादर. हे सगळे नशीबाचेच भोग आमच्या! जर झालंच असेल चुकून पाप हातून तर ते पाप धुवून जावं म्हणूनच करतेय या नवनाथाची सेवा. एक तोच साक्षी आहे.''

आयुष्यात प्रथमच पूर्णाचं घुसमटलेपण मोकळं होत होतं. रॉबर्टनं तिला बोलू दिलं. नंतर तो म्हणाला,

''असं बघ माय, तुझ्यासारखी निर्मळ मनाची बाई कधीच कुणाला आपल्यापासून दु:ख होऊ देणार नाही. मला समजतंय तुझं मन. तू फक्त वैनीबायचा विचार करतेस, म्हणून असं बोललीस. तू विसूबाबचा विचार कर. या घरात त्यानं

घालवलेल्या चार आनंदी क्षणांचा विचार कर. या घरात वाढलेल्या सुसंस्कृत अंजूच्या रुपानं नवनाथानंच तुला आशीर्वाद दिला आहे. तुला नाही वाटत ?''

''खरं आहे फादर.''

त्यांच्या बोलण्यानं तिला धीर आला. ती म्हणाली,

''मी एकदाच पाहिलं होतं वैनीबायला. या मंदिराच्या जीर्णोद्धारानंतर झालेल्या पुण्याहवाचनाला भाटकाराशेजारी पैठणी नेसून गौरीसारखी सजून ती बसली होती. त्यानंतर मी तिला पुन्हा बघितलं नाही. कशी जाणार होते ?

पण एकदा तिच्या पायांवर डोकं ठेवून मनमोकळं रडून घ्यायची इच्छा मात्र होती.''

पूर्णाचं उदासलेपण पुन्हा तिला चिकटलं. गिडूच्या बायकोनं चहाचे ग्लास आणले.

''तू थोडा चहा घे माय, बरं वाटेल.''

फादर स्नेहभराने म्हणाले.

''नको फादर, आता तेरा दिवस सुतक पाळेन. निर्जळी उपवास करेन. तिच्यासाठी प्रार्थना करेन. तेव्हाच कुठं माझ्या मनाला शांती लाभेल.''

आंब्याच्या झाडाखाली, पारावर बसून तोंडात पाणी न घेता, उपवास करणाऱ्या त्या तपस्विनीकडे रॉबर्ट विस्मयाने बघत होते. एक शब्दही उच्चारण्याचं बळ त्यांना उरलेलं नव्हतं.

नवनाथ मंदिरासमोरची दीपमाळही पूर्णाकडे कौतुकानं पाहत होती.

आपल्या घराच्या अंगणात सुवर्णा उभी होती. तिच्यावर जिवापलिकडे प्रेम करणारी वैनीबाय आज या जगात नव्हती. तिच्याविना ते घर उदास वाटत होतं.

एका महिन्यापूर्वीचीच तर ती गोष्ट होती. विसूबाबने रातोरात टॅक्सीने वैनीबायला व सुवर्णाला पुण्याला नेले होते. तयारीला वाव न देताच तिचं लग्नही लावून दिलं होतं. सुवर्णाची सासरी पाठवणी करताना, वैनीबाय खूप रडली होती. तीच तिची शेवटची भेट!

त्यानंतर या घरात तिच्या अंत्यदर्शनालाच सुवर्णाला यावे लागले होते. त्या प्रवासात, तिच्या नवऱ्याच्या हातात, हॅरीला तिने लिहिलेले पत्रे होती. ती दाखवून, छद्मी हसत तो म्हणाला होता...

''जपून ठेवतो. चांगलं हत्यार मिळालं तुझ्या बापाचा पैसा उकळायला. आता त्याच्या खजिन्यावर जन्मभर मला राज्य करता येईल.''

सुवर्णा भेदरून गेली होती.

सासरघरचे दिवस फार अवघड होते. त्या घरचा वासा पोकळ होता. विसूबाबच्या वैभवाची वारस असणारी सुवर्णा त्यांना आपसूक मिळाली होती. पैशासाठी ती

माणसे तिला तिळातिळाने छळणार होती.

तशात वैनीबायचा मृत्यू झाला होता. ज्या आईच्या समाधानासाठी हे लग्न केलं होतं ती आई एका महिन्यातच गेली होती. सुवर्णासमोर जीवनाचं महापर्व उभं होतं.

आईची क्रियाकर्मे पार पडली होती. सासरी परत जाण्याची वेळ झाली होती. जाण्यापूर्वी पूर्णामायला भेटायला हवं होतं. फादर रॉबर्टना भेटायचं होतं. त्यांना नवनाथ डोंगरावर येण्याचा निरोप सुवर्णानं पाठवला होता. सुवर्णा डोंगराची वाट चढत होती.

याच वाटेवर तिनं हॅरीचा निरोप घेतला होता.

तीच वाट, तीच झाडी, पाणीही तेच होते. पण जीवनाचे संदर्भ मात्र बदलले होते. वैनीबाय, हॅरी, सॅम, ग्लोरिया सारे जीवनातून दूर गेले होते. आणि कुणी परके लोक तिच्या जीवनावर स्वामित्व गाजवत होते.

आईविना पोरक्या सुवर्णाला मिठीत घेऊन पूर्णा ढसढसून रडली होती.

"मी तुला भेटायला आले नाही सुवर्णा."

"पण इथं बसून माझी काळजी केलीस ना ?" तिच्या कुशीत शिरत सुवर्णा म्हणाली,

"आता मी तुलाच आई म्हणेन. बाबांना जपशील ना ? ते बोलून दाखवणार नाहीत. पण मनातून दु:खी आहेत."

"जपेन हं सोना... जपेन. बस्स, तू सुखी राहा." तिला थोपटत पूर्णा म्हणाली.

फादर रॉबर्ट येत होते. काय बोलावं हे तिघांनाही समजत नव्हतं.

◆

फादर रॉबर्ट आणि सुवर्णा कातळावर बसले होते.

"सुवर्णा, जे झालं, ते खूपच वाईट झालं. तुझी आई फार मोठी बाई होती. पण तू या लग्नाला संमती द्यायला नको होतीस. विरोध का केला नाहीस ?" फादरनी विचारलं.

"आईसाठी, फक्त आईसाठीच मी ते सर्व मान्य केलं आणि आई गेली, त्यानंतर..."

"त्यानंतर काय सुवर्णा ?"

फादरनी विचारलं.

"फादर, ज्या घरात मला दिलं आहे, ती माणसं राक्षसी वृत्तीची आहेत. त्यांना मी नको. माझा पैसा हवाय. मी तो कदापि त्यांना मिळू देणार नाही. त्या पैशावर त्यांचा काय हक्क ? किती लहान स्वप्न होतं आमचं ! हॅरी डॉक्टर होणार होता, मी नर्स ! फ्रँक, एग्मा टिचर, सॅम वकील, या गावासाठी खूप काही करायचं होतं.

पण ऐनवेळी भलत्याच गोष्टी आड आल्या. सारं स्वप्नंच विसकटून गेलं. हॅरीचा तोल गेला. त्याने नको ते निर्णय घेतले. बिचारी ग्लोरियामाय! किती दुःख झालं असेल तिला! फार प्रेम केलं तिनं माझ्यावर. हॅरी, सॅम दोघे निघून गेले. हे सारं दुःख ती कशी सोसेल ?''

फादर! आश्चर्याने ऐकत होते.

ती सारी माणसं, एकमेकांच्या दुःखात किती गुरफटून गेली होती. वेगवेगळे संस्कार जपणारी, वेगवेगळ्या जाती धर्माची ती सारीजणं प्रथम माणसे होती. आणि त्या माणसांचा साधा, प्रामाणिक आवाज या कृत्रिम बंधनांनी पार चिरडून टाकला होता.

त्या गावामधला प्रत्येक माणूस, दुसऱ्याच्या दुःखाचा विचार करत होता. वैनीबायच्या मृत्यूचं दुःख पूर्णा आतल्या आत सोसत होती.

या सर्व भावनांपेक्षा का धर्म श्रेष्ठ होता ?

''फादर'' सुवर्णा पुढे म्हणाली.

''उद्या मी पुण्याला जाते आहे. मी बघेन, सोसवेल तेवढे दिवस सोसेन. पण असह्य झालंच, तर परत येईन. येण्यापूर्वी माझं शिक्षण पूर्ण करण्याचा प्रयत्न करेन. पण परत आलेच, तर अधिक समर्थ बनून येईन.''

''आणि विसूबाबनं घरात घेतलं नाही तर ?'' फादरनी हसून विचारले.

''तर ? चर्च आहे. मंदिर आहे. ग्लोरियामाय आहे आणि पूर्णामायही आहे.''

सुवर्णाचा निर्धार पाहून रॉबर्टला समाधान वाटलं. पूर्णामायचा निरोप घेऊन फादर आणि सुवर्णा गावतून जात होते. एकाएकी राम गवंडी ओरडत, हातवारे करत, नाचत सामोर आडवा आला.

''फादरबाबा, आता शेवटचा एक महिना उरला. मग कंपनी घर काढून घेणार. माझी बायको, सून रस्त्यावर येणार. एवढी घरं मी बांधली. पण त्या घरात चोर शिरले. आणि मी रस्त्यावर...

पंगत बसली चोरांची हो चोरांची

फजिती केली, गवंड्याची हो गवंड्याची...

घरे झाली, माड्या झाल्या....

गवंड्यांच्या हाती करवंट्या आल्या....

पंगत बसली, चोरांची हो चोरांची...''

रामा गवंडी भ्रमिष्ट झाला होता. त्याच्या झोपडीसाठी तसूभर जागा त्याला हवी होती.

फादर रॉबर्टच्या नजरेसमोर चर्चची रिकामी जागा आली. मर्सिलिनाच्या घरासमोरची चर्चने बांधलेली अर्धवट भिंत आली.

त्यांनी रॉशेल सेमिनरीजच्या प्रिन्सिपलना पत्र पाठवून सर्व हकीकत कळवली होती. प्रत्यक्ष काम करताना येणाऱ्या अडचणी कथन केल्या होत्या. त्यावरची स्वत:ची मते मांडून तो भला मोठा निबंध सेमिनरीत दाखल केला होता. उद्याच तो सेमिनरीत वाचला जाणार होता. गोव्यामधले अनेक प्रीस्ट सुपिरिअर्स, रेक्टर्स, व्हिकार जनरल उद्या त्या गॅदरिंगला हजर राहणार होते. आशेचा एक किरण समोर होता.

हातामध्ये पाईप धरून रॉबर्ट हिरवळीलगतच्या शेवंतीला पाणी घालत होता. पावलूनं घेतलेल्या निगराणीनं सारी झाडं फुलून आली होती. पूर्णाला डोंगरावर पोचवून आल्यानंतर, रॉबर्ट जुजे गावी गेला नव्हता. प्रत्येकाच्या संकटाच्या वेळी तो धावला होता. धीर देऊन मूक सोबत दिली होती. त्यांच्यासाठी त्यानं प्रार्थना केली होती. त्यानं दिलेल्या धीरानं त्या माणसांना एक वेगळा आधार मिळाला होता, इतकंच.

शेवटी प्रत्येकजण आपलं दुःख आपणच वाहत होता, ज्याच्या त्याच्या कुवतीनुसार !

रॉबर्टनं पाहिलं, हळूहळू पायऱ्या चढून ग्लोरिया चर्चवर येत होती. आजारी आंतोनपासून ती थोडीही दूर होत नव्हती. मग आज अवचित चर्चवर ?

रॉबर्टनं हातामधला पाईप झाडाच्या मुळाशी सोडला आणि तत्परतेनं तो मोठ्या पायरीलगत गेला.

पांढराशुभ्र लेसचा झगा, डोकीवर लेसची हॅट, हातात फुलांचा गुच्छ अशी ग्लोरिया, सावकाश पायऱ्या चढत होती.

"ये ग्लोरिया ये." रॉबर्ट मनापासून म्हणाला.

"खूप बरं वाटलं तुला चर्चवर बघून. कसा आहे आंतोनबाब ?"

"बरा आहे अलिकडे. बलकांववर आणून बसवतात त्याला. जरा वेळ जातो. आता पण तिथंच आहे तो. तोवरच मी इथं आले. किती दिवस झाले, आले नव्हते ना ?"

ग्लोरियाला पाहून पावलूला आनंद झाला. तुरुतुरू जाऊन त्यानं खुर्च्या मांडल्या.

"राहू दे रे पावलू. इतका त्रास कशासाठी ? आणि हे बघ, सोमतीनं तुला काय दिलंय ? तुला फणसाची गोड भाकर आवडते ना ? सकाळपासून दोघींनी धडपडून बनवली. आणि खरं तर ती द्यायलाच आलेय मी !"

ग्लोरिया हसून म्हणाली. तसा पावलू लाजला.

"कितें भाटकारनीन त्रास घेतलो ?"

तो असं म्हणाला, पण मनोमन सुखावलाय हे ग्लोरियानं ओळखलं. हसत हसत ती म्हणाली,

"चर्चमध्ये जाऊन येते."

स्वतःच्या हातांनी फुलवलेली फुलं तिनं प्रभूसाठी आणली होती. इतके सारे धक्के पचवूनही, ती चर्चवर आली होती. रॉबर्टला कुठंतरी खूप समाधान वाटलं. तो ग्लोरिया बाहेर येण्याची वाट पाहत होता.

"हं फादर खूप बोलायचं आहे. कुठून सुरुवात करू ? आज इथं आले आणि मर्सिलिनाची आठवण आली."

खुर्चीत बसत ती म्हणाली.

"मी स्वतः फार शरमिंदा आहे त्या सर्व प्रकारानं."

"मला कल्पना आहे फादर."

थोडा वेळ शांततेत गेला.

"वैनीबायचं जाणं, पूर्णामायनं मनाला खूप लावून घेतलंय." रॉबर्ट म्हणाला.

"त्यापेक्षाही फादर, माझ्या मनाला ते लागलंय. जिवाला टोचण्या लागाव्यात असं."

"ग्लोरियामाय काय झालंय ?"

"काय व्हायचं राहिलंय फादर ? माझ्या पोटी जन्माला आलेल्या त्या दोघांनी वैनीबायचं मरण ओढून आणलं. संपवलं तिला, आता जाता जाता हॅरीनं काय केलं माहिती आहे फादर ? सुवर्णाची सारी पत्र त्यानं पोस्टानं तिच्या नवऱ्याला पाठवून दिली. त्यानं ते विसू भाटकाराला पत्रातून विचारलं. तो सारा राग त्यानं रात्री वैनीबायवर काढला आणि सकाळी वैनीबाय कोसळली."

"विश्वास नाही बसत." रॉबर्ट दचकून म्हणाला.

"होय फादर" माझाही असाच विश्वास बसत नव्हता. आधी असं नव्हतं वाटलं की माझी मुलं सैतान आहेत. पण हे सारं तर माझ्या घराशेजारीच घडलंय. वैनीबाय गेली आणि, ती माझ्या मुलांमुळं गेली. मला काही समजेनासं झालंय."

ग्लोरियाच्या डोळ्यातून अश्रूंच्या धारा ओघळत होत्या. आंतोन आजारी असल्यानं तिनं हा दुःखाचा उद्वेग मनात दडपून ठेवला होता. आज ती चर्चच्या आवारात बसून मुक्तपणे रडत होती. रॉबर्ट अगतिकपणे तिला पाहत होता. तिचं सांत्वन कोणत्या शब्दांनी करणं शक्य होतं ? त्या मनस्वी स्त्रीचं सुंदर जगणं, सुंदर विचार आणि मन त्यानं खूप जवळून पाहिलेलं होतं. हा धक्का तिला सोसवणं शक्य नव्हतं. थोड्या वेळानं तिचं तिनंच स्वतःला सावरलं.

मंद आवाजात ती म्हणाली.

"फादर, गिरगावातल्या टिनपाटी चाळीत मी राहत होते, तेव्हापासून मी प्रार्थना करतेय. माझ्या म्हाताऱ्या आई बापांसाठी, भाबड्या मनाच्या माझ्या नवऱ्यासाठी, माझ्या मुलांसाठी मी सदैव प्रार्थना केली. त्यानं मला समाधान मिळालं हे खरं फादर.

पण प्रार्थनेनं माझ्या मुलांना संस्कार मिळाले नाहीत. माझी मुलं गोड आवाजात प्रार्थना करताना ऐकली की माझा आंतोन खूष होऊन म्हणायचा, 'ग्लोरी, पोरं सुधारली. तुझ्यासारखी आई मिळाली म्हणून घर सुधारलं' पण खरं तर ती पोपटपंचीच होती.

''प्रार्थनेनं मेरीचं नशीब बदललं नाही आणि मंदिराचा जीर्णोद्धार करणारा विसूबाब कर्मठच राहिला, नवनाथाला हात जोडून प्रार्थना करणारी वैनीबाय दुबळी राहिली आणि डोंगरावर एखाद्या कापरासारखी जळणारी पूर्णा उपेक्षित !

''मर्सिलिनाला या चर्चमध्ये फक्त प्रार्थना करायची होती. या मातीत तिच्या देहाची माती मिसळायची प्रार्थना ती दुर्दैवी स्त्री शेवटपर्यंत करत राहिली.

तुमच्या आदेशाप्रमाणे आम्हीही प्रार्थना करत राहिलो. काय उपयोग झाला त्या प्रार्थनेचा ?''

ग्लोरियाचे प्रश्न त्या शांत परिसरात चर्चच्या घंटानादासारखे उमटत होते.

''पण हॅरीनं असा दुर्दैवी निर्णय का घेतला ? आणि सॅमनेही ?''

या मुलांनी आईवडिलांच्या प्रेमाचा किंवा कर्तव्याचा विचारच करू नये, याचंच मला नवल वाटतं. रझाकची गोष्ट मी समजू शकतो. पण तुमच्यासारख्या सुशिक्षित स्त्रीच्या मुलांनी हे वर्तन करावं ?

दुःखानं रॉबर्टचा आवाज उमटत नव्हता.

''फादर, धर्मांतर केल्याखेरीज चर्चमध्ये लग्न लागणं शक्य नाही. हे समजल्यानंतर हे लग्न रजिस्टर पद्धतीने लावावं असा मी विचार केला. हॅरीचं मन मला समजलं होतं. पण सुवर्णाशी बोलणं आवश्यक होतं. कुणा भल्या घरच्या मुलीला मी काही सल्ला देणं योग्य नव्हतं.

''ती माझ्या मुलीसारखीच आहे मला. माझ्या घरुन माझा निरोप घेऊन उषा, सुवर्णाला भेटायला गेली, हे विसूबाबला समजलं मात्र, त्याच रात्री विसूबाब सुवर्णा, वैनीबायला घेऊन रातोरात पुण्याला रवाना झाला. परत आला तो सुवर्णाचे लग्न लावून.''

रॉबर्ट आश्चर्याने ऐकत होता.

''विसूबाबनं आपलं खानदान बचावलं खरं, पण हे ऐकून हॅरी पिसाळून गेला. धर्म, जात, संस्कार, प्रार्थना, माणुसकी, प्रेम या कशावरही त्याचा विश्वास उरला नाही. माझ्या प्रेमावरही नाही. मी त्यांच्यासाठी झिजले त्याबद्दलही त्याच्या मनात उपहासच होता. प्रत्येक आई आपल्या मुलांसाठी हेच करते. तू विशेष असं काय केलंस ? असा त्याने मला प्रश्न विचारला. सारे पाश क्षणार्धात तोडून आमचा विचारही न करता दोन्ही मुलं परागंदा झाली. या दुःखाने आंतोन कोसळलाय.

मी उभी आहे फादर. विचार करतेय सर्व नातेसंबंधांचा. माझं माझं म्हणत

आयुष्यभर मी ज्यांच्या भरंवशावर जगले ती प्रेमाची नाती, शेवटी काय होती ? एका प्रेमभंगानं हॅरीनं जीवन उद्ध्वस्त करून घेतलं. पण त्या पलीकडेही असणारं या मुलाचं आणि माझं नातं ?

ते नातं निरर्थकच होतं ? खोटी फसवणूक होती ती स्वतःची ?

मातृत्व ! फार मोठी शक्ती मानतो आपण. पण इथे ती शक्तीच हतबल कशी ठरली ? मग अर्थच कोणता या जीवनभराच्या वणवणीचा ?

गिरगावमधून ते इथवर जी फरफट झालीय, जीवनशी त्याचा सुसंगत अर्थ लागत नाही फादर.

मी मुलांना शिक्षण दिलं. या गावात एक डॉक्टर हवा व तो डॉक्टर माझा मुलगा असावा, अशी इच्छा बाळगली तर चूक नव्हेच ! शेवटी या शिक्षणाचा उपयोग या गावाला व्हावा हेच खरं सुशिक्षित होण्याचं लक्षण.

पण हे संस्कार ज्या मुलांना मी दिले, ते संस्कार त्यांच्यावर इतकेही उमटू नयेत ? साऱ्या विश्वाच्या भल्यासाठी माझ्या घराने दररोज प्रार्थना केली. किती लहानपणापासून माझ्या गोजिरवाण्या मुलांनी अशी दररोज प्रार्थना केली. पण जेव्हा त्यांच्या सुखाचा प्रश्न उभा राहिला, तेव्हा ते संस्कार, ते शिक्षण, त्या करूण प्रार्थना, सारं वाऱ्यासारखं उडून गेलं. आणि बघता बघता या मुलांनी दुराचाराचा मार्ग स्वीकारला.''

थोडं थांबून ती म्हणाली,

''माझी मुलं दुर्वर्तनी निघाली. याचं दुःख तर आहेच फादर, पण त्यापेक्षा फादर, माझं दुःख खूप वेगळं आहे. फसवणुकीचं दुःख, माझे परिश्रम वाया गेल्याचं दुःख, अपात्री दान केल्याचं दुःख...

ही मुलं माझी खरी. माझ्या उदरात वाढलेली, माझ्या पोटी जन्मलेली. पण त्यांच्यामधे सुप्त असणारं बीज मात्र माझं नव्हे. कोणत्या दुराचाराचं बीज घेऊन ही मुलं आमच्या घरी जन्माला आली, प्रभूच जाणे. देवदूताच्या घरी सैतानानं जन्म घ्यावा अशी !''

''शांत हो. ग्लोरियामाय. शांत हो.'' तिला थांबवत फादर म्हणाले.

''मी त्रास करून घेत नाही फादर. मी पूर्ण विचारानं बोलतेय. ही मुलं माझी नाहीत फादर. सैतानी वृत्तीची ही मुलं माझी कशी असतील.

''जाताना हॅरीनं, सुवर्णाची सारी पत्रं तिच्या नवऱ्याच्या पत्त्यावर पाठवून तिचं जीवन उद्ध्वस्त करण्याचा प्रयत्न केला. ती पोर काय यातना भोगत असेल ? या धक्क्यानं बिचारी वैनीबाय मरून गेली. सुवर्णाचा घात करणारी, वैनीबायच्या मृत्यूला कारणीभूत होणारी मुलं... माझी नाहीत.''

वैनीबायच्या आठवणीनं ग्लोरियाचे अश्रू अविरत वाहू लागले.

"फादर, ज्यांना मी माझं माझं म्हणत होते, ज्यांच्यासाठी रक्त गाळत होते, ती मुलं, माझी कुणीही नाहीत फादर. त्यांना या घरात पुन्हा प्रवेश नाही.

ज्यांना प्रेम हा शब्द समजत नाही, त्यांच्याशी मी यानंतर प्रेमाने वागू शकणार नाही.

मग माझं कोण ? मी कोण ?

याचाच मी शोध घेत आहे. यानंतर माझी प्रार्थना कोणती ?

कुणासाठी ?

याचा मी विचार करतेय फादर.

जीवनाचा खरा अर्थ शोधायला हवा. नात्याने खरे संदर्भ लागायला हवेत.

प्रार्थना नव्या अर्थातून जाणीवपूर्वक करायला हवी.

खरं ना फादर ?" ग्लोरियानं विचारलं.

तिचा स्वर ओला होता. रॉबर्टचे डोळे भरून आले. ग्लोरिया मंद स्वरात म्हणाली,

"फादर, जे मी आज बोलतेय, ते फार आधीपासून तुमच्या मनात सुरू आहे. खरं ना ? तुमच्याही मनात हाच संघर्ष सुरू आहे.

नातेसंबंधांचे संदर्भ शोधत आहात तुम्ही.

प्रार्थनेचा अर्थ शोधत आहात.

मंदिर आणि चर्च, यामध्ये घुसमटणाऱ्या या दीनदुबळ्या माणसांचा विचार तुम्ही करत आहात.

चर्चच्या या बंदिस्त चौकटीपलिकडच्या विशाल धर्माची संकल्पना तुम्ही शोधता आहात.

ज्या आदर्श तत्त्वाने भारून तुम्ही धर्मगुरू झाला आहात, ती तत्त्वे हरवून गेली आहेत.

उरली आहे ती चौकट, फ्रेम, नियमावली.

माणसाचं खरं सुख त्या सर्वांपलिकडे आहे. तो मार्ग तुम्ही शोधता आहात.

मी तुम्हाला प्रथम पाहिलं, त्याच दिवशी तुमची घुसमट मी ओळखली. कारण भरल्या संसारात राहून, मी पण तोच शोध घेते आहे.

मी मुक्त आहे.

"आणि तुम्ही चर्चशी बद्ध ! पण शोध एकच..."

फादर रॉबर्ट थक्क होऊन त्या स्त्रीकडे पाहत होते. आज प्रथमच ती त्यांच्याशी मोकळं बोलत होती.

'मला तुम्हाला प्रश्न विचारायचे आहेत' असे पहिल्याच भेटीत ती रॉबर्टला म्हणाली होती.

'विचारा ना ! तुमच्या प्रश्नांतच, माझं उत्तर मला कदाचित सापडेल.' असे

फादर रॉबर्ट त्यावेळी तिला म्हणाले होते. ते किती खरं ठरलं होतं ! रॉबर्टनी व्यक्त न करताच त्या मनस्वी स्त्रीने त्यांचं मन ओळखलं होतं. त्या मनातल्या वादळाचा अचूक अंदाज तिला आला होता. ती एकटक नजरेने चर्चकडे पाहत होती. संध्याकाळची सोनेरी उन्हे तिच्या उदास चेहऱ्यावर पडली होती.

तिचा सारा संसार दीनवाणा होऊन कोसळला होता. भविष्याची सारी आश्वासक स्वप्ने छिन्नभिन्न झाली होती. पण अश्रूचं एक टिपूस तिच्या डोळ्यांत नव्हतं. तो दुःखावेग जिरवून ती किती तटस्थपणाने साऱ्या घटनांचा विचार करत होती ! तिच्या धैर्याचं रॉबर्टना कौतुक वाटलं, ती खरोखरच एक एंजल होती.

ती म्हणाली,

"फादर, मी इतकी तटस्थ कशी असा प्रश्न पडलाय ना तुम्हाला ? आपल्या दुःखानं खचून जाऊन सैरभैर होऊन वेडंवाकडं मी वागले, तर... हॅरीत अन् माझ्यात फरकच कोणता ? हे दुःख नव्हे फादर. या घटनेनं मला जाणीव करून दिलीय... अनेक गोष्टींची ! आता खूप थोडं आयुष्य हाती उरलं आहे. ते सार्थकी कसं लावायचं याचा मी विचार करतेय. या घराचं मी भलं करेन. या विश्वासावर आंतोननं माझ्याशी लग्न केलं, मी भलं कसं करावं, याचा मी विचार करतेय. तो माझा मार्ग मला सापडावा म्हणून मी जीझसची करुणा भाकतेय.

मला दुःख वाटतं बिचाऱ्या वैनीबायचं. माझी शेजारीण ती ! जवळ जवळ एकाच वेळी, आम्ही लग्न लागून या गावच्या सुना म्हणून आलो. किती लहान होती वयं आमची !

तिच्या घरचं गोड धोड आधी माझ्या घरी पोचतं करून, नंतर ती सुवर्णाला द्यायची. तिच्या हाताला अमृताची चव आहे असं आंतोन म्हणायचा. दोन घट्ट वेण्या घातलेली सुवर्णा, झोपून उठली की आधी माझ्या घरी धावायची. मी पियानो वाजवताना हॅरी, सॅमऐवजी ती माझ्या मांडीवर असायची. धर्म, जात कशाचीच भिंत नव्हती आमच्या आड !

'हॅरी, सॅम, परदेशी झाले. हे वैनीबायने ऐकलं. त्यानंतर अंगणातल्या तुळशीला पाणी घालायला ती गेली आणि अंगणातच कोसळली, ती पुन्हा उठली नाही. विसू भाटकाराचं वृंदावन पार आडवं झालं.

त्याच्या दारातच !"

ग्लोरिया खाली मान घालून रडत होती.

वैनीबायसाठी !

रॉबर्टला आठवलं. त्या दिवशी हॅरीसोबत डोंगरावरून येताना त्याने पाठमोऱ्या वैनीबायला पाहिलं होतं. न्हाऊन, मोकळे केस पाठीवर सोडून, ती कृश स्त्री तुळशीला पाणी घालत होती. हॅरीला पाठमोरी झाली होती. ते हॅरीला दुःख देऊन

गेलं होतं.

आणि इथं ग्लोरिया स्वतःचं दुःख बाजूला ठेवून वैनीबायसाठी रडत होती.

ग्लोरिया-वैनीबाय, अंजू-वैनीबाय, पूर्णा-वैनीबाय, अंजू-सुवर्णा, हॅरी-अंजू किती सुरेख नातेबंध हा ! या साऱ्या नैसर्गिक भावनांना धर्मबंधनांनी जखडून, पार केविलवाणं करून टाकलं होतं. एक सुरेख शिल्प उद्ध्वस्त झालं होतं.

ग्लोरिया म्हणाली,

''आईच्या मृत्यूची वार्ता ऐकून सुवर्णा इथे आली आहे. लग्न लागून सासरी जाते न जाते तोवर हे अघटित घडलं. पोरीला पोटाशी धरावं असं वाटतं, पण कसं शक्य आहे ? हॅरीनं हा भलताच घोळ घालून ठेवलाय.''

सुवर्णाच्या विचारांशी ग्लोरिया थांबली. नंतर ती म्हणाली.

''फादर, या सर्व संकटांत, या जुजे गावची वेगळीच ओळख झालीय. वाड्यावर राहणाऱ्या सगळ्या मुलांनी मला खूप जपलं. रात्री अपरात्री, डॉक्टरना बोलवायला ही मुलं अंधारात धावली. रात्र रात्रभर जागली. मला एकटं वाटू दिलं नाही. उषा, सोमती, कातूची आई, रामाची सून, मेरी, डायना, एग्मा, फ्रँक, कादर, मर्सिलिनाचा नवरा, प्रेदू रेंदेर... किती नावं घेऊ ?

''या सर्वांनी मला जपलं. त्यांच्या प्रेमानं मला आश्चर्याचा धक्का बसला आहे.''

''असं कसं म्हणतेस ? त्यांच्या प्रत्येक संकटाच्या वेळी तू धावून गेली नाहीस ? तूही तेवढंच प्रेम केलं आहेस त्यांच्यावर. म्हणून ते सर्वजण तुला मानतात.'' फादर म्हणाले.

''पण फादर, त्यापेक्षाही जास्ती, मी माझ्या मुलांवर प्रेम केलं आहे. त्यांना नाही समजलं ते प्रेम ? आणि ते प्रेम मात्र, या माणसांच्या मनात रुजावं ? सांगा ना फादर.''

फादर हसून म्हणाले,

''ओऽह ग्लोरियामाय, निरुत्तर करते आहेस तू मला. समोरच्या सर्व प्रश्नांची उत्तरे लगेच थोडीच मिळतात ?''

''फादर, मला सुवर्णाचीच काळजी वाटतेय.''

''तू नको काळजी करू. मी भेटेन तिला. चल अंधार व्हायला आला. आंतोनबाब काळजी करेल.''

पावलूने भला थोरला टॉर्च आणला. त्याच्या उजेडात फादर व ग्लोरिया वाट चालत होते.

◆

मर्सिलिनाच्या अंत्यविधीची चर्चा सर्वत्र होत होती. सर्वत्र नाराजी पसरली होती.

ती वार्ता डोंगरावरच्या पूर्णामायनं ऐकली. ती खूप अस्वस्थ झाली होती. अंजूचं लग्न होऊन ती सासरी गेली होती आणि डोंगरावरच्या घरात पूर्णा एकटीच उरली. आजवर उत्साहाने पूर्णामाय जगत आली होती.

जे जे नवनाथानं तिच्या वाटणीला दिलं होतं ते साजरं करून, गोड मानून घेतलं होतं. पण अंजू लग्न होऊन गेली तशी पूर्णा उदास झाली होती.

मर्सिलिनाच्या दफनविधीची कथा ऐकून ती अस्वस्थ झाली होती. अंजूच्या आवडत्या कातळावर बसून ती विचार करत होती.

उद्या आपला मृत्यू झाला तर ?

त्या मृतदेहाची कोणती परवड होईल ?

एखाद्या पतिव्रतेचं जिणं जगूनसुद्धा विसूबाब उघडपणे तिच्या चितेला अग्नी देणार नव्हता. तिला मुलगाही नव्हता. त्यापेक्षा प्रश्न होता, तो चिता रचण्याच्या जागेचा ! जुजे गावच्या स्मशानातही जातीप्रमाणे चिता रचण्याच्या जागा नक्की केल्या होत्या. माणूस मेल्यानंतरही त्याचे दहन जातीप्रमाणे केलं जातं होतं. मृत्यूनंतरही धर्म, जात व कर्मकांड सुटत नव्हते.

तनमनधन वेचून नवनाथाची आणि विसूबाबची सेवा करणाऱ्या आपण ! आपली जात कोणती ?

आणि या देहाची राख नेमक्या कोणत्या जागेत होणार आहे.

विचारात हरवून गेलेल्या पूर्णाला आजुबाजूच्या दाट अंधाराचंही भान नव्हतं ! समोरचं जांभळीचं झाड, त्यावरच्या बांडगुळासह, तटस्थपणे पूर्णाला न्याहाळत होतं.

◆

धीरगंभीर वातावरणात सेमिनरीजच्या हॉलमध्ये फादर रॉबर्ट आपला निबंध वाचून दाखवत होता. त्यावर मधून मधून चर्चा सुरू होती. शेवटी व्हिकर जनरल बोलायला उभे राहिले. ते म्हणाले,

"अभिनंदन फादर रॉबर्ट ! ज्या गावी तू काम करतो आहेस, त्या गावच्या माणसांचा तू आस्थेवाईकपणाने विचार करतो आहेस हे समजून खूपच आनंद वाटतो आहे. तुम्ही नवीन विचारांच्या मुलांनी सामाजिक प्रश्नाचा असाच डोळसपणाने विचार करायला हवा आहे. केवळ प्रार्थना, प्रवचने, निरूपणे या पलिकडे चर्चचा समाजाशी काही संबंध आहे की नाही, या प्रश्नाचे उत्तर, संबंध आहे, असाच आहे. गोव्यात किंवा जगात अनेक ठिकाणी आपण शाळा चालवतो. हॉस्पिटल्स आहेत. अनाथाश्रम, वृद्धाश्रम आहेत. अपंगांची सेवा आपण करतो. ही इतर विधायक कामे आपण करतो आहोतच. प्रत्येक शाळेला वसतीगृहे आहेत. तिथेच अनाथ मुलांची

पाळणाघरे आहेत. आपल्या सिस्टर्स कनवाळूपणे ते काम करत आहेत.

"परंतु, सर्वप्रथम आपले मिशन आहे, ते लोकांना दुराचारापासून प्रवृत्त करणं. पापाचा पश्चात्ताप आणि पुण्याचे आचरण यांचा प्रसार करणे हाच खरा धर्म आपण मानला."

त्यांना थांबवत फादर रॉबर्ट म्हणाले,

"मान्य आहे. पण वाळीत टाकणे, बहिष्कृत करणे, सिमेट्रीत दफन न करू देणे, हे अन्यायी आहे."

"बाय ऑल मीन्स. तो अन्याय आहेच. पण एक सांगू ? एवढी मोठी संस्था राबवताना काही नियमांचे पालन करणे आवश्यक आहेच. त्यामधून मग अशा घटना घडतात."

"सर, आपली संस्था जे कार्य करते आहे ते कार्य शहरांत आहे. मदतीचा चौफेर मारा शहरांवरच होतो. सरकारी शाळा, खाजगी शाळा आणि चर्चच्या शाळा सर्व शहरातच ? हॉस्पिटल्स, वसतीगृहे सुद्धा शहरातच. पण जुजे गावासारखी अनेक गावे, माणसे, उपेक्षितच राहतात. इथली नव्वद टक्के प्रजा जर खेड्यात आहे. तर कामाची सुरुवात खेड्यातच व्हायला हवी."

" पण फादर रॉबर्ट, जर तू म्हणतोस त्याप्रमाणे प्रत्येक चर्च परिसरात शाळा, दवाखाने, रोजगार उपलब्ध करून द्यायचे झाले, तर आपली शक्ती मर्यादित आहे. गोव्याचाच आढावा घेतला, तर इथे प्रत्येक गावात एक चर्च आणि एक मंदिर आहे. त्या प्रत्येक गावी इतक्या सर्व सुविधा देणं हे काय फक्त चर्चचं काम आहे ? चर्च, मंदिर अगर मशीद ही ठराविक धर्माचीच असतात. पण शाळा, हॉस्पिटल्स, अनाथाश्रम, वृद्धाश्रम, पाळणाघरे, रोजगार हे काही एकाच जातीसाठी असत नाहीत, ती सर्व समाजाची गरज आहे. समाजाची ही गरज पूर्ण करून समाजाला जगणे सुसह्य व्हावे याची जबाबदारी सर्वप्रथम राज्यसत्तेची आहे. त्याशिवाय ही जबाबदारी समाजाचीही आहेच. समाजामधल्या सधन, बुद्धिमान, प्रामाणिक वृत्तीच्या माणसांनी एकत्र येऊन, हे कार्य का करू नये ?

चर्चमागची रिकामी जागा अशा कार्याला द्यावी की नाही, याचा नव्याने विचार करावा लागेल. पण प्रत्येक बेघर माणसाला तिथे झोपडी बांधण्याला मात्र कदापि मान्यता मिळणार नाही. आज त्यांची गरज असेल, पण गरज भागली की मग तो अधिकार बनतो.

फादर रॉबर्ट, तुला जर विधायक कार्य करायचेच असेल, तर तू शहरातल्या कोणत्याही ठिकाणी रुजू हो. तुझ्या आवडीचे क्षेत्र निवड. शिक्षक, रेक्टर, क्लार्क, कोणतेही काम निवड, चॉईस तुझा. पण एका चर्चचा धर्मप्रमुख म्हणून वागताना मात्र तुला इतर सर्व कामे करताना, चर्चच्या नियमांचं पालन करावं लागेल.

उदाहरणार्थ, मर्सिलिनावर बहिष्कार घालणं, हे योग्य की अयोग्य याच्याबद्दल चर्च नक्कीच फेरविचार करेल. पण एकदा चर्चने बहिष्कृत केल्यानंतर, त्या व्यक्तीला, चर्चच्या परवानगीशिवाय चर्चमध्ये जाऊ देणे हा गंभीर गुन्हा आहे. त्या मागचा हेतू कितीही उदात्त असला, तरीही...

चर्चचे नियम बदलण्याचा अधिकार फक्त चर्चला असेल. इतर कुणालाही नाही.

फादर रॉबर्ट, आम्हाला तुझं खूप कौतुक वाटतं. अशा चांगल्या वृत्तीची माणसं खेड्यातून फिरायला हवी आहेत. दुःखी माणसांचं बळ वाढवणारी प्रार्थना तुझ्यासारख्या धर्मगुरूंनीच त्यांच्यापर्यंत पोहोचवायची आहे.''

रॉबर्टच्या खांद्यावर प्रेमाने हात ठेवून मोठे फादर म्हणाले.

फादर रॉबर्ट परत जायला निघाले होते. जाताना व्हिकर जनरलना अभिवादन करून ते म्हणाले,

''सर, मी जुजे गावाचीच निवड केली आहे.'' त्यावर समाधानाने व्हिकर म्हणाले,

''फार छान, त्या जागी चांगले विचार सतत पेरत राहणं हेच मोठं काम. पूर्वी त्या डोंगरावर फक्त चर्च होतं. आता तू चांगले विचार देतो आहेस.

एक दिवस निश्चितच त्याला एक चांगला आकार येईल.

सर्व काही मिळवलेल्या माणसाला सर्वप्रथम हवा, तो चांगला विचार व चांगला आचार.

प्रार्थनेत फार मोठी शक्ती आहे.

तिच्या बळावर तर हे विश्व उभं आहे.

माझ्या शुभेच्छा आहेत तुला. आजपासून पाच वर्षांसाठी तू जुजे गावचा प्रमुख धर्मगुरू म्हणून काम पाहा.

गॉड ब्लेस यू माय चाईल्ड!

◆

फादर रॉबर्टना घेऊन बस जुजे गावाकडे धावत होती. भरधाव वाऱ्याप्रमाणे त्यांचे विचारही वेगाने धावत होते.

आज दिवसभर खूप विचारमंथन झालं होतं. जुजे गावची व्यथा तिथवर पोहोचली होती. नवीन आदर्श तत्त्वं उराशी बाळगून उमेदीनं काम करू पाहणाऱ्या माणसाची अडचण सर्व प्रमुखांपर्यंत पोहोचली होती. इतकंच आजच्या दिवसाचं फलित!

राजसत्तेनं समाज सुसंस्कृत करावा असे व्हिकर जनरल म्हणाले होते. पण

राजसत्तेला समाजाचं प्रेम हवं. इथे तर परकीय राजसत्ता राज्य करत होती. त्यांना या समाजाचं प्रेम असणं शक्यच नव्हतं.

समाजातील सधन, बुद्धिमान यांनी एकत्र येऊन समाज सुसंस्कृत करावा, असेही व्हिकर जनरल म्हणाले होते. जुजे गावासारख्या अनेक गावी सामाजिक बांधिलकी मानणारे सधन किती आणि बुद्धिमान किती ? हा पण एक प्रश्नच होता.

आज फक्त विचारमंथन झालं होतं. कृतीबद्दल कोणतेही नवीन पाऊल उचलले गेले नव्हते.

बदल म्हणून एकच घटना घडली होती.

फादर रॉबर्टना प्रमुख धर्मगुरू म्हणून जुजे गावी आणखी पाच वर्षे काम करायचे होते.

त्या ठिकाणी फादर रॉबर्ट निघाले होते.

विचारांचा थकवा जाणवत होता.

चर्चवर आल्यानंतर पावलूनं सांगितले की एग्मा व तिचे वडील भेटायला येऊन गेले. दुसरे दिवशी सकाळी ते पुन्हा येणार होते.

त्या गावी येऊन आता दोन वर्षे झाली होती. या दोन वर्षात मानवी स्वभावाचे किती वेगवेगळे पैलू दिसून आले होते. जुजे गावच्या घरामधली प्रत्येक कथा वेगळी होती. पण प्रत्येक कथेमधला माणूस हा खरा माणूस होता. आणि तो प्रत्येक माणूस त्याच्या नैसर्गिक रूपातच फादर रॉबर्टसमोर व्यक्त झाला होता.

चर्चबेलसारखी धीरगंभीर ग्लोरिया.

फुलांच्या नाजूक पाकळीसारखी वैनीबाय

दवबिंदूसारखी स्वच्छ मनाची पूर्णा

आणि ....

नुकतेच पंखावर रंग उतरले आहेत अशा फुलपाखरांसारखी भावुक मनाची त्या गावची सारी मुले.

एखादी प्रेमकविताच मूर्त व्हावी, अशी कापितांववर प्रेम करणारी डायना, काळ्या वस्त्रांमध्ये दुःख झाकणारी मेरी आणि...

मनावर आर्त ओरखडा उमटवून निघून गेलेली मर्सिलिना...

ही सर्व माणसं आपापले दुःखाचे भार वाहत चालत होती. जुजे गावची ती गरीब, निष्पाप मनाची माणसं, त्यांच्या माथ्यावरच्या दुःखाच्या भारानं वाकून गेली होती. सोसण्याखेरीज पर्याय नव्हताच त्या दुःखाला! आणि मार्ग शोधायचाच तर तो ज्याचा त्यानंच शोधायचा होता. त्यावेळी फादर रॉबर्टनं या चर्चवरून त्यानां फक्त...

धीर द्यायचा होता...

प्रार्थना द्यायची होती...

त्या प्रार्थनेनंच, दुःखाने पिचून गेलेल्या त्या माणसांचा तोल ढळणार नव्हता. त्या प्रार्थनेतूनच त्या दुर्दैवी माणसांना बळ मिळणार होतं. धीर येणार होता.

युगं लोटली होती पण पृथ्वीवरच्या माणसांचं दुःख सरलं नव्हतं. दुःख सोसता सोसतानाच त्यांनी प्रार्थना केली होती.

ती प्रार्थना...

फादर रॉबर्टला यानंतर जपायची होती. शिकवायची होती. त्यासाठीच त्याची पुन्हा पाच वर्षांसाठी या चर्चवर नियुक्ती झाली होती.

सेमिनरीमधल्या आजच्या सर्व चर्चेचा निष्कर्ष हाच होता. रॉबर्टचं मन उदास होतं. आजचं सेमिनार संपल्यानंतर, मडगावला जाऊन येता येणं सहज शक्य होतं. पण त्या मन:स्थितीत पापा, ममांना भेटणं रॉबर्टला योग्य वाटत नव्हतं. अलीकडे लिरियानाच्या लग्नाचा विषय वारंवार निघत असे.

लिरियाना!

प्रार्थनेसमोरच उभी असणारी,

एक हळवी कविता!

खूप दिवसात रॉबर्ट त्यांना भेटला नव्हता. येत्या रविवारी मडगावला जाऊन येण्याचं त्यानं मनाशी नक्की केलं. चर्चसमोरच्या हिरवळीवर पावलूनं खुर्च्या मांडून ठेवल्या होत्या. फादर रॉबर्ट, एग्मा आणि तिच्या वडिलांची वाट पाहत होते. एग्माचं लग्न होऊन वर्ष झालं होतं.

त्यांचं आपल्याकडे कोणते काम असेल ?

फादर रॉबर्ट विचार करत होते.

"फादर, मी एग्माला परत घेऊन आलोय कायमचा." एग्माचे वडील म्हणाले.

फादर रॉबर्टनी दचकून पाहिलं. खाली मान घालून एग्मा बसली होती. गेल्या वर्षाची तिची रंगकांती उतरून गेली होती.

"फादर, गेले वर्षभर मी हे सर्व निस्तरण्याचा प्रयत्न करतोय. लाडा कौतुकानं वाढवलेली माझी मुलगी, मला एका मनोरुग्णाला द्यायची नाही. त्याच्यासोबत आणखी काही दिवस राहिली, तर माझी एग्मा संपून जाईल."

"मनोरुग्ण ?" फादरनी आश्चर्याने विचारले. त्यांच्या नजरेसमोर उमद्या व्यक्तिमत्त्वाचा तो माणूस उभा राहिला. मुंबईकर जावयाने साऱ्या गावावर छाप पाडली होती!

"होय फादर. मनोरुग्णच! त्यासाठी माणसांना मेंटल हॉस्पिटल मध्येच दाखला व्हायला हवं, असं नाही. रोजच्या रोज भेटणारी, आपले दैनंदिन व्यवहार व्यवस्थित करणारी अनेक माणसे मनोविकृत असतात, आणि सर्व जगाशी चांगली वागणारी माणसे, ठराविक व्यक्तींशी ठराविक अवस्थेत अगदी हिंस्रपणे वागतात. एग्माचा

नवरा त्यापैकीच एक. त्याचं वरवरचं रूप इतकं छान आहे की कुणाला संशय येणार नाही. पण एग्मा, एक स्त्री, तीही हक्काची पत्नी! तिला त्यानं खूप छळलेय. त्याची प्रत्येक भेट त्याच्या सोबतची प्रत्येक रात्र या मुलीला एक शिक्षा वाटते. तुम्हीच सांगा फादर, या अवस्थेत माझ्या मुलीला त्याच्या हातात कसा सोडून येऊ ?

मी एक शाळामास्तर. गरीब माणूस मी! माझी मुलं हेच माझे धन. किती कष्टानं मी त्यांना वाढवलं! अश्राप मनाची ही माझी एग्मा! तिला मारण्यासाठी मी त्याच्या हाती कसा देऊ ? मी तिला घेऊन आलो. जे ओलं सुकं मी कमावतो, त्यात राहील ती.''

एग्माच्या वडीलांनी डोळे पुसत सांगितलेली कहाणी ऐकून रॉबर्ट सुन्न झाले.

'रॉबी, मनापासून सांगते, हे चकचकीत दिसणारं संसारी जीवन म्हणजे एक मोह आहे. त्या मोहपाशांना काही अर्थच नाही. कुणी कुणाचं नसतं.

फसवणुक! फक्त फसवणूक

पण त्यासाठी हा जन्म नाहीच. या जन्माला फार मोठा अर्थ आहे. तो अर्थ तू शोध रॉबी, इतरांसाठी जग.'

सिस्टर ॲगाथाचे शब्द आठवले.

जुजे गावी आल्यापासून रॉबर्ट पाहत होता.

कुणीही सुखी नव्हतेच...

होती ती फक्त तडजोड. दुःख!

या दुःखातच माणसाला परमेश्वर आठवतो. ती आठवण यावी, म्हणून का माणसाला वाटेवाटेवर असे दुःख भेटत होते?

रॉबर्टला कुंतीची गोष्ट आठवली. कुरू युद्धानंतर कुंतीने कृष्णाकडे एकच वर मागितला होता-

'कृष्णा, आणखी दुःख दे. दुःखाच्या वेळी तू आठवतोस. तुझी आठवण आली, तरच उद्धाराच्या क्षणापाशी पोहोचता येईल.'

दुःखानं खचलेल्या माणसांना पुन्हा उभं करण्याचं बळ प्रार्थनेत आहे. फक्त प्रार्थना!

एग्माचे वडील बोलत होते.

''त्या विकृत माणसापासून एग्माची सुटका व्हावी म्हणून मी मुंबईत मोठ्या धर्मगरूना भेटलो. पण मला स्पष्ट सांगितले की, एकदा ज्याच्याशी लग्न लागले, त्याच्याबरोबर मरेपर्यंत जगण्याची शपथ चर्चसमोर घेतलेली असताना विवाह विच्छेदन शक्य नाहीच.

जर आमचा आग्रह असेल, तर तो माणूस मनोरुग्ण असल्याचा डॉक्टरी पुरावा मला सादर करावा लागेल. असा पुरावा मी कसा मिळवणार ? कोणता डॉक्टर तो

पुरावा देईल ?

त्यानंतरचा त्यांनी दुसरा सुचवलेला पर्याय असा की, एग्माने, चर्चमध्ये, सर्वासमोर, आपण पापी असल्याचे कबूल करायचे. त्यानंतर एक पापी स्त्री म्हणून तिची लग्नबंधनातून मुक्तता होऊ शकेल. पण फादर, फुलासारख्या निरागस मनाच्या या मुलीने 'मी पाप केले,' अशी कबूली कशी द्यावी ? ती सुद्धा चर्चसमोर ?''

बोलता बोलता त्यांचा आवाज वर चढला. ते जाणवून खोल आवाजात ते म्हणाले,

''माफ करा फादर. मी मोठ्याने बोललो. पण मी ते सर्व सोसू शकलो नाही. धर्मगुरूंच्या मतानुसार स्त्रीला लग्नबंधनातून मुक्तता देणे म्हणजे तिला व्यभिचाराचा परवाना देणे. माझी ही लहानगी एग्मा, कधी वाईट वागू शकेल ?

शिवाय तिचा नवरा चर्चमध्ये किंवा कोर्टात येण्यास तयार नाहीच. म्हणून काय मी हिला त्या लग्नबंधनात कायमची खितपत ठेवू ? मी त्या उपचारांमागे लागणार नाही. पण एग्माला परतही पाठवणार नाही. मनानं ते बंधन तिनं तोडलं आहे.

फक्त मी तुम्हाला हे सर्व सांगतो आहे. त्यानंतर एग्मा इथे राहणार. तिचं शिक्षण मी पूर्ण करेन. ती काम करून आपली भाकरी कमावेल.

त्यांची कहाणी ऐकून फादर रॉबर्ट सुन्न झाले. काल परवाच वेडिंग गाऊन सावरत नृत्य करणारी एग्मा आज हताशपणाने समोर उभी होती.

''धीर धर एग्मा. भाग्यवान आहेस, की असे समंजस वडील तुझ्या पाठीशी आहेत. तुझं व्यक्तिमत्त्व ते जपत आहेत. आम्ही सर्व आहोत. परमेश्वर तुला मार्ग दाखवेल.''

रॉबर्टनी तिला धीर दिला. ती पार कोसळली होती. हळूवार हातांनी तिला सावरत तिचे वडील डोंगर उतरत होते. एग्माला वडिलांचा आधार होता. तो परमेश्वराचाच आधार होता. ती मुलगी इथवर सुखरूप पोहोचली होती.

''या मुलीची रोज चौकशी करायला हवी. तिला उभं करायला हवं.''

रॉबर्टनी मनाशी ठरवलं. त्यांना सुवर्णाची आठवण आली.

''सोसवेल तेवढे दिवस सोसेन. नाहीतर परत येईन. बाबांनी घरात नाही घेतलं तर ? मंदिर आहे. चर्च आहे. माझ्या पैशांवर हक्क असलाच, तर या गावाचा आहे. माझं शिक्षण मला पूर्ण करायचं आहे.''

सुवर्णा जाताना सांगून गेली होती.

विसूबाबचा तिला आधार कधीच नव्हता. मनोधैर्यावरच ती इथवर पोहोचणार होती.

लिरियानालासुद्धा तो गवरनादोरचा मुलगा पसंत नव्हता. आपली नाराजी तिने स्पष्टपणे सांगायला हवी आहे. येत्या रविवारी आपण तिला स्पष्ट कल्पना देऊ. तिला धीर होत नसेल, तर आपण तिची बाजू पापा, ममांना समजावून सांगू.

त्या परिसरामधल्या सर्व घटनांमध्ये फादर रॉबर्ट नकळता गुरफटून गेले होते. त्या सर्वांचं भलं होण्यासाठी प्रार्थना करत होते.

◆

त्या आठवड्यात गोव्यात एक अभूतपूर्व घटना घडली. पोर्तुगीज राजवटीच्या गुलामगिरीतून गोवा मुक्त झाला. मिलिटरी ॲक्शनच्या निर्णयाने गोव्यात सर्व बाजूंनी भारतीय सैन्य उतरले गेले. साडेचारशे वर्षे या भूप्रदेशावर पोर्तुगीज राजवट राज्य करत होती. प्रथम मुस्लिम राज्यकर्त्यांच्या जुलूमातून इथल्या हिंदू प्रजेला वाचवण्याचे निमित्त करून इथे प्रवेश करणारे पोर्तुगीज, या भूमीचे राज्यकर्ते बनले. ज्याचे राज्य त्याचा धर्म, या न्यायाने त्यानंतर सक्तीने धर्मांतरे झाली. शिक्षण, भाषा, कायदे नियमांची घट्ट चौकट तयार झाली. या भूमीच्या रक्षणासाठी सैन्य आले. आपण पोर्तुगिजांचे गुलाम झालो आहोत, हे लक्षात येईपर्यंत परकीय नखे या प्रदेशात घट्ट रुतून बसली होती. कायदेपालन कसोशीने केले जाई. म्हणून एक प्रकारची शिस्त सर्वत्र होती. एक दरारा, एक धाक!

आणि श्वास गोठून जावा, अशी भीती सर्व समाजाच्या थरांवर साकळून गेली होती.

त्याविरुद्ध आवाज उठत होते. गोवा मुक्तीसंग्राम सुरू होता. गोव्यातून आणि बाहेरूनही मुक्तीची चळवळ मूळ धरत होती. ती चळवळ दडपून टाकण्याचा प्रयत्नही होत होता. शेकडो सत्याग्रही, तुरूंगात खितपत होते. या भूमीवरची पोर्तुगीज राजवट अबाधित आहे या भ्रमात राज्यकर्ते असतानाच, भारतीय सैन्य तिन्ही बाजूंनी आत शिरले होते. आणि बघता बघता, भारतीय तिरंगा त्या भूमीवर लहरू लागला होता. पोर्तुगीज सैन्य फक्त बागुलबुवा ठरले होते. प्रत्यक्षात त्यांनी कातडीबचाव धोरणच स्वीकारले. शस्त्रे खाली ठेवून संपूर्ण शरणागती पत्करली होती. जाता जाता, त्या सैन्याने मोठे पूल उद्ध्वस्त केले होते. भारतीय सैन्य राजधानी पणजीत पोहोचले होते. त्यांनी विमानतळावर बॉंब टाकून पोर्तुगिजांना पळून जाण्याचा जाण्याचा मार्ग बंद केला होता.

सर्व गोवाभर एक वेगळे वातावरण तयार झाले होते.

शेकडो वर्षे गुलामगिरी भोगलेल्या माणसांना आपलं स्वतंत्र अस्तित्व असल्याचा साक्षात्कार त्या घटनेनं झाला होता.

आपलं राज्य! स्वतंत्र राज्य!

ते नेमके कसं असणार आहे ?

स्वतंत्र भारतासारखं ?

म. गांधी, नेहरू यांच्या विचारसरणीचं ?

लोकांना त्या क्षणी कशाचाच अंदाज येत नव्हता. गुलामगिरी संपल्याचा बेहोष कैफ मात्र सर्वांना निश्चित जाणवत होता.

भारतीय सैन्य सर्व रस्त्यांवरून रूट मार्च करत होते. लोकांना दिलासा देत होते. या भूमीवर आजवर फक्त सैन्यानेच राज्य केले होते. मुघलांचे सैन्य, कदंब राजाचे सैन्य, पोर्तुगीज सैन्य, मराठी फौजा...

आज प्रथमच, या भूमीवर त्यांचं स्वतःचं सैन्य उतरलं होतं. लोक त्यांचं स्वागत करत होते.

सुवासिनी जागोजागी आरती ओवाळत होत्या.

जुजे गावालगतच्या हमरस्त्यावरून भारतीय सैन्य रूट मार्च करत चालले होते. रस्त्याच्याकडेला उभे राहून लोक ते सैन्य पाहत होते. ते सैनिक त्यांच्यासारखेच होते. त्यांच्या रक्ताचे. त्यांच्या रंगाचे. त्यांच्या रणगाड्यांवर फडकणारा झेंडा हा त्यांचा झेंडा होता. महात्मा गांधींचा! तिरंगा!

यानंतर ती माणसे 'जय हिंद' चा नारा देणार होती. 'विवो पोर्तुगाल' ची घोषणा संपली होती. 'यानंतर आपले राज्य' असे सांगितले जात होते.

पण आपले म्हणजे ?

असा प्रश्न पावलूसारख्या अनेकांना पडलेला होता. आणि आजवर इथं वावरणारे, इतके पाकले, खापरी ते सर्व आता कुठे जाणार ? हा प्रश्नही अनेकजणांना पडला होता.

◆

डायनाच्या घरावर तर वीज कोसळली होती, गेल्या आठवड्यातच तर कापितांव आल्बर्तू येऊन गेला होता. तो जाताना नेहमी प्रमाणेच डायनाला वाईट वाटलं होतं.

"तू काय आता लहान मुलगी आहेस डायना ? आता फ्रँकचे काजार झाले तर सून येईल. पण तुझे दरवेळी मी जाताना डोळ्यातून पाणी काढणं संपत नाही. अगं, मी येत्या शनिवारी येतो आहेच ना ?"

आल्बर्तूनं डायनाचा निरोप घेताना म्हटलं होतं. आणि मधल्या दिवसात अचानक सारी राजवट बदलली होती. सारे पोर्तुगीज सैन्य बंदी बनलं होतं. प्रथम त्यांना स्थानबद्ध करून ठेवलं होतं आणि शरणागतीनंतर ते सर्व परकीय सैन्य. सुखरूपपणे त्याच्या मायदेशी रवाना केलं जात होतं. त्यामधूनच डायनाचा कापितांव सुद्धा निघून गेला होता. त्याचा काही ठावठिकाणाच नव्हता. आणि चौकशी करायची तरी कुणी व कुठे करायची हा प्रश्न होता. त्या दुःखाने डायना पार खचून गेली होती. तिच्या अश्रूंना खळ नव्हता. आल्बर्तूनं तिचं अवघं जीवन व्यापून टाकलं होतं. त्यानेच तिला एक वेगळं जीवन दिलं होतं. वैभव, सुख, प्रेम भरभरून तिच्या

पदरात ओतलं होतं. आजन्म एकत्र राहण्याचं वचन दिलं होतं आणि बघता बघता नियतीनं जन्माची ताटातूट केली होती. दूर देशी असणाऱ्या त्यांच्या गावी, आल्बर्तूला परत जावं लागलं होतं.

शेवटी, दोनापॉलची व्यथा डायनाच्या वाट्याला आली होती. तिला पुन्हा पुन्हा फीटस् येत होत्या. सारे गाव डायनासाठी हळहळत होते. आल्बर्तू सर्वांनाच प्रिय झाला होता. त्या गावाचाच एक असावा, असा तो तिथे मिसळून गेला होता. परका वाटतच नव्हता. पण अचानक साऱ्या घटना घडल्या होत्या. गोवा मुक्तीचा जुजे गावाशी या रीतीने संबंध आला होता.

म्हातारी माय डायनाच्या पाठीशी खंबीरपणे उभी होती. आपलं वय विसरून ती रात्रंदिवस डायनाच्या सेवेत गुंतली होती. तिला समजावत होती.

ग्लोरिया, एग्मा, मेरी, साऱ्याजणी डायनाला भेटून धीर देत होत्या. फक्त फ्रँक...

तो मात्र गंभीर बनला होता. कापितांव आल्बर्तू त्याचा पिता होता. त्यानं फ्रँकला, डायनाला काहीच कमी पडू दिलं नव्हतं. फ्रँकच्या शिक्षणाची काळजी घेतली होती. उच्च शिक्षणासाठी त्याला पोर्तुगालला पाठवण्याचे ठरवले होते. तरीपण फ्रँकच्या मनात त्याच्याबद्दल एक अलिप्त परकेपणाची भावना होतीच.

कापितांव आल्बर्तूला गोवा आवडत होता हे खरं, पण त्यापेक्षा त्याला पोर्तुगालचा अभिमान होता. आपल्या उच्च वर्णाचा, गोऱ्या रक्ताचा अभिमान आल्बर्तूच्या बोलण्यातून व्यक्त होताना फ्रँकला जाणवे. आणि तो आतल्या आत मिटून जाई. आपलं अनाथ, पोरकेपण त्याला अधिक जाणवे. आणि अधिक तीव्रतेने जुजे गाव, तिथले मित्र, फ्रँकला आपले वाटत. आपल्या मित्रांपेक्षा आपला वेगळा असा रंग आणि निळे डोळे, याचा त्याला राग येई.

गोवा स्वतंत्र झाला होता. पोर्तुगीज तिथून निघून जात होते. त्याचं मनातून एक वेगळे समाधान फ्रँक अनुभवत होता. तसाच तो आईच्या आजाराने व्यथितही झाला होता. तिला औषधोपचार करत होता. ग्लोरिया माय, डायनाच्या समाचारासाठी आली होती. स्वतःच्या आईपेक्षा फ्रँकला ग्लोरिया जास्ती जवळची वाटत असे. तिचे हॅरी, सॅम,फ्रँकचे बालमित्र होते. लहानपणापासून ते सर्व एकत्रच वाढले होते. मोठे झाल्यावर ते सर्वजण जुजे गावातच काम करणार होते. त्याविषयी अनेक बेत त्या सर्व मुलांनी केले होते. पण एखाद्या वेड्या झाडानं पछाडावं अशा रीतीने हॅरी, सॅम परागंदा झाले होते. आणि दुबईत सलमानचाचाच्या वाईट वर्तुळात अचूक गुरफटले होते. त्यांच्या अविवेकी वागण्याचा फ्रँकला अतोनात संताप आला होता. त्यांच्या त्या निर्णयानं ग्लोरियाचं घर पार संपून गेले होते.

फ्रँक ग्लोरियाकडे नवलाने पाहत होता. ती डायनाला धीर देण्यासाठी आली

होती. संकटांचे पर्वतखंड कोसळले होते तिच्यावर, तरीही ती धीरगंभीरपणे उभी होती. इतरांना सावरत होती. तिच्याविषयीच्या प्रेमाने फ्रँकचे मन भरून आले.

या जुजे गावाबद्दल फ्रँकला अधिक प्रेम वाटत होतं. या गावाच्या प्रेमात तो आकंठ बुडाला होता.

या गावाने त्याच्या अनौरस जन्मावर मायेची पाखर घातली होती. आणि तेच गाव आज डायनाच्या चिंतेनं काळवंडलं होतं. ती पूर्ववत व्हावी म्हणून सारे गाव प्रार्थना करत होते. चर्चमध्ये ! मंदिरात !

"डायना, प्रेम असं जखडून ठेवून बांधता येतं थोडंच ? मी माझ्या मुलांवर प्रेम केलं. पण माझ्या प्रेमात ती जखडली नाहीत. तोडून गेली मला. परत येणार नाहीत, म्हणजे डायना त्यांचं प्रेम खरं नव्हतंच.

मग जे खरं नाही त्यासाठी का रडायचं ? कापितांवचं प्रेम खरं असेल, तर राजवट बदलली तरी काहीच बदलणार नाही. आज ना उद्या तो येईलच, किंवा तुला घेऊन जाईल. माझ्याकडे पाहा ? माझी मुलं अशा जागी पोहोचलीत, की तिथून परत येणं नाही."

ग्लोरियाचा गंभीर आवाज ऐकून फ्रँक, एग्मा दचकले,

"असं का म्हणतेस ग्लोरियामाय ? आज ते दोघे चुकले आहेत. पण जरा शांत झाले की परत येतीलच." एग्मा म्हणाली.

"आणि मी त्यावेळी त्यांना घरात घ्यावं ?" ग्लोरियाने करकरीत प्रश्न केला.

"त्यांनी सुवर्णाचं जीवन उद्‌ध्वस्त केलं. वडिलांना अंथरुणाला खिळवून टाकलं. या भूमीशी बेईमान झाले, दारू, जुगार यांच्या वाईट संगतीत बुडून गेले. त्यांना मी माफ करावं असं तुला वाटतंय फ्रँक ? का ? मी आई आहे म्हणून ? नाही. ज्या दिवशी त्यांनी घर सोडलं त्या दिवशीच ते नातं संपलं. मी कुणाचीही आई नाही. असेन तर फक्त ग्लोरियामाय."

तिच्या आवाजाने ध्वनी, प्रतिध्वनी खूप वेळ उमटतच राहिले.

आजवर फ्रँक एग्मानं तिनं वाजवलेल्या पियानोची सुरावट अनेकदा ऐकली होती. नाजूक, तरल हळवे सूर, त्या सर्वांनी ऐकले होते. भान हरपून !

पण आज मात्र... ग्लोरियाचे शब्द खोल गाभाऱ्यातून उमटणाऱ्या ढोलाच्या आवाजाप्रमाणे उमटले होते.

खोल ! अर्थपूर्ण !

तिच्या मनात विचारांचे वादळ असावे. ते वादळ निश्चयाने पार करून ग्लोरिया एका ठाम निर्णयाशी पोहोचण्याचा प्रयत्न करत असावी !

◆

जुजे गावालगतच्या हमरस्त्यावरून भारतीय सैन्य मार्च पास्ट करत जात होतं. सर्वात पुढे भारतीय ध्वज फडकत होता. गोवा स्वतंत्र झाला होता. फादर रॉबर्ट चर्चवरून ती मिरवणूक पाहत होते. आजवर या प्रदेशावर न्याय, कायदा, भाषा, धर्म यांची सक्तीच झाली होती. आणि इथल्या माणसांनी हतबलपणे तो अन्याय चुपचापपणे सोसला होता. पोटासाठी इथली माणसं इतर राज्यांतून विखुरली होती. गोव्याबाहेर त्यांनी नावलौकिक संपादन केला होता. कलावंत, डॉक्टर, बॅरिस्टर, साहित्यिक, नौदल, विमानदल, सर्व क्षेत्रात इथली माणसे यशस्वी ठरली होती. तरी त्यांची मूळ नाळ या प्रदेशाला घट्ट जखडलेली होती. त्यांच्या मूळ वास्तू, देव देवता, धर्मकृत्ये या सर्वांचे मूळ या, या मातीतच रुजले होते. त्या सर्व विचारवंतांना स्वतंत्र गोमंतक हवा होता. या सर्वांची जाणीव फादर रॉबर्टना होती. सक्तीने अगर मतलबाने धर्मांतर लादणे फादर रॉबर्टना कधीच मान्य नव्हते. धर्म ! ही ज्याची त्याची स्वतंत्र संकल्पना होती. चौकट होती. ती चौकट उचकटण्याचा कोणत्याही राजवटीला हक्क नव्हताच. म्हणूनच निधर्मी, लोकशाही भारताचे विचारवंतांनी मन:पूर्वक स्वागत केलं होतं. इथे यानंतर प्रत्येकाला आपला धर्म पाळता येणार होता. शिवाय त्या सर्वांचा विशाल धर्म भारतीय असणार होता. उदारमतवादी भारतीय राज्यघटनेबद्दल फादर रॉबर्टच्या मनात पूर्णपणे आदर होता. म्हणूनच चर्चवरून दिसणारे भारतीय सैन्य फादर रॉबर्ट समाधानाने पाहत होते.

राजवट बदलली होती. पण...

चर्चचं फ्रेमवर्क कधीच बदलणार नव्हतं, या विचारांनी त्यांचं मन उदास होतं, त्यापेक्षा अस्वस्थ होतं. गोवा मुक्तिसैन्य आलं होतं आणि त्याचवेळी इथल्या साऱ्या परकियांनी, मातृभूमीला जाण्याची एकच घाई केली होती. भारतीय राजवट सुरू झाली तसे ते सर्वजण घाबरून गेले होते. आजवर या भूमीवर अबाधित अधिकार गाजवू झाला होता. पुरेपूर सुख उपभोगून झालं होतं. पण आता मात्र प्रत्येकाला आपल्या जीविताची काळजी पडली होती. आपला कुटुंबकबिला घेऊन केव्हा आपला देश गाठतो, असे त्यांना झाले होते. हा मुलूख, त्यांच्या स्वत:च्या वास्तू, आता एकदम परक्या वाटत होत्या व खूप वर्षांनी आता आपला देश आठवू लागला होता. पण बॉंब स्फोटाने, विमानतळ उद्ध्वस्त झाल्याने जाण्याचा मार्गच बंद झाला, तशी साऱ्या सरकारी वर्तुळात प्रचंड घबराट पसरली होती. वाट पाहणे व देवाची करुणा भाकणे इतकंच त्यांच्या हाती उरले होते. गोव्यामधल्या पोर्तुगीज कुटुंबांना बंदिवासाची भीती वाटत होती. प्रथमच !

कार्व्हालो कुटुंबाच्या काळजीनं फादर रॉबर्ट बेचैन होते. त्यांना भेटणं खूप जरुरीचं होतं. पण मधले पूल पोर्तुगीज सैन्याने उडविल्यामुळे त्यांच्याशी संपर्क ठेवणे अवघड झाले होते. येण्याजाण्याची पर्यायी व्यवस्था होईपर्यंत वाट बघणे

भाग होते.

कापितांव आल्बर्तू सैन्यासोबत पोर्तुगालला गेल्याचं वृत्त गावात पोहोचले होते. याचा अर्थ सैन्य परतू लागले होते. सरकारी ऑफिसरांना सुखरूपपणे परत पाठवले जात होते आणि पापा कार्व्हालोसारखा हुशार माणूस, सर्व प्रथम आपला देश गाठणार होता. लिरियाना आणि पत्नीला प्रथम सुखरूप जागी नेणार होता. त्यांची व आपली यानंतर भेट होणार नाही असेच रॉबर्टला वाटत होते. त्या तिघांच्या आठवणींनी मनात गर्दी केली होती.

समोरची खाडी, त्यावरचं आभाळ... धूसर होऊन गेल्यासारखं वाटलं होतं.

◆

कोलवा बीचलगतच्या कार्व्हालोंच्या बंगल्यासमोर रॉबर्ट उभा होता. सारा बंगला सामसूम होता. बंगल्याच्या मोठ्या गेटला कधी नव्हे ते कुलूप लटकत होते. ते कुलूप पाहून, रॉबर्टचे डोळे भरून आले. त्या एवढ्याशा कुलुपात साऱ्या आठवणीच जणू बंदिस्त झाल्या होत्या. त्या एवढ्याशा कुलुपाने सर्वांमध्ये केवढं अंतर निर्माण केलं होतं !

बंगल्याच्या मागच्या बाजूला नोकरवर्ग राहत होता. रॉबर्टनं कुंपणाअलिकडूनच त्यांना हाका दिल्या. त्याचा आवाज ऐकून शोफर, रोझी बाहेर आले. त्यांनी गेट उघडून त्याला आत घेतले. त्याला पाहून रोझी हुंदके देऊन रडू लागली. सारा बंगला भकास, मोकळा झाला होता. जागोजागी साऱ्या आठवणी उभ्या होत्या. कार्व्हालो कुटुंब मायदेशी निघून गेलं होतं. सारा बंगला सामानासह तसाच उभा होता. पापा कार्व्हालोचा स्टडी, ममाचं किचन, लिरियानाचा पियानो.... त्याच्यावरचं लेसचं कव्हर....

तिची आवडती कविता... अनेकदा तिनं हट्टानं ऐकवलेली....
वुई वेअर फेलो मॉरटल्स, नॉट बिसाईड.
मच इज टू लर्न, मच टू फरगे
इर् द् टाईम बी कम् फॉर टेकिंग यू बट, द टाईम,
वुईल कम् - ॲट लास्ट इट वुईल...
पियानोच्या सभोवती एक कविता उभी असल्याचे जाणवत होते.

लिरियाना !
ती एक भावुक कविताच होती.
तिची तिनंच उलगडून दाखवलेली आणि....
एका बंदिस्त कुंपणाआडून, रॉबर्टनं समजावून घेतलेली.

रॉबर्टचं मन भरून आलं होतं. प्रचंड शांतता त्या मोठ्या घरात भरून राहिली. तो घरी आला की एकच गडबड उडवून देणारी ममा, अखंडपणे चर्चेत रस घेणारे पापा कार्व्हालो आणि हळव्या कवितेसारखी, सभोवताली वावरणारी लिरियाना !

त्या सुंदर भावबंधाला कोणतंही नातं नव्हतं.

''रॉबी, रॉबी, रॉबी.''

पिंजऱ्यातून काकाकुवा मोठ्याने हाका मारत होता. लिरियानानंच त्याला शिकवलं होतं. रॉबर्टची चाहूल जरी लागली पिंजऱ्यातच फडफड सुरू होई.

''माझ्यासारखीच !'' लिरियाना हसून म्हणे.

काकाकुवा ओरडू लागला तसे साऱ्यांचे डोळे भरून आले. शोफर म्हणाला,

''रॉबी बाबा, साहेब लोक गेले, तेव्हापासून हा गप्प होता. त्याचा आवाज गेला की काय अशी भीती मला पडली होती. तुमचा आवाज ऐकून आज त्याला कंठ फुटला बघा.''

रोझीनं टेबलाच्या खणातून एक लिफाफा काढून रॉबर्टला दिला. ते पापा कार्व्हालोचं पत्र होतं. अस्वस्थ मन:स्थितीत लिहिलेलं निरोपाचं पत्र ! त्यात अनेक सूचना होत्या. बंगल्याचं सर्व सामान बंद खोक्यात घालून, एका खोलीत ठेवण्याबद्दल त्यात सांगितलं होतं. रॉबर्टच्या नावे त्यांनी बँकेत खातं उघडलं होतं. दोन वर्षे पुरतील इतके नोकरांच्या पगाराचे पैसे त्याच्या खात्यात भरले होते. बंगल्याची देखरेख करण्याचं अधिकारपत्र रॉबर्टच्या नावे केलं होतं. दोन वर्षांनंतर इकडे परत येण्याचा किंवा न येण्याचा निर्णय ते घेणार होते. तोवर घरदार, नोकरवर्ग, सर्व त्यांनी रॉबर्टच्या स्वाधीन केलं होतं. नाहीतरी रॉबर्टला आजवर त्यांनी मुलाप्रमाणंच वागवलं होतं.

रॉबर्ट साऱ्या घराकडं डोळे विस्फारून पाहत होता. ते सारंच घर खोक्यात बंदिस्त करण्याचं काम त्याला पार पाडायचं होतं. त्यावेळी मोठ्या निग्रहानं मनाला सावरायचं होतं. त्याला स्वत:चं घर नव्हतं. आणि आज कुणी परदेशी त्याचे स्वत:चे घर रॉबर्टच्या हाती सोपवून निश्चिंत झाला होता.

साऱ्या वस्तू बंदिस्त होतील. पण आठवणी ? त्या कशा बंद होणार ? उलट त्या जास्तीच आजुबाजूला दाटीवाटी करून उभ्या होत्या.

तो स्वत: व्रतस्थ धर्मगुरू होता.

त्याचं मन कोणत्याही पाशात गुंतायला नको होतं. तरी सुद्धा... या संसाराची सर्व जबाबदारी त्याच्यावर सोपवून ती माणसं परदेशी गेली होती. रॉबर्टवर विश्वास टाकून ते सर्व निश्चिंत झाले होते. ती जबाबदारी पार पाडणं, ही त्याची जबाबदारी होती.

त्यानं सर्वांना काही सूचना दिल्या. पुन्हा येण्याचा दिवस ठरवला आणि जड

मनानं तो जायला निघाला. शोफरनं गाडी पोर्चमध्ये आणून लावली. नेहमीप्रमाणेच.

"गाडी नको." रॉबर्ट म्हणाला.

"नाय बाबा, पापा कार्व्हालोची तशी ऑर्डर आसा." शोफर म्हणाला,

रोझीनं केळाचा घड आणून गाडीत ठेवला. रॉबर्टला ममाची आठवण आली. तो परत जाताना अर्धी गाडी सामानाने ती भरून टाकत असे. लिरियाना पोहोचवायला येत असे.

गोमूनं पिंजरा आणून गाडीत ठेवला. रॉबर्टनं आश्चर्यानं पाहिलं,

"तेका वर बाबा. ना जाल्यार तो मोनो जातलो."

"रॉबी - रॉबी - रॉबी."

काकाकुवा आनंदानं चित्कारत होता. गाडी जुजे गावच्या रस्त्याला लागली होती. रॉबर्ट आश्चर्यानं एकच विचार करत होता.

'जाताना, लिरियानानं त्याच्यासाठी कोणताही निरोप ठेवला नव्हता.'

ती अशी चूपचाप निघून जाणारी मुलगी नव्हती. या भूमीतच तिचा जन्म झाला होता. इथल्या समुद्राचं तिला अनावर आकर्षण होतं. तिचे स्नेहधागे या माणसांशी जुळलेले होते. पोर्तुगाल हा तिच्या दृष्टीनं परका देश होता.

तरीही लिरियाना चूपचाप निघून गेली होती. हे स्नेहबंध तोडून जाताना ती निश्चितच दुःखी असणार होती. तरीसुद्धा तिनं रॉबर्टसाठी कोणताही निरोप ठेवलेला नव्हता.

याच एका गोष्टीचं रॉबर्टला नवल वाटत होतं.

◆

कार्व्हालो कुटुंब परदेशी निघून गेलं होतं. गोव्यातील वातावरण बदलत होते, नव्या बदलाचे प्रतिसाद गोवाभर उमटत होते. खेडेगावातील जनता मात्र चर्चा करण्यातच दंग होती. राजवट बदलली, राष्ट्र ध्वज बदलला. गोरे गेले, काळे आले. सालाझारची हुकूमशाही गेली. भारतीय लोकशाही आली. हे सर्व गावची माणसे ऐकत होती. पण नेमका अर्थबोध होत नव्हता.

गावच्या पारावर, कट्ट्यावर चालणाऱ्या गावगप्पा पावलूकडून फादर रॉबर्टना रोज समजत होत्या. लोकांना सर्व घटनांचा पूर्ण उलगडा झाला नाही तरी, आता आपलं राज्य आलं म्हणून सारे खुशीत होतं. आज ना उद्या हळूहळू सारं समाजजीवन निश्चितच बदलणार होते. भारतीय राज्यघटनेनुसार प्रत्येकाच्या विकासाची समान संधी मिळणार होती. समाज सुशिक्षित होणार होता.

न बदलणारी एकच गोष्ट होती.

चर्चचे घट्ट नियम !

ते नियम बदलायला काही वर्षे जावी लागणार होती. फादर रॉबर्टला त्याच्या विचारांची आणखीन काही माणसं भेटत होती. चर्चा होत होत्या. धर्मांतरे, बहिष्कार, लग्नबंधनं यांचा नव्यानं विचार करणारी माणसेही समाजात निर्माण होत होती.

माणसं जन्मापासून जीवनाचा अर्थ शोधतात. पण फादर रॉबर्ट मात्र मृत्यूपासून जीवनाचा शोध घेत होते. एका रात्रीतून जळून गेलेल्या वस्तींमधून मृत्यूचं भीषण तांडव पाहिलं आणि गणेशाचा रॉबी झाला. त्या रॉबीचा हा शोध मृत्यूच्या दर्शनातूनच सुरू झाला होता. मृत्यूचा रंग काळा असतो असं माणसं मानतात. घरातल्या मृत माणसांसाठी काळी वस्त्रे परिधान करतात. खरं तर माणसाला मृत्यूनंतरच शांती लाभते. त्या शांतीचा रंग पांढरा शुभ्रच असावा. मृत्यूच्या काळ्या दर्शनापासून सुरू झालेला रॉबर्टचा जीवन प्रवास....

प्रकाशाच्या दिशेनं सुरू होता.

जीवनातले सारे मोहपाश एक एक करत गळून पडत होते. नित्य नवे अनुभव येत होते.

पण जीवनभर वणवण करूनही मनाची अस्वस्थता संपत नव्हती. ज्या शांतीचा ध्यास लागला होता.

ती शांती....

खूप दूर उभी होती.

या गावचे दुःख उरी बाळगणारे फादर रॉबर्ट, तिथवर पोहोचण्याचा प्रयत्न करत होते.

◆

परिचारिकेच्या कोर्सचा, शेवटचा पेपर देण्यासाठी सुवर्णा घराबाहेर पडली. यानंतर ती पुन्हा त्या घरात येणार नव्हती. गेले आठ दिवस अभ्यासाच्या तयारीबरोबरच ती सासरघर सोडण्याचीही तयारी करत होती. आपले कपडे, अंगावरचे मोजके दागिने, सर्व तिने आपल्या कॉलेजच्या मुख्याध्यापिकेच्या घरी नेऊन ठेवले होते.

बनूताई !

नर्सिंग कोर्स देणाऱ्या कॉलेजच्या प्रिन्सिपल, शिवाय त्या संस्थेतर्फे चालवण्यात येणाऱ्या हॉस्पिटलच्या मेट्रनही होत्या. स्वच्छ सुती नऊवारी साडी नेसून त्या परिसरात हसतमुखानं वावरणाऱ्या बनूताई आज साठीच्या घरात आल्या होत्या. ट्रेनिंगसाठी येणाऱ्या सर्व मुलींना त्यांचा खूप आधार वाटे. तिथे येणाऱ्या सर्वच मुली एका विचाराने भारून शिक्षण घेत असत. त्या मुलींना एक प्रेरणा देण्याचं काम त्या करत होत्या. एक वेगळं वातावरणच कॉलेज परिसरात निर्माण होत होतं. गेली तीन वर्षे सुवर्णा त्या वातावरणात रमून गेली होती. किती वेगळं होतं हे जग !

गोव्यामधल्या जुजे गावापेक्षा किती वेगळं !!

सुसंस्कृत मनाच्या, विचारवंतांच्या त्या पुण्यनगरीत सुवर्णाचं सासर होतं. त्या लग्नाच्या निमित्तानं का असेना, सुवर्णाला बाहेरच्या विशाल जगाचा परिचय झाला होता. तिचं मन पुन्हा पुन्हा त्या सर्व वातावरणाची, जुजे गावाशी तुलना करत होते. या शहरामधलं स्त्री-जीवन किती सुधारलेलं होतं ! स्वातंत्र्यापूर्वी समाजसुधारकांनी आणि स्वातंत्र्यानंतर भारतीय राज्यघटनेनं इथली स्त्री फुलवली होती. आपापली कुटुंबे, संस्कार जपत, स्त्रिया शिकत होत्या. नव्या जीवनाला सामोऱ्या जात होत्या, स्वतंत्र विचारानं जगत होत्या. त्यामध्ये विधवा, परितक्ता, पुनर्विवाहिता आणि नव्या तरुण वयाच्या सर्व स्तरांमधल्या स्त्रियांना सुवर्णा पाहत होती, वाचत होती. महर्षी कर्वे, महात्मा ज्योतिबा फुले, कर्मवीर भाऊराव पाटील, यांच्यापासून ते विवेकानंदांपर्यंत सर्वांची पुस्तकं ती वाचत होती. ती सारी थोर माणसं कालपर्यंत याच भूमीत वावरत होती. त्यांच्या पाऊलखुणा आजही तिथं जाणवत होत्या. तिथला इतिहास मनावर वेगळे परिणाम करत होता. बाजीराव मस्तानीची कथा अजूनही ओली होती. तिथंही जातीभेद तीव्र होताच !

सुवर्णाचं लग्न होऊन आता तीन वर्षे झाली होती. या तीन वर्षांनी तिला आमूलाग्र बदलून टाकलं होतं. आता ती कुणा विसूबाबच्या कुळागारामधली नाजूक वेल उरली नव्हती. पुण्याच्या सकस वातावरणानं तिच्या विचारांना नवे धुमारे फुटले होते.

उत्साहानं सायकलवरून जाणायेणाऱ्या त्या सर्व स्त्रिया पाहून सुवर्णाला वैनीबायची आठवण येई. बाहेर इतकं सुंदर जग पसरलेलं असताना वैनीबाय मात्र त्या भल्याथोरल्या चौसोपी घरात झिजत जगली होती. अंगणातच कोसळली होती. पूर्णामायनं, डायनानं कारण नसताना अनौरस जीवन पत्करलं होतं. सुवर्णाला ग्लोरियाची आठवण येई, हॅरी आणि सॅमनं तिची प्रचंड निराशा केली होती. अत्यंत टोकाचं विसंगत जीवन त्यांनी पत्करलं होतं. याचा परिणाम तिच्या मनावर नक्कीच झालेला असणार होता. एवढ्या मोठ्या घरात आजारी नवऱ्याला घेऊन ती एकटीच राहत होती. अंजू, एग्माची पत्रं येत होती. अंजू तिच्या सदाशिवगडाच्या सासरी आनंदात होती आणि एग्मा कायमची जुजे गावी परतली होती. मधल्या काळात गोवा स्वतंत्र झाला होता. सारी पोर्तुगीज कुटुंबे गोवा सोडून निघून गेली होती. सुवर्णाला प्रेमळ स्वभावाचा कापितांव आल्बर्तू आठवत होता. आणि फादर रॉबर्टकडे येणारी लिरियाना आठवत होती. खानदानी पोर्तुगीज कुटुंबामधली सुसंस्कृत मनाची लिरियाना, तिचं मोहक वागणं, तिच्या कपड्यांची रंगसंगती, त्यातून व्यक्त होणारा तिचा स्वभाव, कुणी भेटलं की लांबसडक निमुळत्या बोटांचा स्पर्श करून हस्तांदोलन करणारी "ऑले" असं नाजूक उच्चारणारी लिरियाना, सुवर्णा, अंजू, एग्मा या

मुलींना खूप आवडत असे. ती लिरियाना पण गोवा सोडून निघून गेली होती. फादर रॉबर्ट नक्कीच दु:खी असणार होते. उंच शिडशिडीत बांध्याचे फादर रॉबर्ट ! करुणा व्यक्त करणारे त्यांचे डोळे आणि जुजे गावची त्यांना सतत वाटणारी काळजी. हे सारं सुवर्णाला आठवत असे. हॅरी आणि सुवर्णाची ताटातूट होऊ नये, असं त्यांना मनापासून वाटत होतं. पण त्यांना काहीच करता आलं नव्हतं याची त्यांना खंत वाटत होती. सुवर्णाचे लग्न, हॅरी, सॅमचं परदेशी जाणं, वैनीबायचा मृत्यू, एग्माला चर्चनं घटस्फोट नाकारणं, मर्सिलिनाचा मृत्यू या सर्व दु:खांचा भार फादर बाळगत होते याची सुवर्णाला जाणीव होती.

पुण्यात येऊन सुवर्णानं भरपूर वाचन केलं होतं. समाजाच्या उद्धाराची तळमळ लागून त्यासाठी जीव पाखडणाऱ्या अनेक समाजसुधारकांचे जीवन आणि फादर रॉबर्टची व्यथा एकच होती, हे सुवर्णाला समजू लागले होते. जुजे गावी परत गेल्यानंतर ती फादर रॉबर्टना प्रथम भेटणार होती.

◆

"होय आक्का, मी गोव्यात परत जाणार आहे"

सुवर्णानं बनूताईंना उत्तर दिलं. त्यांना सुवर्णाच्या मन:स्थितीची कल्पना होती. केवळ घराण्याची शान वाचवण्यासाठीच विसूबाबनं या मुलीला पुण्याचं स्थळ शोधून तिचं लग्न लावलं होतं. या मुलीचे बोरकरांसारख्या कुटुंबात मन लागणं कठीण आहे, हे बनूताईंना समजत होतं. बोरकरांना त्या ओळखत होत्या. एके काळी धनाढ्य असणारं ते कुटुंब आतून पार खंक झाले होते, तरी डामडौलाची सवय जात नव्हती. किती अविचारानं या मुलीला बोरकरांकडं दिलं होतं ! एखादी भाजीची जुडी घाईनं दुसऱ्याच्या जागी रोपावी, तशी अनेक लग्नं लागतात. मुलीचं मन पूर्ण विकसित होण्यापूर्वीच लग्न होऊन ती सासरी पोहोचलेली असते. पूर्वी माहेरचा व नंतर सासरचा आब राखत, मन मारून जगणाऱ्या अनेक मुली बनूताईंना भेटत होत्या. पण आज त्यांच्यासमोर उभी असणारी ही मुलगी सासर सोडून जाण्याचा निर्धार करून ठामपणे समोर उभी होती.

"सुवर्णा, याच निर्धारानं लग्न लागताना उभी राहिली असतीस तर सर्व अनर्थ टळले असते. खरं ना ?"

"होय आक्का, पण तीन वर्षांपूर्वी मला हे धैर्य नव्हतंच. शिवाय माझी आई ! जर मी हे लग्न नाकारलं असतं तर उरलेलं सारं आयुष्य बाबांनी तिला उभं भाजून काढलं असतं. त्यावेळी त्यांच्या भाटकार कुळाला कलंक लावणारी मुलगी व तिचा सारा दोष माझ्या आईचा असणार होता आक्का, माझी आई !"

बोलता बोलता सुवर्णा थांबली, तिच्या गालांवरून अश्रू वाहत होते. रडण्याचा

आवेग ओसरून गेल्यावर पदराने चेहरा पुसून सुवर्णा बोलू लागली.

"आक्का, माझी आई ! सर्वगुणसंपन्न स्त्री असूनही प्रचंड भोगवटा तिने सहन केला. अंगावर भारंभार सोनं वाहतच, तिने आयुष्यभर एका घुसमटीचा भार वाहिला. चूपचाप. आणि संपून गेली. तिचा गुन्हा कोणता माहिती आहे ? तिच्या नवऱ्याला ती आवडत नव्हती. कारण माहिती आहे ? माझी आई, त्याच्यासारखी सुशिक्षित नव्हती. त्यावर उपाय म्हणून पत्नीला सुशिक्षित करणारे पुरुष फारच थोडे जगात ! हाताच्या बोटावर मोजता येणारेच. पण इतर पुरुष त्यांना सुख देणारं दुसरं ठिकाणच शोधतात. सुखी होतात. हेच घडलं माझ्या माहेरी.

त्या माझ्या दुबळ्या आईची एकच इच्छा होती. एकदाच फक्त एक गोष्ट तिने मागितली. ती सुद्धा माझ्याकडं. ते म्हणजे माझं लग्न ! तिच्या सासूनं दिलेली पैठणी नेसून मला सासरी जाताना पाहावं. ही एकच तिची इच्छा !

आणि मी ती पूर्ण केली. त्यानंतर तडकाफडकी ती कोसळली. का माहिती आहे आक्का ?

या माझ्या लग्नानं ग्लोरियामायचं घर उजाड झालं. हे तिचे दुःख !

या स्त्रीला तुम्ही काय म्हणाल ?

ती ग्लोरियामाय, जिच्याशी आई कधी धड चार शब्द बोलली नाही. पण दोघी शेजारणी ! मनातून जिव्हाळा बाळगणाऱ्या...

"पण, तू जाण्याचा निर्णय घेतलास ?"

"आक्का, रोज उठून माझ्याकडं पैशाची मागणी. चक्क ब्लॅकमेल ! पण मी अजूनी कायदेशीर वारस नाही. वडिलांच्या पश्चात असेन, पण या कंगाल माणसांना आजच सर्व हवं आहे. त्यांना वाटतं, आमच्या गोव्यात झाडाला नारळ लागत नाहीत तर सोनं लागतं. पण आम्ही गोयंकार, सोन्यावर प्रेम करत नाही, इतकं आमच्या झाडापेडांवर प्रेम करतो, ती सारी दौलत मी या माणसांना का द्यायची ?

आत्ताच पाहा ? परिक्षा झाल्यावर मी गोव्याला जाऊन एक लाख रुपये त्यांच्या नव्या उद्योगासाठी आणून द्यायचे, असं फर्मान आहे. हे मी करायचं ? आक्का, पुण्यासारख्या सुसंस्कृत शहरातसुद्धा अशी माणसे आहेत ना ? पण या पुण्यानं मला खूप दिलं, तुमच्या प्रयत्नानं माझं शिक्षण पूर्ण झालं. यानंतर मी नोकरी करावी आणि पगार माझ्या ऐतखाऊ नवऱ्याला द्यावा, असं त्यांना वाटत आहे. पण हे शिक्षण पैसे कमावण्यासाठी नाहीच. तर सेवेसाठी आहे. माझ्या जुजे गावी याची खूप गरज आहे. परवा कातूची सून बाळंतपणात दगावली."

हे सांगताना तिला हॅरीची आठवण आली. तो डॉक्टर होणार होता. गावात दवाखाना घालणार होता. पण आता अशा जागी पोहोचला होता, की परतीची वाट बंद झाली होती.

“सुवर्णा, तुझ्या वडिलांनी घरी ठेवून घेतले नाही तर ?”

बनूताईंनी काळजीनं विचारलं तेव्हा सुवर्णा हसून म्हणाली,

“आक्का, या जर तरला मी आता घाबरत नाही. गेल्या तीन वर्षांत हेच ना शिकवलंत ? फक्त आशीर्वाद द्या. कुसुमाग्रजांच्या भाषेतच सांगायचं झालं तर पाठीवर हात ठेवून फक्त लढ म्हणा.”

आक्कांनी तिला मिठीत घेतली. त्यांचा कृश हात तिच्या पाठीवरून मायेनं फिरत होता.

सुवर्णाला स्टेशनवर पोहोचविण्यासाठी स्वत: बनूताई आल्या होत्या. इतर मुलीही होत्या. सुवर्णाला सर्वांनी भेटवस्तू दिल्या होत्या. शुभेच्छा दिल्या होत्या.

“काही अडचण आली, तर कळव.”

बनूताई पुन्हा पुन्हा सांगत होत्या, त्या जिव्हाळ्याची आठवण येऊन, सुवर्णाचे डोळे भरून येत होते. कोण कुणावर कधी मायेची सावली धरेल याचा अंदाज नव्हता. इथे येण्यापूर्वी हे शहर किती परकं होतं ! पण तिथेच ही प्रेमळ माणसं जशी भेटली, तशीच सासरची स्वार्थी माणसंही भेटली. एक लाख रुपयांची त्यांची मागणी घेऊन सुवर्णाला माहेरी पाठवलं होतं. सुवर्णा अशी मागणी करणार नव्हती. सासरी परत जाणार नव्हती.

किती मजेदार होता जीवनग्रंथ !

प्रत्येक पानावरची कथा वेगळी अन्

कथेमधली माणसंही वेगळी!

त्या सर्वांना समजून घ्यायचं तर हा जन्म पुरणार नाही.

त्यापेक्षा....

प्रत्येकानं स्वत:ला तरी समजावून घ्यावं !

स्वत:ची मर्यादा, कुवत समजून घ्यावी, अन् वाटचाल करावी... धीरानं !

सुवर्णा यानंतर तेच करणार होती.

पुण्यातल्या वास्तव्यानं सुवर्णाला खूप समज आली होती. धैर्य आलं होतं.

गोव्यात आपलं कसं होणार ? याची भीती तिला वाटत नव्हती. आज परिचारिकेची डिग्री तिच्या हाती होती. बनूताईंनी सासरच्या माणसांशी गोड बोलून सुवर्णाचं शिक्षण पूर्ण करवून घेतलं होतं.

विसूबाबनं घरात ठेवून घेतले नाही तर ?

तर.... तिचं स्त्रीधन होतं, ते विकून ती स्वतंत्र राहणार होती.

वैनीबाय आज या जगात नव्हती. तिच्या मृत्यूनंतर विसूबाब कदाचित बदलला असण्याची शक्यता होती. त्याचा हट्टी स्वभाव कधी काळी बदलला तर परिस्थितीनं बदलला जाणार होता. माणसं बदलतात.

ग्लोरियामाय आमूलाग्र बदलली नव्हती ?

एग्माही मुंबईहून पूर्ण बदलून आली होती.

बिचारा राम गवंडी भ्रमिष्ट झाला होता.

दुर्दैवी मेरी मासळी विकायला जात होती.

मर्सिलिनाचा दुबळा नवरा चर्चसमोर सामर्थ्यानं उभा नव्हता ?

विसूबाबचा निर्णय दुबळेपणाने स्वीकारणारी सुवर्णासुद्धा आज समर्थपणे गोव्यात परतत होती.

सुविचारी हॅरी, सॅम, वाईट मार्गाला लागले होते.

परिस्थितीनं माणसं बदलतात, वास्तवाचा स्वीकार करतात.

बदलली नव्हती ती फक्त दोन माणसं !

या डोंगरावर चर्चमध्ये राहणारे फादर रॉबर्ट आणि त्या डोंगरावर मंदिरात राहणारी पूर्णामाय !

दूधसागर कोसळत होता. प्रवास करणारी सुवर्णा अखंडपणे विचारात हरवून गेली होती.

◆

सुवर्णाला अवचित माहेरी आलेली पाहून विसूबाबला आश्चर्य वाटलं. पण मनातून थोडासा दिलासाही वाटला. नाहीतरी त्या चौसोपी घरात त्याला एकटं वाटतच होतं. आणि जीवनाचं नावीन्यही सरलं होतं. जीर्णोद्धार करताना आलेली झिंग, पूर्णाच्या प्रणयाची नवलाई, सुवर्णाच्या लग्नाच्या वेळेचा ताठरपणा, हे सारं आता संपून गेलं होतं. एखाद्या सावलीसारखी घरात वावरणारी वैनीबाय आज या जगात नव्हती. जीवन कसं स्वस्थ झालं होतं. करण्यासारखं जीवनात आता काहीच उरलं नव्हतं. भारतीय राजवट आल्यापासून समाज जीवनातली आस्थाच कमी झाली होती. कायदे बदलत होते. म्हणूनच विसूबाब धूर्तपणे सावध होऊन अलिप्त वागायला शिकत होता. एकटं वाटलं की तो पूर्णाकडं जात होता. तिथल्या कातळावर ते दोघं बसत असत. त्या स्त्रीची सोबत हे एकच आनंदाचं ठिकाण आता उरलेलं होते. मनानं तो विरक्त होत चालला होता.

सुवर्णानं घरात पाऊल टाकलं तसं घराचं रंगरूप बदलत चाललं. वैनीबायच्या मृत्यूनंतर सर्व घरावर ओशट अवकळा आली होती. कामवाल्या शांतू, सीतू, मैनी विसूबाबला दचकूनच वागत. पण सुवर्णा आली आणि त्या सर्वांना धीर आला. साऱ्या घराची देखरेख नीट होऊ लागली. अंगणातल्या हिरव्या सारवणांवर पुन्हा स्वस्तिक, गाईची पाऊलं रांगोळीतून उमटू लागली. विसूबाबचं जेवण जास्ती चवदार होऊ लागलं. घरासमोरची बाग तरारून फुलली. सुवर्णा उत्साहानं घरात

वावरत होती. ते पाहून विसूबाब मनातून नवल करू लागला होता. ती न सांगता, कळवता आली होती आणि कधी पूर्वी सासरी गेलीच नव्हती अशा रीतीनं माहेरी वावरत होती.

"बाय, तू आलीस, खूप छान वाटतं, पण तू काय चार दिवसांची पाहुणी, तू सासरी गेलीस की आम्ही पुन्हा एकट्याच ना ?" सीतूनं म्हटलं होतं, त्यावर.

"पण मी परत जाणार हे कुणी सांगितलं ? मी इथेच राहणार आहे कायमची !"

या तिच्या उत्तरानं साऱ्याजणीच अवाक् झाल्या होत्या.

"फकाणं करता बाये ?"

मैनीनं विश्वास न बसून विचारलं होतं. एकदा सासरी गेलेली मुलगी माहेरी कायमची येणं शक्यच नव्हतं. विसूबाबच्या घरचे रिवाज अधिकच कडक होते. सुवर्णा इतकीच सर्वांना त्याची पूर्ण कल्पना होती. त्या सर्वजणींच्या मनात सुवर्णाची काळजी दाटून आली होती. वैनीबायची त्यांना पदोपदी आठवण येत होती.

छोट्या नवनाथला घेऊन अंजू माहेरी आली होती. नातवाच्या आणि लेकीच्या कौतुकात, पूर्णा रंगून गेली होती. तशातच सुवर्णाही माहेरी आली होती. पूर्णानं आज तिला जेवायला बोलावलं होतं. हळदीच्या पानांमधल्या गरम पातोळ्या, मुगागाठी, डाळीचा रोस... सारे जेवण पूर्णानं मनापासून रांधलं होतं. त्या दोघींनी मनपसंत दाद दिली होती.

"खूप जेवले पूर्णामाय, सारा पाहुणचार काय आजच संपवणार ? ते काही चालणार नाही बाई, मी नेहमीच येणार बघ जेवायला. काय पाहुणचार करायचा, तो या अंजूचा कर. ती जातेय ना पुढच्या आठवड्यात ?"

सुवर्णानं पूर्णाला विचारलं.

"हो, मोहन यायचा आहे न्यायला. आणि तू आहेस तेवढ्या दिवसात हवी तेव्हा ये." पूर्णा म्हणाली.

"आहे तेवढे दिवस म्हणजे ? अग मी आता परत जाणारच नाही, मी ते घर सोडूनच आलेय."

ते ऐकून अंजू, पूर्णा दचकल्या.

"काहीतरी काय बोलतेस सुवर्णा ?" विश्वास न बसून अंजू उद्गारली.

"काहीतरी नव्हे अंजू, मी खरंच कायमची आलेय." सुवर्णा निग्रहानं म्हणाली.

"पण का ?" त्या दोघींनी एकदमच विचारले.

"तशी कारणं खूप आहेत. पण तुम्हाला वाटतं की हॅरीसाठी आले आहे ? तर नाही. मी हॅरीला विसरले आहे. त्याच्यासाठी मी संसार सोडावा इतका तो नक्कीच मोठा नाही. प्रेम त्याला कळलेलंच नाही. ज्याला आई-वडिलांचं प्रेम समजलं नाही, तो इतर कुणावर काय प्रेम करणार ? त्यानं माझी पत्रं सासरी पाठवली. त्याचंही

मला दु:ख नाही. कारण मी हॅरीवर कधी मनापासून प्रेम केलं आहे हे मी सासरच्या माणसांसमोर स्वच्छ कबूल केलं. प्रेम केलं हा गुन्हा नव्हेच ना ?''

अंजू आणि पूर्णा आश्चर्यानं सुवर्णाला बघत होत्या. तीच सुवर्णा होती. पण अग्निज्वालेत तापून झळझळीत होऊन समोर उभी होती. पूर्वीच्या दुबळेपणाचा अंशही तिथे उरला नव्हता. ती बोलत होती.

''पूर्णामाय, मी श्रीमंत भाटकाराची मुलगी म्हणून माझं त्या घरातलं मोल इतर सुनांपेक्षा अधिक. कधी एकदा मी या इस्टेटीची वारस ठरेन असं त्या लोकांना वाटतं. म्हणजे पर्यायानं ती माणसं, माझ्या बापाच्या मृत्यूची वाट पाहत आहेत.''

''शिव शिव !''

न राहवून पूर्णा उद्गारली.

''पूर्णामाय ही लाखोच्या घरामधली भाटं, शेतं, वाड्या कुळागार, खाजणं या सर्वाचे मालक कुणी परके होणार ही कल्पना तुला कशी वाटते ? हे सर्व मी त्यांना बहाल करायचं कारण त्यांच्या मुलानं माझ्याशी लग्न केलं म्हणून ? मी इतकी टाकाऊ वस्तू होते ?''

तिला थांबवत पूर्णा म्हणाली,

''पण बाय, वारसाहक्कान हे तुझं आहे. म्हणून तुझ्या नवऱ्याचंही. तुम्ही दोघे एकरूपच आहात ना ?''

''ज्यानं वारसाहक्क बघूनच लग्न केलं, त्याला नवरा मानायचं ? एकरूप मानायचं ? मला सोसवत नाही. त्यांची पैशाची मागणी पूर्ण करून, त्या निष्क्रिय माणसांना मी पोसायचं, त्यापेक्षा ते पैसे या गावच्या गोरगरीबांसाठी वापरले तर ? आणि पूर्णामाय, मी तेच करणार आहे.''

''पण... बाबा ?'' अंजूनं विचारलं.

''होय अंजू, बाबांना ते पटणार नाही, मी हॅरीवर प्रेम करणं त्यांना पटणार नव्हतं. तसंच मी सासर सोडून कायमची इथे राहणं, हे पण त्यांना पटणार नाही. माझं दुर्दैवच असं की अशा गोष्टीच माझ्या वाटणीला आल्या की त्यांचं मन दुखावं. पण काय करू पूर्णामाय ? माझी आई झिजत, मन मारून जन्मभर जगली, तशी मी जगूच शकत नाही गं !

वैनीबायच्या आठवणीनं सर्वांच्या डोळे भरून आले,

''तुझी काळजी वाटतेय सुवर्णा.'' अंजू म्हणाली.

''देवा नवनाथा पाव रे सायबा, दया कर, सांभाळ कर.

रक्ष रक्ष परमेश्वर.

रक्ष रक्ष गरुडध्वज.''

पूर्णा स्तोत्र म्हणत होती.

"ग्लोरियामायला भेटलीस ?" अंजूनं विचारलं.

"नाही अंजू, धाडस होत नाही गं, पण भेटेन." सुवर्णा उदासपणे म्हणाली.

"मी उद्या जाणार आहे बाळाला घेऊन. सारखी माझी चौकशी करत असते."

"तिला सांग, मी भेटणार आहे तिला."

सुवर्णानं अंजूचा निरोप घेतला.

अंजू छोट्या नवनाथाला गिडूच्या खांद्यावर देऊन ग्लोरियाला भेटायला जात होती. आज कितीतरी दिवसांनी ती तिला भेटणार होती. सारं लहानपण नवनाथ डोंगर ते जुजे गाव परिसरातच सरलं होतं. ग्लोरियामायने त्या सर्व मुलांवर खूप प्रेम केलं होतं. आणि आज तिचीच मुलं परदेशी झाली होती. हॅरी, सॅमशिवाय ते घर कसं दिसेल ?

अंजू विचार करत होती. तिला व छोट्या नवनाथाला पाहून उषा, सोमती हरवून गेल्या. उषानं नवनाथाला कडेवर घेतलं आणि सोमतीने घरात जाऊन काम करणाऱ्या ग्लोरियाच्या हाताला धरून ओढत दिवाणखान्यात आणलं. अंजूला पाहून ग्लोरियाला खूप आनंद झाला. अंजूला मिठीत घेताना आलेला हुंदका तिनं परतवून लावला. भरल्या डोळ्यांनी तिनं विचारलं,

"कशी आहेस अंजू ?"

तिला वाकून नमस्कार करून अंजू म्हणाली,

"अगदी आनंदात आहे माय. माझा नवरा, सासरची माणसं, खूप चांगली आहेत."

"बरं वाटलं ऐकून. आणि तुझा मुलगाही गोड आहे." उषा, सोमती नवनाथाला घेऊन बागेतल्या झोपाळ्यावर गेल्या. अंजू पाहत होती. घर तसंच होतं. नीटनेटकं भरलेलं, पण त्यावरच उदास सावट स्पष्ट जाणवत होतं.

"माय, हॅरीचं पत्र ?" अंजूनं धीर करून विचारलं.

"पत्र ? आणि पत्रातून काय कळवणार ?

सलमानसोबत ते काम करत आहेत. शिक्षण अर्धवट, ते सुद्धा पोर्तुगीज भाषेमधलं. त्या देशात ते अनपढच तसे. मग इतर अनपढ जी कामं करतात, तीच कामं हे दोघे करत असणार. फॉरेनच्या गप्पा कुणाला मारणार ? याच गावात ते डॉक्टर, प्रोफेसर झाले असते, तर मी त्यांच्यासाठी जन्मभर अजूनही झिजले असते. अंजू तू पण आता आई झालीस म्हणून तुला समजेल, मुलं ही कुळाचं वैभव असतात. ते वैभव वाढवता आलं नाही तरी ते वैभव त्यांनी जपावं, पण जेव्हा मुलं कुळं बुडवतात तेव्हा वंशच संपतो. म्हणून सांगते अंजू, माझं कुळ, माझा वंश संपलेला आहे.

"माय !"

"अंजू, प्रेमभंगाचं दुःख इतकं मोठं केलं हॅरीनं. पण माणूस जन्माला येतो, तेव्हा आईच्या स्पर्शातून त्याला प्रथम प्रेमाची ओळख होते. ते प्रेम ज्याला समजलं नाही, तो कुणा परक्या मुलीवर प्रेम काय करणार ? हा तर माथेफिरूपणा."

थोडा वेळ थांबून ती म्हणाली,

"अंजू, कधी कधी मला वाटतं, गावामधली सर्व मुलं चांगली निघाली आणि माझीच मुलं वाया गेली. असं का झालं असावं ? मी कुठे कमी तरी नाही पडले ? की घरातली संपन्नता पाहून, त्यांना हे जगावेगळं वागावं असं वाटलं ?"

"नाही ग माय ! तू खूप केलंस त्या दोघांचं आणि या गावात शाळा काढायची, दवाखाना सुरू करायचा. असं पण ते दोघं म्हणत असायचे. पण मध्येच हे अघटित घडलं. पण माय, मुळात ते दोघे खूप चांगले आहेत गं ! आज ना उद्या पश्चात्ताप होईल आणि परत येतील बघ ! मी खात्रीनं सांगते. पण तू अशी धीर सोडू नकोस. या घराचा आधार आहेस तू." गहिवरून अंजू म्हणाली.

"नाही अंजू, आता त्यांचं परत येणं नाही. आले तरी या घरात नाहीच." ग्लोरिया निग्रहाने म्हणाली.

आतल्या खोलीत आंतोन कॉटवर झोपला होता. पक्षाघातानं त्याचं शरीर लुळं झालं होतं. बोलणं स्पष्ट होत नव्हतं. अंजूला पाहून त्याच्या डोळ्यातून अश्रू वाहू लागले. काही न बोलता तो अंजूचा हात हाती घेऊन मूक अश्रू ढाळत होता. ग्लोरिया इतकी कठोर का झाली आहे, याचं कारण आंतोनची अवस्था पाहून अंजू समजली होती. उंचापुरा, धिप्पाड, आनंदी वृत्तीचा आंतोन, फार हतबल होऊन अंथरुणावर खिळला होता. त्याला पाहून अंजूला खूप दुःख झालं.

एवढ्यात सोमतीनं ओटीचं साहित्य मेजावर आणून ठेवलं. पाठोपाठ ग्लोरिया आली. तिच्या हातात निळी मखमली पेटी होती. उषा, सोमती कौतुकानं पाहत होत्या. त्यांना विचारत विचारत ग्लोरियानं अंजूची ओटी भरली. उषा, सोमतीनं तिच्या वेणीत अबोली, जुईच्या फुलांच्या वेण्या घातल्या. निळ्या मखमली पेटीतला नाजूक नेकलेस ग्लोरिया अंजूच्या गळ्यात घालू लागली. संकोचानं अंजू म्हणाली, "माय, हे कशासाठी ?"

"अगं, सुना येतील म्हणून करून ठेवलं होतं. आता सुना येणारच नाहीत. तुम्हीच माझ्या मुली, खरं ना ? आणि अंजू, तुझ्या सदाशिवगडाला कुणी चांगलं मुलगे असले तर लक्ष ठेव. उषा, सोमतीची लग्ने करायची आहेत. त्याला सांग, एक पसंत कर आणि दुसरी बक्षीस घेऊन जा. काय गं ?"

ग्लोरिया हसून म्हणाली, तशा उषा, गोमती पळाल्या, अंजू गहिवरून म्हणाली,

"खूप प्रेम केलंस माय. पण हॅरी, सॅमला माफ कर. चुकले तरी तुझेच ना ?"

"तेवढं सोडून बोल अंजू."

"माय, सुवर्णा आलीय गावात आणि परत जाणार नाही."

ग्लोरियाने आश्चर्याने तिच्याकडे पाहिले.

"होय माय, सुवर्णा खूपच बदलली आहे. तुला भेटणार आहे. आणखीन एकच सांगते, ऐकशील ?"

"सांग अंजू."

"तुझा पियानो ऐकव, खूप दिवस झाले."

आंतोनला सर्वांनी धरून आरामखुर्चीत बसवले. ग्लोरियानं पियानोवरचं लेसचं कव्हर काढलं. खूप दिवसांनी पियानोच्या पट्ट्यांचा तिच्या बोटांना स्पर्श झाला होता. बेहोषपणे ती पियानोच्या सुरात गात होती.

"या उंच माडाच्या माथावर टेकलेला
तुझ्या करुणेचा अंश
आसमंतात उतरू दे. अन
उतरू दे, त्याला माणसाच्या,
मनामनातून, घराघरातून
आशेचा प्रकाश उजळू दे,
उभं असण्याचं बळ दे.
दुःखाच्या भारानं वाकलेली ही लेकरं
त्या स्पर्शातून जगू दे
जाणवू दे त्यांना करुणा
आभाळातून, सागरातून, धरतीतून
तुझ्या मायेचा स्पर्श लाभू दे
उभं असण्याचं बळ दे.
काळोखात चमकणाऱ्या तारकांमधून
सोनेरी किरणांच्या स्पर्शातून
सुखद शीतल हवेमधून
सुरांच्या या स्पंदनातून
तुझ्या करुणेचा स्पर्श लाभू दे
उभं असण्याचं बळ दे.
ओ गॉड, ब्लेस द युनिव्हर्स
नाजूक डॅफोडाईल्समध्ये उतरलेला
तुझा अंश जगव
जागव साऱ्यांचं माणूसपण
दुःख सोसण्याचं बळ दे

तुझ्या करुणेचा स्पर्श दे''

पियानोच्या सुरात मिसळलेल्या ग्लोरियाच्या किनऱ्या स्वरांनी साऱ्यांच्या काळजाचा ठाव घेतला होता. आरामखुर्चीत कलंडलेल्या आंतोनच्या गालावरून अनिर्बंधपणे अश्रू वाहत होते.

पियानो समोरच्या साईड बोर्डवर हॅरी-सॅमचे हसरे फोटो होते.

आणि त्या पाठीमागच्या भिंतीवर एका ओसाड माळरानावर सर्वांगाने फुललेल्या एकाकी गुलमोहोराचे एक चित्र होते. पियानोलगत बसलेल्या ग्लोरियाला ते चित्र दिसत होते.

तिचंही जीवन उजाड झालं होतं.

उन्हाचा ताप सोसवत नव्हता.

तरीही तिला उभं राहायचं होतं.

स्वत: भग्न झाली तरी...

आजुबाजूचा परिसर फुलवायचा होता.

त्या गुलमोहोरासारखाच !

ती गात होती,

''ओ गॉड

करुणेचा स्पर्श दे

उभं असण्याचं बळ दे''

समोरच हॅरी-सॅमचे फोटो होते. त्यांना पाहून, ग्लोरियाच्या मनात, गुलमोहोराचा लाल डंखच जणू जळत होता.

कधी त्यांची अतिशय काळजी वाटत होती... तर कधी संतापानं मन भरून जात होतं.

''त्यांना या घरात जागा नाही....''

असं म्हणतानाच, ती मनातून कोसळत होती.

आपल्या कोसळल्या मनाला सावरण्याचा तिचा अट्टाहास चालू होता.

सारं घरदार तिच्या गीताने भारावून गेले होते.

◆

सुवर्णा आणि एग्मा फादर रॉबर्टना भेटायला चर्चवर आल्या होत्या. त्यांना पाहून पावलूला आनंद झाला. त्यांना बसण्यासाठी खुर्च्या देऊन लगबगीनं तो फादरना बोलावण्यासाठी गेला.

अगदी लहानपणापासून त्या दोघी या चर्चवर येत होत्या. दोघींचीही जीवनात फरफट झाली होती. पण एग्माच्या पाठीशी तिचे वडील खंबीरपणे उभे होते. ते

आठवून सुवर्णा म्हणाली,

"तू खूप नशीबवान आहेस एग्मा. मला मात्र खूप विरोध सहन करावा लागणार आहे. बाबा कदापि ठेवून घेणार नाहीत."

"खरं आहे. ते मात्र माझे भाग्यच म्हणायचे. माझे पापा विचारवंत आहेत. ज्या लग्नाने मी सुखी होणार नाही ते लग्नबंधन त्यांना मान्य नाही. तसंच चर्चचं बंधनही त्यांना अमान्य आहे. माझे जीवन सर्वार्थाने फुलावं हा त्यांचा आग्रह आहे. चर्चला घटस्फोट मान्य नाही. केवळ लग्नविधीने बांधलो गेलो म्हणून सारा जन्म एकमेकांशी बांधून राहणं म्हणजे जिवंत मरणच नव्हे ? न देईना चर्च घटस्फोट ? मनानं ते बंधन मी केव्हाच तोडलंय आणि अशी स्त्री सुद्धा उदात्त जगू शकते हेच मला दाखवायचं आहे."

एग्मा अभिमानानं बोलत होती.

फादर रॉबर्ट येत होते.

या दोन्ही मुलींसमोर येताना त्यांना स्वत:लाच अपराधी वाटत होते. त्या दोघी निरागस मनानं यापूर्वी फादरना अनेकदा भेटल्या होत्या. त्यावेळी धर्माची विशाल व्याप्ती फादरनी त्यांना समजावून दिली होती. पण त्या दोघींच्याही जीवनाचे निर्णय देताना मात्र, प्रत्यक्षात धर्म खूप संकुचित बनला होता. कर्मठ धर्मबंधनानीच त्यांचं जीवन झाकोळून गेले होते.

सुवर्णाचा हॅरीशी विवाह होऊ शकला नव्हता. नको असणाऱ्या लग्न बंधनातून एग्माची सुटका होत नव्हती. तरी देखील, त्या दोघी फादरना भेटायला आल्या होत्या.

सुवर्णा फादरना पाहत होती. फादर खूप खंगले होते. त्यांची आधीची रंगकांती काळवंडली होती. दोन वर्षातच केसांवर रुपेरी छटा उतरली होती.

"फादर, आजारी होता ?"

"आजारी ? कुठे ? ठणठणीत बरा आहे मी !" ते हसून म्हणाले.

"सुवर्णा, फादरना सर्व गावाची चिंता." एग्मा म्हणाली.

"खरं आहे एग्मा, स्वत:च्या दु:खाची नाळ तुटली तरी दुसऱ्यांच्या दु:खाची ओझी, आपल्या पाठीवरून वाहणारी माणसं या जगात आहेतच. फादर पोर्तुगीज गोव्यातून निघून गेले. कार्व्हालो पण गेले असणार ? लिरियाना ? लिरियाना कुठं आहे ?"

सुवर्णानं लिरियानाचं नाव घेतलं तसा पेरूच्या फांदीवर लटकणाऱ्या पिंजऱ्यातला काकाकुवा ओरडू लागला.

रॉबी - रॉबी - रॉबी

सुवर्णानं चमकून फादरकडं पाहिलं.

"तो लिरियानाचा आहे. ती पोर्तुगालला गेलीय. तिचं पत्र नाही, पण पापा कार्व्हालोचं पत्र आलंय, त्या वातावरणाशी जुळवून घेण्याचा प्रयत्न चाललाय त्यांचा. अनेक वर्षे इथे राहिले, आता तिथं पुन्हा सर्व बस्तान बसवणं अवघड जाणारच."

फादर बोलत होते. पण सुवर्णा त्यांच्या गूढ व्यक्तिमत्त्वाचा विचार करत होती. निश्चितपणेच त्यांच्या मनात काही घुसमट असावी. फादर म्हणून इथवर येईपर्यंत त्यांनी अनेक घटनांचा वास्तव म्हणून स्वीकार केला असावा. ते सर्व एकाकीपणे सोसणाऱ्या फादर रॉबर्टबद्दल, सुवर्णाला आज वेगळा आपलेपणा वाटू लागला होता.

"फादर, मागं मी म्हणाले होते ना ? की मी परत येईन ? तशी आलेय. पण माझं शिक्षण पूर्ण करून." सुवर्णा म्हणाली.

"आणि फादर, आजच माझा आणि फ्रँकचा टीचर्स ट्रेनिंग कोर्स पूर्ण झाला. रिझल्ट येईलच." एग्मा उत्साहानं म्हणाली.

"पुढं काय करणार आहात ?"

"पुढं ?" सुवर्णा हसत म्हणाली,

"फादर, सध्या तरी मी माझी राहण्याची सोय बघतेय. कारण हा निर्णय ऐकून बाबा घरी ठेवून घेणार थोडेच ? एग्माचं ठीक आहे. तिचे वडील तिच्या पाठीशी खंबीरपणे उभे आहेत. मी नर्स झालेय फादर. उपाशी पडणार नाही."

"आणि फादर, मी आणि फ्रँक देऊळवाड्यात शाळा सुरू करतोय. शाळेत मुलांची भरती करताना शाळेत प्रथम कोण येणार ओळखा ? मेरीची सहा मुलं. पोरांची फार काळजी करतेय बिचारी." एग्मा उत्साहानं म्हणाली.

फादर रॉबर्ट कौतुकानं त्या आनंदी मुलीकडं पाहत होते.

धर्मबंधनांनी झाकोळून गेलेल्या जीवनाला एक सुंदर वळण देण्याचा प्रयत्न त्या करत होत्या. खरं तर दुर्दैवी वळण त्या दोघींच्या जीवनात यायला नकोच होते. हॅरी, सुवर्णा बालमित्र. स्वभाव आवड सर्व एक असणारी ती दोन मुलं लग्न झालं असतं, तर सुखानं जगू शकली असती. दोन्ही कुटुंबं सुखी झाली असती. हॅरी परागंदा झाला नसता आणि सुवर्णा एकाकी झाली नसती.

बिचारी एग्मा ! तिला साधा, सरळ संसार हवा होता. तो संसार जुळला नाही तर वेगळं राहायचं होतं. पण तिला घटस्फोट देण्यास चर्चचे नियम आडवे आले होते. तरीसुद्धा... निर्धारानं त्या उभ्या झाल्या होत्या. त्यांना अडथळा करणारी धर्मबंधनं खूप पाठीमागं उरली होती.

विसूबाबनं घरी ठेवून घेतलं नाही तर ? कुठे राहील ती ? त्यावेळी चर्च तिला आसरा देणार नाही की मंदिर. या समाजरितींनी आणि धर्मबंधनांनीच उधळलंय तिचं जीवन आणि पुन्हा उभं राहायचं तर तिनं आत्मबळावर उभं राहायचं आहे. ते तिघं बोलत असतानाच डायना आणि फ्रँक तिथे आले. कापितांव आल्बर्तू गेल्यापासून

डायना आजारी होती. आज प्रथमच चर्चवर आली होती. तिनं खूप सुंदर पोशाख घातला होता. आज ती खूप आनंदी दिसत होती. अभिवादन करून ती आनंदानं म्हणाली,

"फादर, तुम्ही सांगत होता, तसंच झालं. आज आल्बर्तूचं पत्र आलं."

"ओऽह डायनामाय!" सुवर्णा, एग्मा आनंदानं म्हणाल्या.

"खरं सांगता फादर. देव खूप दयाळू आहे. माझ्या आल्बर्तूनं त्याच्या गावी घर मांडलंय. लहानसं डिपार्टमेंटल स्टोअर घातलंय. आणि तो माझी आणि फ्रँकच्या येण्याची वाट पाहतोय. पण पहा ना फादर हा फ्रँक, हा येणार नाही म्हणतो, त्याला सोडून मी कशी जाणार ? मी गेले नाही तर आल्बर्तू काय म्हणेल ? तुम्ही समजवा ना फादर या फ्रँकला ?" डायना म्हणाली.

"फ्रँक ?" फादरनी विचारलं,

"फादर, माझं मन तिथं लागणार नाही. परकं वाटेल मला. हे घर, गाव, परिसर सोडून मला चैन पडणार नाही. डॅडींचं डिपार्टमेंटल स्टोअर सांभाळण्यापेक्षा, मी इथं देऊळवाड्यात शाळा सुरू करावी म्हणतो आहे. मायला मी पोर्तुगालला पोहोचवून येईन. डॅडींना भेटेन. ममा व मी मधून मधून भेटूच. माझ्यापेक्षा डॅडींना ममाची गरज आहे."

"आणि तुला माझी गरज नाही ?" डायनानं विचारलं.

"आहे ना ! पण ममा, मी आता मोठा झालो. इथे म्हातारी माय आहे. हे सर्व आहेत. माझी काळजी कसली ?"

"फादर, या फ्रँकला समजावा. सिन्योर परेरांती मुलगी जोसेफिना ? तिच्यासाठी सिन्योर विचार होते. पण हा ऐकतच नाही. जाताना याची एंगेजमेंट करून गेले तर .... मग काजाराला मी येताना आल्बर्तूला घेऊनच येईन ना ?"

डायना बोलत होती. त्यावेळी फ्रँक आणि एग्माची नजरानजर झाली. एग्माचा चेहरा उतरून गेला, हे सुवर्णाच्या लक्षात आलं. आणखीन एक वादळी कथा गावात घडणार होती का ? विचार करत, सुवर्णा घरी आली.

◆

तिच्या घरातच एक वादळ उभं होतं. तिच्या सासरचे लोक तिला न्यायला आले होते. त्या वादळाची तिला कल्पना होती. आज ना उद्या तिला सामोरं जावं लागणार होते. पण आज आनंदाने, चर्चवरून परतली असताना ते वादळ सामोरं उभं राहिलं होतं. म्हणून तिचा विरस झाला.

काहीच न घडल्यासारखं ते सर्व घरातून वावरत होते. अधिकारानं ! विसूबाब गंभीर होता. ती सर्व माणसं नवनाथ मंदिर पाहायला निघून गेली. सासू, सासरे,

नवरा, नणंदा, त्यांची मुलं. जणू लग्नाचं वऱ्हाड यावं, अशी ती सर्व माणसं न सांगता सवरता आली होती. कनवाळूपणे वागत होती.

सुवर्णाला माहिती होते की जर पैशाची मागणी तिनं केली नसेल, तर ते स्वतःच तशी मागणी करण्यास मागेपुढं पाहणार नव्हते. सुवर्णाला इथे येऊन तीन महिने झाले होते व परत जाण्याचं ती नाव काढत नव्हती. या भीतीनेही ते सर्व आले होते. सर्व पाहुणे नवनाथ मंदिरावर गेल्याबरोबर विसूबाबनं सुवर्णाला दिवाणखान्यात बोलावलं. काचेच्या मण्याचे तोरण दरवाजाला लावलेला दिवाणखाना लांबट पण प्रशस्त होता. जुन्या पद्धतीचे काळे नक्षीदार फर्निचर व्यवस्थित मांडले होते. एका प्रशस्त कोचावर विसूबाब बसला होता व त्याच्या समोरच सुवर्णा !

"सुवर्णा, तीन महिने झाले तुला येऊन. तू परत जाण्याचे बोलत नाहीस. उलट कोळीवाड्यात, बांधावरच्या झोपडपट्टीत फिरते आहेस. औषधं, इंजक्शनं देते आहेस ? राम गवंड्याला रायबंदराच्या हॉस्पिटलात तू दाखल केलंस ? मर्सिलिनाच्या आजारी नवऱ्याला इंजक्शन देते आहेस ? तुझ्या मनात आहे तरी काय ? आणि आज ही माणसं अचानक आली तुझ्या काळजीनं. तू त्यांना इतके दिवसात एक पत्रही पाठवू नयेस ?"

"बाबा, आज प्रथमच आपण असे समोर बसून बोलता आहात. मी जे सांगते ते तुम्ही समजून घ्याल ना ? ही माणसे जी आली आहेत ती मला नेण्यासाठी नव्हे, तर पैसे नेण्यासाठी. आपली भावी इस्टेट पाहण्यासाठी आले आहेत." विसूबाब आश्चर्यानं ऐकत होता.

"बाबा, वाडवडिलोपार्जित अशी ही घराची वास्तू, भाटं, कुळागार, शेतं, ती या पापी माणसांना आपण विनासायास मिळू देणार आहोत ? कुणीही निष्क्रीय माणूस केवळ तुमचा जावई झाला म्हणून या सर्व इस्टेटीचा वारस होणार. माझ्या डोळ्यादेखत, माझी इस्टेट उपभोगत, चैन करणार. या माणसाला हे सर्व मी मुकाट करू द्यायचं ? कारण तो माझा नवरा आहे. बाबा हे घर बांधणारा रामा गवंडी एका झोपडीपुरती जागा मागत होता पण तुम्ही दिली नाही. तो वेडा झाला. पण ही सर्व माणसं मात्र विनासायास इथं घुसणार आहेत."

"तुझ्या मनात तरी काय आहे ? कायदेशीर बाबी मी बघून घेईन. तू म्हणालीस तर फक्त मी तुलाच सर्व अधिकार ठेवेन, कायद्यानं त्यांना काही मिळणार नाही हे बघेन."

"कायदा ? बाबा, एका घरात वावरताना माणसं कायदा समोर ठेवून थोडीच वागतात ? भावनेने वागतात. पण कायद्याला धाकानं बळकावून घेणारी माणसं भावनेनं थोडीच वागणार ? आणि माझं म्हणाल तर माझं या माणसांशी कोणतंही नातं नाही ! ना कायद्याचं, ना भावनेचं, म्हणून मी सासरी परत जाणार नाही."

"काय ?"

विसूबाब ताडकन उभा राहिला.

"म्हणजे तू पण जन्मभर या घरात चैन करणार ? तुझ्या डोकीमधलं त्या किरीस्तांव पोराचं भूत अजूनी उतरलं नाही ? मला हे खपणार नाही. कायदेशीर गोष्टी मी बघेन, पण इतर बाबतीत तुला त्यांच्याशी जमवून घ्यावंच लागलं. भावनांचं स्तोम या घरात नाही. झोपडपट्टीतून माझ्या मुलीनं फिरणं मला चालणार नाही. एकदा दिलं की तेच तुझं घर. परत या घरात जागा नाही. समजलं ? त्यांच्या बरोबर निघण्याची तयारी कर. तुझे सणवार, देणं घेणं, सर्व मी नीट करेन. आईची उणीव भासू देणार नाही."

"पण, मी गेले नाही तर ?" सुवर्णानं समोर उभं राहून प्रश्न केला.

"तुला जावंच लागेल." विसूबाब थरथरत ओरडला.

थोडा वेळ थांबून सुवर्णा म्हणाली.

"होय बाबा, मी जाईन. पण सासरी नाही."

"मग ?"

"ते आज कसं सांगू ? पण मी आता शिकलेली मुलगी आहे. माझा भार मी कुणावर पडू देणार नाही. आणि मी सज्ञानही आहे. या माझ्या वडिलोपार्जित वास्तूवर जर कुणी उगीचच हक्क गाजवू लागला तर ते मी खपवून घेणार नाही. हो, पण त्यांना तुम्हीच हे सर्व सांगायला हवं आणि मी त्यांच्याबरोबर जाणार नाही. हे पण तुम्हीच सांगा."

"मी ?"

"हो तुम्हीच. कारण लग्नाला होकार माझ्यावतीने तुम्ही मला न विचारता दिला होता. आता नकारही तुम्हीच सांगा."

"कार्टे"

पुढं होऊन सुवर्णानं विसूबाबचे पाय धरले. ती म्हणाली,

"बाबा, आई नुकतीच गेलीय. त्याचा धक्का तुम्हाला बसलाय. त्यात भर म्हणून माझा हा मनस्ताप. हा मनस्ताप तुम्हाला होऊ नये असं मला वाटतं, पण काय करू ? माझं नशीबच असं आहे. मला दुसरं काही सांगा मी करेन. फक्त मला या माणसांबरोबर जायला सांगू नका."

"तुला सासरी जायचं नसेल तर या घरात राहता येणार नाही. आजुबाजूला समाज आहे. काय म्हणतील ? मला ते खपणार नाही." विसूबाब संथपणे उद्गारला.

"ठीक आहे बाबा. तुम्हाला त्रास देणार नाही मी !"

◆

रात्रभर सुवर्णा विचार करत होती. एकदा लग्न लावून दिलं की त्यानंतर मुलीचं नशीब दिल्या घराशी जखडलं जातं. पण ते घर निवडण्याचा अधिकार मात्र इतर कुणीतरी गाजवलेला असतो. विसूबाबनं तो अधिकार गाजवला होता. त्याच्या जोडीनं सासरची माणसंही. हे जीवन, जे संपूर्ण तिचं होतं, त्यावर इतरांनी अधिकार सांगण्याऐवजी, तिचा स्वतःचा अधिकार असायला हवा होता.

स्त्रीचा घटस्फोट मान्य करणं, म्हणजे तिला व्यभिचाराची परवानगी देणं. म्हणून पतिपत्नीची आजन्म एकत्र राहावे असं एग्माला चर्चतर्फे सांगण्यात आले होते.

व्यभिचार ? स्त्री यापेक्षा खूप काही चांगलं करू शकते व तेच एग्मा व सुवर्णा करणार होत्या.

आज त्या दोघीजणी सुशिक्षित आणि सज्ञान, समर्थ अशा मुली बनल्या होत्या.

विचारांच्या भरात रात्र सरली होती. झुंजूमुंजू झालं होतं. सुवर्णा खोलीबाहेर आली. सारी माणसे गाढ झोपली होती. परसदाराच्या मोरीत जाऊन तिने माथ्यावरून थंड पाणी ओतून घेतले. दांडीवरचे स्वच्छ सुती पातळ नेसून ती देवघरात गेली. पळीनं तेल घालून तिनं समई पेटवली. त्या मंद प्रकाशातील नवनाथाची मूर्ती तिनं नजरेत साठविली. खूप वेळानं उठून शांत मनाने तिने पुढच्या दाराचा लाकडी अडणा काढला. पहाटेच्या धूसर प्रकाशात अंगण फुलून उभे होते. तुळशी वृंदावनाला तिनं माथा टेकवून नमस्कार केला. वैनीबायच्या आठवणीनं घशात आवंढा आला. गेट उघडून ती ग्लोरियाच्या घराच्या दिशेनं चालू लागली.

दोन घरांमधली सीमा जांभळाच्या झाडांनी नक्की केली होती. त्या जांभळाच्या झाडाजवळ ती आली.

"तू फक्त निश्चयानं ये. मी जांभळाच्या झाडापाशी वाट पाहीन." असं हॅरी म्हणाला होता. पण तिच्या संस्कारांनी तिला घट्ट जखडून ठेवलं होतं. पण आज ती पूर्वीची सुवर्णा उरली नव्हती. निश्चयानं तिनं सीमा ओलांडली. ग्लोरियाच्या अंगणात ग्लोरिया उभी होती.

"सुवर्णा ?"

"मी आलेय माय." तिच्या मिठीत शिरत सुवर्णा म्हणाली.

"ये राणी. मी तुझीच वाट पाहतेय. आता मला बारा हत्तींचं बळ आलं, चल."

ग्लोरियाचे हात सुवर्णाच्या पाठीवरून फिरत होते. उरी साठवलेला अश्रूंचा बांध तिच्या माथ्यावर ओसंडत होता.

◆

सुवर्णा ग्लोरियाचा निरोप घेण्यासाठी आली होती. पण ग्लोरियानं तिला जाऊ

दिलं नाही. यानंतर ती कुणालाही घाबरणार नव्हती. जे वाईट घडायचं ते सर्व घडून गेलं होतं. दोन मुलगे परागंदा होणं, यापेक्षा आणखीन काय वाईट होणार होतं ? तो सारा मनस्ताप भोगून ती पार झाली होती. वयानं सज्ञान व अनुभवानं समर्थ झालेली सुवर्णा ग्लोरियाकडं आली होती. चर्चवरचे फादर रॉबर्ट, किंवा डोंगरावरची पूर्णामाय असो, विसूबाब असो, वा पुणेकर मंडळी, त्यापेक्षा सुवर्णाला ग्लोरियाच्या घरात सुखरूप वाटत होतं. ती अचूक जागी पोहोचली होती.

ती घरात आल्यानंतर ग्लोरियाच्या मनात विचारांचा कल्लोळ माजला होता. पियानोच्या साऱ्या पट्ट्यांनी एका सुरात आवाज करावा, असे विचार तिच्या मनात गोंधळ घालत होते. आजारी आंतोनजवळ बसून ती विचार करायची. सतत विचारमग्न ग्लोरिया पाहून आंतोन म्हणाला,

"कसला विचार करतेस ग्लोरी ?"

"आंतोन, सुवर्णा आली, हे खूप चांगलं झालं. सून म्हणून यायची, ती मुलगी म्हणून आली. हे सारे दैवयोग ! आंतोन, तू माझ्याशी लग्न करून मला इथे आणलंस तेव्हा काय म्हणाला होतास ? आठवतं ? तू म्हणाला होतास, की तुझ्यासारखी सुशिक्षित बाई लग्न करून नेतोय. कारण तुझ्यामुळे या घराचं नाव मोठं होईल. तू शिकलेली आहेस, म्हणून मुलंही सुशिक्षित होतील. पण तसं झालं नाही. उलट माझ्या मुलांमुळेच या कुळाला बट्टा लागला. मला खूप अपराधी वाटतं. आंतोन, मुलं अशी का वागली ? गावची झोपडपट्टीतली मुलं अशी वागली नाहीत. पण ज्यांना मी पूर्ण संस्कार दिले, अशी आपली मुलं मात्र सैतानी प्रवृत्तीला बळी पडली."

आपल्या घरात उदंड संपत्ती, म्हणूनच नवीन कमावण्याची गरज नाही. आणि म्हणूनच त्यापेक्षा या वेगळया जगण्याचा त्यांना मोह पडला असेल ? जर त्यांनी शाळा सुरू केली असती, दवाखाना उघडला असता, तर तेही वेगळं जीवन होतंच. पण त्यापेक्षा त्या विकृत जीवनाचं आकर्षण त्यांना का वाटावं ? मला फार दुःख होतं."

"ग्लोरी, यात तुझा काय दोष ? तू खूप खस्ता काढल्यास पोरांच्या ! नशीब आपलं."

"होय आंतोन, नशीबच ! मी त्यांना उत्तम शिक्षण दिलं, संस्कार दिले, वळण लावलं. जे जे चांगलं ते ते त्या दोघांना दिलं, तरी वळणाचं पाणी वळणाला गेलं. आता कुठल्या वळणाचं पाणी पोरांना ओढून घेऊन गेलं ? तर हे वळण केवळ या जन्माचं नाहीच, त्यापूर्वी आणि त्यापूर्वीही, तू, मी, ही दोन मुलं या विश्वाच्या चक्रात अखंड फिरत आहोत. जसे हे ग्रह, तारे, पृथ्वी अनेक युगे फिरताहेत, तसेच आपण ! अनेक युगे, अनेक जन्म, फिरत आहोत. विश्वाचा एक कण, त्या कणांवर

किती थर साचले असतील. काही पुण्यात्मे, काही दुरात्मे. ही एका जन्माची पुंजी नव्हेच, अनेक जन्मांची. या जन्मी हीच दोन मुलं आपल्या वाटणीला येणार होती. तशी ती आली, आणि वेळ येताच निघून गेली. त्यांना जन्म देणं, त्यांच्या खस्ता काढणं, एवढंच आपल्या हाती होतं. कारण आपल्या हाती त्यांचं भलं करणं नव्हतंच. ते ज्याचं त्याचं प्राक्तन ! आता माझं समाधान इतकंच, मी त्यात कुठेच कसूर केली नाही.

या घरात वैभव ओसंडून वाहतेय, तरी त्यांना वैभवाचा मोह पडला. वाईट मार्गाचं थ्रिल वाटलं. कादरसुद्धा दुःखी आहे, त्याचा भाऊ सलमान या सर्व मुलांना हस्तक म्हणून वापरतोय, त्याच्या बदली त्यांना आलिशान जीवन देतोय. असे वागून आपण नियतीवर सूड उगवतोय, असं हॅरीला वाटतं. पण चूक आहे. नियती पावलोपावली अनघड कातळासारखी रस्ता अडवून वाटेवर उभी असते. म्हणून का त्या कातळावर कपाळमोक्ष करून घ्यायचा ? सर्व शक्तिनिशी तो अनघड कातळ हलवण्याचा प्रयत्न करावा, किंवा त्या कातळाला वळसा घालून पुढचे वळण गाठावे. सुवर्णानं तेच केलं. प्रेमभंग तिचाही झाला होताच. पण त्या दुःखावर मात करून ती इथवर पोहोचली. अधिक समर्थ होऊन. तिचा बळीही या सनातन विचारानीच घेतला गेला. पण त्या संस्काराचा आपण सूड उगवावा असं तिला वाटलं नाही, उलट त्या संस्कारालाच वेगळे असे समर्थ रूप देऊन ती ठामपणे उभी आहे, संकटांना डोळसपणे ती सामोरी जाते आहे. हा फरक आहे स्त्री व पुरूष यांच्या मनोवृत्तीत.''

थकून आंतोनने डोळे मिटून घेतले होते. त्याच्या कपाळावरून मायेने हात फिरवत ग्लोरिया म्हणाली,

''आंतोन, तुझा माझ्यावर विश्वास आहे ना ? मी जे निर्णय घेईन ते या घराचं नाव मोठं होण्यासाठीच घेईन. चालेल ना ?''

''होय ग्लोरी, तुला योग्य ते निर्णय तू घे. मी दुबळा माणूस, माझ्यात आता बळ नाही या मुलांनी मला पार लोळवलं.'' आंतोन क्षीणपणे म्हणाला.

''होय आंतोन, तू हळवा आहेस. मी सुद्धा खचले आहे आंतोन. पण मला माझ्या मुलांच्या जागी आता फ्रँक, एग्मा, सुवर्णा दिसतात. दामोदर, नरहरी, विठ्ठल दिसतात. स्वतःच्या जीवनाचे कडू घोट, चूपचाप पिऊन मी मुले चांगलं जगण्याची जिद्द बाळगून आहेत. बिचारी मेरी, प्रचंड कष्ट करून मुलांना अन्न गोळा करतेय. राम गवड्यांची सून बेघर, विधवा, दुकानाच्या फळीवर रात्री आसरा घेते. आपल्यावर जिवापाड प्रेम करणाऱ्या या उषा, सोमती ! आंतोन, यानंतर हीच आपली मुलं. मी त्यांचा विचार करतेय. त्यासाठी मी काही कठोर निर्णयाप्रत पोहोचलेय, तुझी मान्यता आहे ना ?''

"ग्लोरी..."

उशीला पाठ टेकवून बसलेल्या आंतोनच्या खांद्यावर तिने मान ठेवली. दोघांचे अश्रू वाहत होते. थोड्या वेळाने ग्लोरिया म्हणाली,

"आंतोन, कुळाचं नाव उज्ज्वल व्हावं म्हणूनच आपण आशेनं मुलांकडे बघतो. पण बघ, आपली ही सर्व मुलंच या गावाचं नाव उज्ज्वल करतील. फक्त तू असा धीर सोडू नकोस. सर्व ठीक होईल. हे घर पुन्हा आनंदानं भरून जाईल. विश्वास ठेव. प्रार्थना कर. प्रार्थनेत फार मोठं बळ आहे आंतोन, फार मोठं !"

आज जर मी निर्धाराने उभी असेन, तर ते सारं बळ मला प्रार्थनेतूनच मिळालंय... हॅरीचं परागंदा होणं मी समजू शकते. पण सॅम ? सॅमनेही त्याची वाट धरावी ? तुझ्या माझ्यावर प्रेम करणारा, भित्रा आपला सॅम...

त्याने घर का सोडावं ? आंतोन, याचा अर्थच असा की सॅमचं हॅरीवर आपल्यापेक्षाही जास्ती प्रेम होतं. जुळयाचं दुखणं असावं तसं." ग्लोरिया म्हणाली.

भाबडा आंतोन म्हणाला,

"ग्लोरी, अजूनही मला वाटतं की, पश्चाताप होऊन मुलं परत येतील. बघ तू."...

"पण आंतोन, तेव्हा फार उशीर झालेला असेल."

◆

सुवर्णा लहानपणापासून त्या घरात वावरली होती. आंतोनचे तिच्यावर विसूबाबपेक्षा जास्ती प्रेम होते. स्वतःच्या घरापेक्षा या घरातच तिचा जीव रमत असे. जांभळीच्या झाडाखाली जांभळे गोळा करता करतानाच हॅरी, सॅमशी दोस्ती झाली होती. त्यानंतर ते जांभळीचं झाडच एक संकेत स्थळ बनलं होतं. आंतोन आणि विसूबाब यांच्या भाटाच्या सीमा राखणारं ते जांभळीचं झाड.

आज ती झाडाची सीमा ओलांडून सुवर्णा या घरात पोहोचली होती. सासरची माणसे गेली होती. त्यानंतर प्राण गेला तरी विसूबाब तिला जवळ करणार नव्हता. आंतोनच्या खोलीच्या खिडकीतून सुवर्णा ते झाड पाहत होती. त्या झाडाच्या पलीकडे तिचे बालपण उभे होते आणि त्या झाडाच्या अलिकडच्या घरात खिडकीशी उभी होती, ती एक प्रौढ, समंजस युवती !

ग्लोरिया तिला तळहातावरच्या फुलासारखी जपत होती. तिला उदास वाटू नये म्हणून परोपरीने प्रयत्न करत होती. सुवर्णा मन लावून आंतोनची सेवा करत होती. पण पुढे काय करायचे याचा विचार ती करत होती. किती झाले तरी हे घर हॅरीचे होते. आज ना उद्या तो परत आला तर या घरी राहणे कसे शक्य होते ? तिला स्वतःचा मार्ग शोधायला हवा होता. धीर धरून तिने ग्लोरियाकडे विषय काढला.

"माय मी गावातच एक लहानसं घर घ्यावं म्हणते."

"कशासाठी ?"

"माय, घर कशासाठी ? राहण्यासाठी. तिथेच मी छोटं नर्सिंग होम सुरू करेन."

"हे एवढं मोठं घर सोडून तू गावात वेगळं घर घेणार ? मग या घराचं मी काय करायचं ? सांग ना ! ऐक सुवर्णा, माझ्या मनात खूप विचार आहेत. या गावात एक दवाखाना हवा, एक नर्सिंग होम हवं आहे. शाळा हवी. मेरीसारख्या बायकांना काम हवं आहे. पोरक्या मुलांना आश्रय हवा. मर्सिलिनाच्या नवऱ्यासारख्या माणसांना कायद्याचा आधार हवाय. केव्हापासून हे सर्व माझ्या मनात सुरू आहे. पण नुसती इच्छा असून काय उपयोग ? कृती हवी ना ? ती कृती कुणी करायची ? आपणच करायल हवी."

"तू काय करणार आहेस माय ?"

"विचार करून ठाम निर्णयाप्रत मी पोहोचले आहे. सांगेन तुला."

"पण माय..."

सुवर्णा संकोचानं म्हणाली. हा विषय कसा काढावा हे तिला समजत नव्हते.

"माय, उद्या हॅरी आला तर ? या घरात मी राहणं ठीक होणार नाही ना ?"

सुवर्णाचे हे वाक्य ऐकताच ग्लोरिया उसळली.

"कोण हॅरी ? हॅरी नावाच्या मुलाशी माझा काहीच संबंध नाही. ज्या दिवशी त्याने घरी सोडलं ना, त्याच दिवशी ते सारं संपलं. त्यापेक्षा फ्रँक माझा वाटतो मला. कापितांव त्याला पोर्तुगालला बोलावतो आहे पण हा मुलगा देऊळवाड्यात शाळा काढण्याचा विचार करतो आहे. एग्मा, तू, मेरी, दैवाने कोणतं दुःख तुम्हाला दिलं नाही ? पण तुम्ही परिस्थितीशी सामना केला. मीही करेन. एक प्रेमभंग होणं हे काही जगातलं सर्वात मोठं दुःख नव्हेच ना ? त्यापेक्षा खूप मोठ्या दुःखाने माणसं वाकून गेलेली असतात."

समोरच्या झोपडीतल्या कातूची सून बाळंतपणात गेली. पण तिच्या मुलासाठी डोळ्यांचा दिवा करणारी कातूची म्हातारी आई ! तिला मी मानते, सहा मुलांसाठी अमाप कष्ट करणारी मेरी मला जवळची वाटते. सुवर्णा, ही माझ्या सभोवतीची माणसे मला माय म्हणणारी. प्रेम देणारी, माझ्यासाठी डोळ्यात पाणी काढणारी. आज मी त्यांचा विचार करतेय. ज्या मुलांनी आई, बाप, आपलं गाव सोडलं, कणभर विचार केला नाही, त्यांचा विचार करून मी दुःखी का व्हावं ? माझं आयुष्य किती ? त्या थोड्याशा आयुष्यात मला खूप काही करायचं आहे. फक्त सुवर्णा, तू मला सोडून जाऊ नकोस. तुझ्या आधारानेच मी काही करू पाहतेय.

पलिकडल्या वाड्यावरची मुलं बघ सुवर्णा, केवढी माणुसकी आहे त्यांच्यात ? त्यांच्यासाठी जन्मभर झिजलेल्या आई बापांची त्यांना कदर आहे. आई बापांनी

उभारलेलं खोपटं त्यांना मजबूत करायचं आहे. त्यासाठी बरगड्या मोडेपर्यंत ती बंदरात राबतात. खलाशांच्या लाथा खातात.

माझ्या मुलांनी उद्ध्वस्त केलेलं हे माझं घर. खोपटीतल्या मुलांनी जिवंत ठेवलं. रात्ररात्रभर जागी राहिली. जयहिंदवाल्यांना मदत केली. या मुलांचं मला प्रेम वाटतं, त्यांच ऋण आहे माझ्यावर. ते कसं फेडायचं, हा विचार मी करतेय. यापुढे तीच माझी मुलं नव्हेत ?

त्या सर्वांना मला हात द्यायचा आहे.

म्हणून सांगते सुवर्णा, तू इथंच रहा. संकोच न करता राहा.''

त्यानंतर सुवर्णाचा सारा संकोच निघून गेला. ती मोकळेपणाने घरातून वावरू लागली. ग्लोरियाने न सांगताच तिने घराचा सारा भार स्वतःवर घेतला. उषा, सोमती, सुवर्णा तिघीजणी त्या मरगळलेल्या घरासाठी काम करत होत्या. सारं घर कसं प्रसन्न झालं होतं. दरवाजे, खिडक्या, नवीन पडद्यांनी सजून गेले. ॲस्टर डेलियांनी साऱ्या फुलदाण्या भरून जाऊ लागल्या. आंतोनची प्रकृती सुधारू लागली. रोज सकाळ संध्याकाळी ग्लोरियाच्या पियानोच्या सुरांनी सारं घर भरून जाऊ लागलं. ते सूर ऐकत भाटांमधील माणसं, मुलं बाहेरच्या व्हरांड्यात पुन्हा बसू लागली. एग्मा, फ्रँक, सुवर्णा, मेरी, उषा, सोमती, वल्तैरांत कलंडलेला आंतोन आणि वाड्यावरची मुलं सर्वजणच त्या सुरात, त्या गाण्यात हरवून गेले होते.

ओ गॉड ब्लेस द हाऊस
ब्लेस द युनिव्हर्स
झुकत्या डॅफोडिल्समध्ये उतरलेला
तुझ्या करूणेचा अंश
सर्वांच्या मनात जागव अन जगव
सर्वांचे माणूसपण
अंधारातील टाचणी शोधावी अशी
ही माणसे उगाच सुख शोधत आहेत.
त्यांच्या काळजातला तुझा अंश
त्यांना शोधून दे.
जागव जागव सर्वांचे देवपण !

ग्लोरिया गात असे. पियानोपेक्षा तिचे सूर अधिक आर्त बनत.

भिंतीवरच्या जीझसच्या पुतळ्यासमोरच्या लाकडी स्टँडवर मेणबत्त्या जळत असत.

◆

एग्मा आणि सुवर्णा पूर्णाला भेटायला गेल्या होत्या. सुवर्णाला मिठीत घेऊन पूर्णा रडत होती.

"हे काय केलंस सुवर्णा ? भाटकार पार खचून गेले आहेत. तू माझ्याकडे यायचं होतंस ?"

"पूर्णामाय, मी इथे आले असते तर त्यानंतर तुझे भाटकार कदापि इथे परत आले नसते. साऱ्या जगात त्याला आधार देणारी तूच आहेस. ती जागा मी हिरावून घेणार नाही. आजसुद्धा मी आले कारण तू माझी काळजी करतेस, खरं ना ?"

सुवर्णाला जवळ घेऊन पूर्णा म्हणाली.

"होय राणी, खूप काळजी करते. नवनाथाला परवा प्रसाद लावला होता त्याने उजवी पाकळी दिली. तुझं चांगलं होणार. नवनाथ तुझं रक्षण करेल. घराण्याची पुण्याई मोठी आहे, पण....."

"होय, मी ग्लोरिया मायकडे जायला नको होतं. असंच ना ? पूर्णामाय आता तू मला जसं मिठीत घेतलंस ना, तशीच आईपण घ्यायची. आणि तशीच ग्लोरिमाय आता तू सांग, आईला कधी जात असते ?"

तिचा गालगुच्चा घेत हसून पूर्णा म्हणाली,

"पुण्यात राहून बॅलिस्टरीण झालीस बघ !"

आंब्याच्या पारावर चटई घालून त्या तिघी बसल्या होत्या. सुवर्णा आनंदात आहे, हे पाहून पूर्णाला समाधान वाटलं. तिचा निरोप घेताना सुवर्णाने तिला वाकून नमस्कार केला. ती म्हणाली,

"पूर्णामाय, बाबांची काळजी घे. फार एकटे झालेत." सुवर्णाला हुंदका दाटून आला होता.

"होय ग पोरी. मनाने पार खचून गेले आहेत."

"आणि आशीर्वाद दे ना. नेहमीसारखा ?"

"देव बरे करो पोरी. सगळं सुख मिळो."

पूर्णाचे डोळे भरून आले होते.

दिवस भराभर पुढे सरकत होते.

गोवा स्वतंत्र होऊन तीन वर्षे होत आली होती. जुजे गाव तसंच होतं. शिकणारी मुलं कष्टानं शिकत होती. इतर मुलं अरभाट माडासारखी ताड माड वाढत होती. बायका शेता भाटात खपत होत्या. घर अंगण राखत होत्या. पुरूष मिळालं तर काम करत होते. नपेक्षा बायकोच्या कमाईवर जगून, रात्रीची हातभट्टीची ढोसून घरच्या बाईलाच शिव्या देत, अंगाचं मुटकुळं करून पडत होते. रात्रीच्या वेळी देऊळवाड्यावरून भजनाचा आवाज येत असे. सोमवारी नवनाथ मंदिरातले भजनाचे सूर वाऱ्यावरून खाडीवर पसरत असत. चवथ, दीपवाळीत फटाकड्यांचे आवाज गावात घुमत

आणि शिमग्याचे ढोल कटरऽघऽम् करत वर्ष संपल्याचे जाहीर करत. कधी माडावरून गीतांच्या लकेरी ऐकू येत. तर कधी सायबिणीला मिरवत, गात घरी नेलं जाई. आजूबाजूचे सोयरे गावात येत. कधी महाशिवरात्रीला नवनाथ मंदिरावर जत्रा असे. कधी चर्चवर नाताळाचे फेस्त होत असायचे.

गेली तीन वर्षे ते गाव असंच होतं. असंच असणार होतं. फादर आणि पावलूही चर्चवरचे नित्यक्रम पार पाडत होते. कधीतरी मडगावला एखादी चक्कर टाकत होते. मित्र भेटते, पण सेमिनरीत शिक्षण घेताना जो उत्साह सर्वांच्या मनात होता....तो मात्र कुणामध्येच आढळत नव्हता. सारं जीवनच कसं संथपणानं पुढं सरकत होतं. सरपटत.

फादर रॉबर्टसमोरच्या खुर्चीवर ग्लोरिया बसली होती. मनातून एक ठाम निर्णय घेऊनच ती तिथे आली होती.

"फादर, खूप दिवस मनात अनेक विचार घोळत होते. आज त्या विचारांना एकसंध रूप देऊनच मी इथे आलेय. बोलायचं आहे मला फादर. अगदी प्रथम भेटले तेव्हा मी म्हणाले होते, की मला खूप प्रश्न विचारायचे आहेत, आठवतं ? पण फादर, आज इथे येताना, मी प्रश्न घेऊन आले नाही. तर त्या प्रश्नांची उत्तरे घेऊन आले आहे.

त्या दिवशी, तुम्ही म्हणाला होता फादर, की प्रत्येक माणूसच एक प्रश्नचिन्ह बाळगत असतो. पण माणसाने ठरवलंच तर त्या प्रश्नाचं उत्तर तोच शोधू शकतो. मी ती उत्तरे शोधलीत फादर.

"नाहीतरी प्रत्येकाने आपले गणित आपणच सोडवून उत्तर शोधायचं, तरच तो पास होतो." ग्लोरिया म्हणाली.

"पाडा, हाडाजी मास्तरीण ना ? विसरणार आहे थोडीच ?"

हसून ती म्हणाली, "मी तुम्हाला प्रार्थनेचा अर्थ विचारायची पूर्वी. खरं ना ? नुसती प्रार्थना ? ती तर माणूस जन्मापासून करत असतो. तुम्ही करता. मी केली. माझ्या मुलांना शिकवली. मला वाटायचं, या प्रार्थनेत काय अर्थ आहे ? प्रार्थनेनं नशीब थोडंच बदलत माणसाचं ? ही तर पळवाटा आहे. अफूची गोळी, दिलासा देणारी ! म्हणूनच दर रविवारी चर्चवर येणारी माणसे बघताना मला त्यांची कीव यायची. प्रार्थनेने त्यांचं नशीब बदलणार नाहीच. कृती हवी.

आणि या कृतीच्या ठाम निर्णयापाशी मी पोहोचलेय फादर. पण आज माझं मलाच नवल वाटतं, की हे बळ मला कुठून आले ?"

मुलं परदेशी झाली. नवरा अपंग. सारा संसार पत्याच्या बंगल्यासारखा कोसळून पडला. पण मी उभी आहे, ती कशाच्या बळावर ? तर माझी एका महान शक्तीवरची अतूट श्रद्धा... आणि, त्या शक्तीची मी मनोभावे केलेली प्रार्थना !

फादर, गिरगावमधल्या टिनपाटी चाळीत राहणारी मी ! लग्न होऊन गोव्यात आले. आंतोननं सारं वैभव माझ्या हाती सोपवलं. मी शेताभाटांत रमले. झाडापेडांत मन रमलं. या निसर्गाने खूप शिकवलं मला. रोज गळून पडणारी झाडांची पाने आणि जीर्ण खोडाला पुन्हा फुटणारे कोंब. पाने गळून पडताना, वृक्ष कधी उदास होत नाही. शांतपणे निरोप देतो त्यांना पानही गिरकत, मजेत धरतीवर उतरतात. मातीत मिसळण्यासाठी. पुन्हा रूजण्यासाठी, आपण या निसर्गाचाच एक अंश आहोत, हेच माणूस विसरतो.''

''ग्लोरियामाय, तू हे सारं कुठं शिकलीस ?'' फादर रॉबर्टनी कौतुकाने विचारले.

''शिकलेय कुठं ? अनुभवाचे बोल आहेत हे फादर, या अनुभवातूनच मी निर्णय घेतलाय. या गावात मला शाळा सुरू करायची आहे. लहानगं हॉस्पिटल, नर्सिंग होम सुरू करायचं आहे. अनाथ मुलांची सोय करायची आहे. बायकांना शिकवायचं आहे.''

''पण हे सारं कोण करणार ?'' फादरनी नवलाने विचारले.

''कोण म्हणजे ? आपण, तुम्ही, मी, आपण सर्व ! पूर्वी पोर्तुगीज होते. आज भारतीय आहोत. पण त्या नकाशावरचे जुजे गाव असेच राहणार आहे उपेक्षितच ! योजना होतील. घोषणाही होतील, भाषणे, आश्वासने तर रोजजीच, त्याने फार तर शहरे बदलतील. पण या प्रदेशाचा आत्मा, जो ग्रामीण भाग, तो तसाच राहणार आहे. फादर, विमानातून येणारे मंत्री शहरात येतात. भाषणे करतात. निघून जातात. म्हणून फादर, आपलं आपणच आता उभं राहायचं आहे. प्रार्थनेला कृतीची जोड हवी आहे. त्यासाठी लागणारा पैसे, जागा याचा विचार मी केलाय. फादर, हेच विचार तुमच्याही मनात आहेत हे मी जाणते, पण तुम्ही व्रत घेतलंय, म्हणून बंधन आलं. मी मुक्त आहे. आंतोनची साथ आहे. फक्त फादर, या कामात तुमची साथ हवीय.

माझ्या या नव्या प्रकल्पाचे अध्यक्ष तुम्ही व्हा फादर. प्रार्थनेचा नवा अर्थ शिकवा. प्रार्थना हे जीवनाचं बळ आहे. माणसाला निदान पुरेसं अन्न, वस्त्र, निवारा मिळाला, आणि प्रार्थनेचं बळ मिळालं, तरच तो खऱ्या अर्थाने शांतीप्रत जाईल.

अशांत मनाने केलेली प्रार्थना वायाच जाते. तसंच वैभवाचा अतिरेक झाला की प्रार्थना सुचत नाही.

पाश्चात्य देशात पाहा ? जीवनाचं सारं थ्रिल वयाच्या बाराव्या वर्षीच अनुभवल्यानंतर जगण्यातली मजाच संपते आणि मजेची नवीन साधने शोधण्यात आणि भोगण्यातच नवीन पिढी वाया जाते आहे. त्या पिढीला सावरावं कसं, हाच तिथला प्रश्न आहे. पण जुजे गावची कथाच वेगळी. इथे त्यांना माणूस म्हणून मूळ ज्या गरजा आहेत, त्याचाच अभाव आहे.

मेरीचंच उदाहरण घेऊ. तिच्या मनातलं प्रेम जागं आहे. कष्ट करायची तयारी आहे. पण तरी पुरेसं अन्न मिळत नाही. ती मेरी अशांत आहे. तिला पुरेसं काम मिळालं, सुखरूपता मिळाली, तर मेरीचं जीवनच प्रार्थना बनेल. बेघर राम गवंड्याला घर दिलं, की तो पुन्हा दगड विटांची अनेक घरे बांधेल. त्यांच्या जीवनात सुख आलं, तरीही माणसे प्रार्थना विसरणार नाहीत. कारण या दुःखाच्या वेळी त्यांनी परमेश्वराची करूणा भाकलीय. तसेच सुखाच्या वेळीही त्यांना परमेश्वरच आठवणार. शेवटी परमेश्वर म्हणजे एक शक्ती ! आणि प्रार्थना म्हणजे त्या शक्तीची केलेली उपासना....''

फादर भान हरपून ऐकत होते. कालिमातेची मूर्तीच, प्रसन्न अशी समोर दिसत होती. घंटानादांच्या जयघोषात, रेशमी कद नेसलेले स्वामी म्हणत होते,

''शुभं भवतु, शुभं भवतु ।
भवतु सर्व मंगलम् ।''

◆

विसूबाब आणि पूर्णा डोंगरावरच्या कातळावर बसले होते. आज तिसऱ्या प्रहरीच विसूबाब डोंगरावर आला होता. अलीकडे डोंगर चढताना त्याला थकवा जाणवायचा. गेले चार पाच दिवस तो न आल्याने पूर्णा काळजीत होती. गिडूकडून समजलं होतं की गेले तीन चार दिवस तो पणजीला जात होता. त्यानंतर तो आज आला होता. कातळावर बसून समोरचे दृश्य पाहत होता. सूर्य पश्चिमेकडे उतरत होता. तिकडे बघून तो म्हणाला,

''पूर्णा, आपणही आता कलत्या दिशेकडेच जात आहोत.''

''काहीतरीच का मनात आलं ?''

''काहीतरी नव्हे पूर्णा, पण हेच सत्य आहे. आज ना उद्या प्रत्येकाला जायचं आहे. म्हणूनच पणजीला जाऊन कायदेशीर बाबी पूर्ण करवून घेतल्या. ही सारी मालमत्ता माझ्यानंतर वारसाहक्काने फक्त सुवर्णाला मिळण्याची कायदेशीर व्यवस्था करून टाकली. ज्या भीतीने सुवर्णा सासरी गेली नाही ती भीती कदाचित खरी असेल. पण त्या माणसांचा उपद्रव तिला होणार नाही.

आणि पूर्णा, हे तुझं राहतं घर व काही रोख पैसे मी तुझ्या नावे बँकेत ठेवून आलोय. या महिन्यापासून त्याचं व्याज तुला येईल.''

''हे सगळं कशासाठी पण ?''

कासावीस होऊन पूर्णाने विचारलं. तिच्या हात हाती घेऊन, स्निग्ध स्वरात विसूबाब म्हणाला,

''खूप प्रेम दिलंस पूर्णा. आज तुझीही सोबत नसती तर ?''

विसूबाबचे डोळे पाण्याने भरले होते.

"अंजू आणि मोहन ज्या घरात राहतात, ते घर भाड्याचं होतं. घर मालकाला भेटून ते घर मी विकत घेतलं व अंजूच्या नावे खरेदी केलं. हे ठेव. ही सारी कागदपत्रं जपून ठेव."

पूर्णाला शब्द फुटत नव्हता. रडता रडता ती म्हणाली,

"सर्वांसाठी इतकं करून, तुम्ही मात्र एकटे राहिलात. किती खंगून गेला आहात !"

"एकटा कसा ? तू नाहीस ? तू मात्र शेवटपर्यंत सोबत कर. अर्ध्या वाटेवर एकटी सोडू नकोस."

"एक गोष्ट सांगू ?" पूर्णा म्हणाली, "सुवर्णाला बोलावून घ्या."

"ते मात्र शक्य नाही, ज्या मार्गाने ती जाऊ पाहतेय, त्या मार्गाने तिला जाऊ दे. आज नाही; पण एक दिवस समजेल तिला, की माझं तिच्यावर खूप प्रेम होतं."

"ते तर आजही समजतंय तिला; परवाच येऊन सांगून गेलीय की बाबांची काळजी घे." पूर्णा भरल्या आवाजात म्हणाली, "अंजूची गोष्टच वेगळी. ज्या घरात लग्न करून दिलं, त्या घरी सुखानं राहायचं इतकंच समजतं तिला. पण सुवर्णा आधीपासून वेगळी. जेवढी समजूतदार तेवढीच करारी."

"मल समजतं ते पूर्णा. आमच्या घराण्याची गावाने जी सेवा केलीय, त्याचं ऋण फेडण्यासाठीच असेल तिचा जन्म ! कुणास ठाऊक."

अंधार खाडीवर उतरत होता. त्या अंधारात डोंगर उतरणाऱ्या, पाठमोऱ्या विसूबाबकडे पूर्णा भरल्या नजरेने पाहत होती.

◆

फादर रॉबर्ट, सुवर्णा आणि ग्लोरिया, धाकट्या गाडीतून पणजीला जायला निघाले होते. आज खूप दिवसांनी ग्लोरिया घराबाहेर पडली होती. पणजीचे मशहूर वकील नार्वेकर आणि परेरा हे आंतोनचे खास मित्र होते. पूर्वी आंतोनसोबत अनेकदा ग्लोरिया त्यांच्याकडे जात असे. पण आज वातावरण पूर्ण वेगळे होते. आज आंतोन अंथरूणावर होता. दोघे मुलगे परागंदा झाले होते. ही सर्व परिस्थिती नार्वेकर व परेरांना माहिती होती. तरी सुद्धा त्यांना भेटणे तिला अवघड वाटत होते.

राजवट बदलली होती. त्यानंतर ती प्रथमच पणजीत जात होती. नार्वेकरांच्या घरी त्यांचे चांगले स्वागत झाले. क्षेमकुशल विचारून झाले. फादर आणि सुवर्णाचा परिचय करून दिल्यानंतर, ग्लोरियाने विषय सुरू केला. नार्वेकरांना ती म्हणाली,

"भाई, आज मी काही ठाम निर्णय घेऊनच आले आहे. एक गोष्ट सांगा, ही जी आमची प्रचंड प्रॉपर्टी आहे. त्याचे आज मी व आंतोन मालक आहोत.

आमच्यानंतर ?''

''तुमचे दोन मुलगे वारसदार आहेतच. त्यात काळजी कसली ? हवं तर आपण सर्व मोजदाद करून व्यवस्थित लिहून ठेवू. पण तुला काळजी का वाटावी ?'' नार्वेकरांनी विचारले.

''भाई, नेमकं तेवढंच व्हायला नको आहे.''

''काय नको आहे ?''

''माझे दोघेही मुलगे या संपत्तीचे वारसदार होणं नको आहे मला, त्यांचा वारसाहक्क मला नाकारायचा आहे.'' ती निग्रहाने म्हणाली.

''काय ?'' दिवाणखान्यातले सर्वजण उद्गारले.

''होय भाई. मी पूर्ण विचार करून बोलते आहे. तुमच्यासमोर मी काय लपवायचं ? हॅरी, सॅम, पार वाया गेले. सलमानच्या टोळीचे हस्तक बनले. जुगार, कॅसिनो, स्मगलिंग आणि मादक द्रव्ये, यांच्या आहारी गेले. इथून जाताना काही थ्रिल म्हणून गेले. पण तिथे ते या टोळीत अचूक गुरफटले. सलमानचा भाऊ आमच्या गावातच आहे. त्यानेच सांगितलं. भाई, मुलं चुकली आहेत. उद्या सुधारतील या वेड्या आशेवर माझा विश्वास नाही. उलट उद्या ते परत आले, तर गावात, घरात, कॅसिनो सुरू करतील. गाव बिघडेल.''

''ग्लोरी, तू त्यांना फार मोठी शिक्षा देते आहेस. अगं, तू आई आहेस.'' परेरा म्हणाले.

''होय. पण त्यांनी माझ्या आईपणाचा अपमान केला आहे. माझ्या संस्कारांचा पराभव केला आहे. या सुवर्णाच्या प्रेमाला बदनाम केलं आहे. माझी मुलं या भूमीत उगवलेली विषाची झाडं आहेत भाई ! इतर सर्व झाडे, सुस्वरूप हवी आहेत. तेच करायला मला कायदेशीर मदत करा.''

हॉलमधले सारेजणच अवाक झाले होते. अशी जगावेगळी केस. त्या दोन वकीलांसमोर प्रथमच आली होती. आपला वारसाहक्क लागावा म्हणून माणसे वकीलांकडे येतात. पण ही स्त्री आपल्या मुलांचा वारसाहक्क नाकारण्यासाठी सहाय्य मागत होती.

''तू नीट विचार केला आहेस ना ?''

''होय भाई.''

''पण मग या प्रचंड इस्टेटीचं तू करणार तरी काय ?'' परेरांनी आश्चर्याने विचारले.

''मला गावात एक शाळा सुरू करायची आहे. एक लहानसं नर्सिंग होम सुरू करायचं आहे. स्त्रियांसाठी लहानसा उद्योग सुरू करायचा आहे. शेतीवर नवे प्रयोग करणारी मुले तयार करायची आहेत. जर्सी गाई आणून दूध डेअरी सुरू करायची

आहे. पोल्ट्री काढायची आहे. गावात बेकारी उदंड आहे. त्याला या तऱ्हेनं तोंड द्यायचं आहे.''

''पण हे सर्व कोण करणार ?''

''का ? मी करणार. आम्ही करणार. ही सुवर्णा आणि असेच कितीतरी !''

''आणि पैसा ?''

''तो विचारही मी केलाय. या आंतोनने वास्कोजवळ खूप जमीन घेऊन ठेवलीय. ती जमीन खूप पैसा मिळवून देईल. त्या जमिनीवर हौसिंग कॉलनीज उभ्या राहतील. तरूण इंजिनिअर्स आणू. नव्या कल्पनांनी ती जागा उभारू. गरजू माणसांना घरं व आपल्याला पैसा मिळेल. शिवाय गावच्या मुलांना काम मिळेल. आपला रामा गवंडी खूष होईल ना ? आमचं वर्षाचं उत्पन्न भरपूर आहे. ते वापरता येईल. आमचं भलं थोरलं पॅलेससारखं घर ? ते संपूर्ण घर वापरता येईल. आम्ही बाजूलाच छोटं घर बांधू. मी, आंतोन आणि सुवर्णा. केवढी जागा लागणार आम्हाला ? ही सुवर्णाच आता माझी मुलगी. माझ्यानंतर ती सर्व जपले. हे फादर रॉबर्ट, तुम्ही दोघे, मी, सुवर्णा, फ्रँक, एग्मा आणि आंतोन आपण सर्वजण एक ट्रस्ट स्थापन करू. कायदेशीर बाजू तुम्ही सांभाळा. हॉस्पिटल सुवर्णा, शाळा फ्रँक बघेल. फादर अध्यक्ष असतील. आणि मी ? जरूर पडेल तिथे ! हा ट्रस्ट रजिस्टर करा भाई. माझ्या मुलांनी नंतर वारसदार म्हणून हे सर्व विस्कटू नये याची सर्व कायदेशीर काळजी घ्या.''

हॉलमध्ये पूर्ण शांतता होती. या प्रस्तावाने सारेच अंतर्मुख झाले होते.

''ग्लोरिया, उद्या पश्चाताप होऊन मुले परतली तर ?'' परेरांनी विचारले.

''तर, ह्या ट्रस्टमध्ये त्यांना काम करावं लागेल. दूध डेअरीत किंवा पोल्ट्रीत ते कामगार असतील. वारस नव्हे. असाच ट्रस्ट बनवून द्या तुम्ही. माझ्या गावची सर्व माणसे, जन्मभर गरीबच राहिली. पण त्यांनी गाव सोडलं नाही, इमानही सोडलं नाही. तेच वारस असावेत या ट्रस्टचे, ही माझी इच्छा आहे. आणि भाई, कुणी छान आर्किटेक्ट बघून द्या. त्या मोठ्या घरातच या सर्व योजना कशा राबवायच्या ?

लघुउद्योगासाठी, स्वतंत्र वास्तू हवी.

गावाबाहेर जागा घेऊन दूध डेअरी, पोल्ट्री उभारता येईल. ट्रस्टचं उत्पन्न वाढत राहील. घराच्या आवारात एक पाळणाघर आणि प्रार्थनाघर बांधायचं आहे. सर्व धर्मासाठी एकच प्रार्थनाघर. ही नवीन प्रार्थना फादर शिकवतील.''

''पण ग्लोरिया, आता आपलं राज्य आहे. त्या सरकारच्या खूप योजना आहेत ग्रामीण भागाच्या विकासासाठी. सर्व जबाबदारी तुझी थोडीच आहे ? आपण त्या योजनांची मदत घेऊ.'' नार्वेकर म्हणाले.

''आनंदाने घेऊ. पण भाई, या योजना दिल्लीत बसून आखल्यात आणि

गुळगुळीत कागदावर छापून पणजीतल्या टेबलावर पोहोचल्यात. या योजना विमानातून येतात. आणि दुर्दैवाने कोणतेही विमान ग्रामीण भागात उतरत नाही. आम्ही डोंगरात राहणारी माणसे. आमच्याकडे गुळगुळीत धावपट्टी नाही. म्हणून आम्ही फक्त उडणारी विमानेच पाहत असतो. राजधानीतच अडकलेल्या या योजनांना खेडेगावाचे रस्ते, मग सापडतच नाहीत.''

''पण माय, आपण त्यांना हाताला धरून आपल्या गावाचा रस्ता दाखवू.''

सुवर्णा म्हणाली,

''हो. तेवढं आपण करू'' ग्लोरियाने उत्तर दिले.

''ग्लोरिया, एवढं प्रचंड दुःख गिळून तू उभी आहेस. तुझं कौतुक वाटतं, कुठून आणलंस हे बळ ?''

''भाई, दुःख जाणवण्याची एक सीमा असते. ती सीमा एकवार ओलांडली की, मग दुःख नाही, तर बळ येतं. माणसे दुःखानं खचून जातात, पण त्यांनी डोळस मनाने वास्तवाचा स्वीकार केला, तर खूपसे अनर्थ टळतात. आधी हे जीवन केवढं ? पुढच्या श्वासाचा भरवसा नसणारं हे जीवन, त्यात सुख किती, दुःख कशाचं, हे सर्व ज्याने ठरवायचं, खरं ना ?'' ती पुढे म्हणाली,

''एक सांग ग्लोरी. तू आणि आंतोननं कष्टानं जमवलेला संसार, झाडं पेडं, हे सर्व ट्रस्टच्या हाती सोपवताना, तुला दुःख होणार नाही ? तशात आपण गोंयकार, झाडांवर प्रेम करणारी, पण एका माडासाठी कोर्टात भांडणारी माणसे आपण ! तू हे सर्व सहज देऊन टाकतेस ?''

''परेरा, मी हे दान करत नाही. माझं कर्तव्य करतेय. आयुष्यभर नुसता विचार केला. प्रार्थना केली. 'देवा या विश्वाचं भलं कर.' पण ते तर फक्त शब्द ! सवयीने उच्चारले जाणारे. प्रत्यक्ष देव म्हणजे आपणच आणि भलं करणं म्हणजे चांगली कृती करणं. ती मी करतेय. प्रार्थनेला कृतीची जोड देतेय.''

''ग्लोरिया, तुला खात्री आहे का, की इतक्या सुविधा निर्माण झाल्यावर गाव सुखी होईल ? ती माणसे भरल्या मनाने प्रार्थना करतील ? कारण माणूस दुःखात परमेश्वराची आठवण करतो आणि सुखात त्याला विसरतो. तू गावाला दुःखातून बाहेर काढून सुखाप्रत नेण्याचा प्रयत्न करते आहेस. त्यानंतर आजचं गावच बदललं तर ?'' नार्वेकर म्हणाले.

''भाई, आपण चांगलं रूजवावं, फळ चांगलं येईल या आशेने, फळाच्या आशेने नव्हे.'' ग्लोरिया उत्तरली, ''शिवाय उद्या काहीतरी विपरित होईल असं का म्हणायचं ? चांगलंच होईल. गॉड इज् ग्रेट !'' श्रद्धेनं ग्लोरिया म्हणाली,

''यातूनच मला आणि आंतोनला समाधान लाभेल. सर्व जगाचं भलं आपण करू शकत नाहीच ना ? प्रथम स्वतःच भलं करावं. आणि नंतर आपल्या परिसराचं !

माणूस म्हणून, जी बुद्धी, शक्ती, संपत्ती परमेश्वराने दिली आहे, त्याचा उपयोग तरी काय ? मी माझ्या मुलाचं दुःख वाहतच जगायचं ? नाही भाई, त्या दुःखालाच एक चांगलं स्वरूप देण्याचा माझा प्रयत्न आहे.''

नार्वेकरांची सून ग्लोरियाचा हात हाती घेऊन म्हणाली,

''माय, या सर्व घटना कादंबरीत मी वाचल्या असत्या तर आदर्शवाद म्हणून मी सोडून दिलं असतं. कारण हे असं सर्व फक्त कादंबरीतच घडतं. आज मी ते प्रत्यक्ष पाहतेय. शेवटी कादंबरी म्हणजे जीवनाचंच प्रतिबिंब हेच खरं ! हजारात एक असेल, पण या जगात आदर्श आहेच.''

''....आणि म्हणूनच जग उभं आहे.'' फादर रॉबर्ट म्हणाले.

◆

त्या संध्याकाळी परत जाणारी ग्लोरिया खूप आनंदात होती. टॅक्सी सेक्रेटरीएट जवळून जात होती. त्या वास्तूवर तिरंगा ध्वज फडकत होता. ते पाहून ग्लोरिया उद्गारली,

''फादर, राष्ट्रध्वज बदलला. राजवट बदलली, हे शहरातच जाणवलं. पूर्वी काळ्या रंगाच्या गाडीतून गोरे राज्यकर्ते दिसत असत. आता पांढऱ्या गाडीतून, काळी माणसे उतरताना दिसतात. पण ते देखील शहरातच. हे राज्यकर्ते आणि समाज यांच्यामधली दरी अधिकच रूंद होते आहे, असं मला वाटतं.''

''नाही माय. इतकी निराश होऊ नको. चांगला बदल, हा खूप सावकाशपणाने होतो. आपणही त्याच दिशेने एक पाऊल टाकलंय. हे काय थोडं आहे ?''

''होय सुवर्णा ! आज मी खूप आनंदात आहे. आता नार्वेकर आणि परेरा कायदेशीर ट्रस्ट उभारण्याचं काम सुरू करतील. आपणही इथे सर्व योजना नीट आखून घेऊ. तू उद्याच सर्वांना घरी बोलावून घे.''

''होय माय.''

टॅक्सी जुजे गावाकडे परत जात होती. ग्लोरिया थकून गेली होती. पाठीमागच्या उशीवर मान टेकवून ती विचार करत होती.

शेवटी तिने हॅरी, सॅमचा वारसाहक्क कायद्याने नाकारला होता.

या विचारानं घशात आवंढा दाटून आला होता. मन कातर झालं होतं.

पण क्षणभरच !

पुन्हा ती निग्रही बनली. कठोर मनानं वास्तवाचा स्वीकार केला, तरच कुठेतरी किनारा भेटणार होता. नाहीतर ना ऐलतीर.... ना पैलतीर.

घेतलेल्या निर्णयानं ग्लोरिया समाधानी होती. सुवर्णा फादर रॉबर्ट आणि ग्लोरियामायकडे पाहत होती.

किती जगावेगळी माणसे होती ती !

जगावेगळी ! पण...

जगाच्या भल्याचा विचार करणारी.....

अशा माणसांच्या सोबत जगण्याचे भाग्य सुवर्णाला लाभले होते. संसार हरवला खरा... पण जे हाती आलं, ते लोकविलक्षणच होते.

टॅक्सीच्या पुढच्या सीटवर फादर रॉबर्ट बसले होते. शहरगाव सोडून टॅक्सी गावच्या दिशेनं जात होती. लिरियानाची आवडती कविता त्याला आठवत होती.

"आरंभी एकच -

नव्या मार्गाचा शोध घेणारा पथिक -

आरंभी एकटाच असतो -

आणि प्रेरणा लाभलेले अनेक भेटतात -

एक नवा राजमार्ग तयार होतो."

नव्या ट्रस्टचं अध्यक्षपद स्वीकारायचं तर चर्चचं धर्मगुरुपद सोडावं लागणार होतं. नवीन प्रार्थना शिकवताना या गावच्या विधायक कामात मदत करायची होती.

सबल प्रार्थना !

सबल कृती.

रॉबर्ट निर्णयाच्या तिठ्यावर उभा होता. त्या तिठ्यावरच लिरियानाची मर्सिडिज उभी होती.

"फादर, उद्या गावच्या साऱ्या लोकांना बोलावलंय. तुम्ही या फादर. तुमच्या मदतीची खूप गरज आहे मला." त्या तिठ्यावर निरोप देताना ग्लोरिया म्हणाली होती.

"उद्या या हं फादर. मी वाट बघेन." सुवर्णा म्हणाली होती.

"रॉबी, माझं प्रेम आहे तुझ्यावर. मी परत आलेय. यानंतर इथंच राहीन. काम करेन. एकटी का ? तू नाहीस वाटतं सोबतीला ?"

दोन वर्षांनी भेटलेली लिरियाना म्हणाली होती. उद्या निर्णय घ्यायचा होता. त्या निर्णयापर्यंत नेणारी सकाळ व्हायला आता अगदी थोडा अवधी उरला होता.

आपल्या खोलीतल्या खुर्चीवर बसलेला फादर रॉबर्ट केव्हापासून आठवणीत हरवला होता. गेल्या सात वर्षांमधल्या, अनेक उगवलेल्या सकाळींपेक्षा आजची सकाळ वेगळी होती. रात्रभर न झोपताही...

रॉबर्ट प्रसन्न होता.

◆

सकाळची प्रसन्न वेळ होती.

ग्लोरियाच्या घरालगतच्या नारळीच्या बागेतच, आज मोठी बैठक अंथरली

होती. देऊळवाडा, वरचा वाडा, गुरव वाडा आणि बांधालगत खोपटांमधून राहणारी सारी माणसं उत्सुकतेनं तिथं जमली होती. आज आपल्याला का बोलावलं आहे हे त्यांना समजत नव्हतं.

हळूहळू आंतोनच्या हाताला धरून फ्रँक व एग्मा घेऊन आले व तिथल्या खुर्चीत बसवलं. सुटबुट आणि टाय घातलेला आंतोन बघून गावकऱ्यांना बरं वाटलं. पाठोपाठ हसतमुख सुवर्णा आली. आणि उषा, सोमती सोबत ग्लोरियामायही. सारं वातावरण उत्सुकतेनं भरून गेलं होतं.

एवढ्यात लिरियानाची काळी मर्सिडिज ग्लोरियाच्या घरासमोर येऊन संथपणे थांबली. शोफरनं अदबीनं दरवाजा उघडला आणि हिरव्याकंच रंगाचा पोशाख परिधान केलेली लिरियाना डौलदार पाऊलं टाकत, गेटमधून आत आली. तिच्या गळ्यातल्या मोत्याच्या टपोऱ्या एकसराचे तेज तिच्या गालाशी स्पर्धा करत होते. दोन वर्षांच्या परदेशच्या वास्तव्याने ती अधिकच रसरशीत वाटत होती. तिला पाहून सर्वांना आश्चर्याचा धक्का बसला.

सुवर्णा, एग्मा, डायना, फ्रँक आणि ग्लोरिया सारे तिला सामोरे गेले. काठीच्या आधाराने आंतोन उभा राहिला. लिरियाना आपल्या नाजूक बोटांनी स्पर्श करून सर्वांना अभिवादन करत होती.

"ग्लोरिया, मी पण काम करायचं ठरवलंय तुझ्या ट्रस्टमध्ये. चालेल नं तुला ?" तिनं विचारलं.

"देवा मजे ! काय सांगतेस ? ग्लोरियानं विचारलं.

"खरंच गं ! खरंच सांगतेय मी. मी परत आलेय. या गोव्याच्या प्रेमाने मला परत आणलंय."

बैठकीवर बसणाऱ्या सर्वांकडे लिरियाना बघत होती.

सुवर्णाने बोलायला सुरूवात केली. ती जे सांगत होती, तसं चांगलं आणि वेगळं त्या माणसांनी या पूर्वी कधी ऐकलेलं नव्हतं. म्हणून ते जे ऐकत होते त्यावर विश्वास ठेवणं कठीण जात होतं.

या गावात शाळा, बालवाडी, दवाखाना, पोल्ट्री, डेअरी असं सारं होणार होतं. सर्वांना काम मिळणार होतं. गावची मुलं शिकणार होती. अनाथाश्रम, पाळणाघर, बालवाडीतून मुलांना संस्कार मिळणार होते. ते सारं ऐकताना मेरीचे डोळे भरून येत होते. शेवटी तिची सहा पोरं शिकायला लागणार होती. एपीचं स्वप्नपूर्ण होणार होतं. देऊळवाड्यावरची मासळी यानंतर ट्रस्टमार्फत खरेदी करून शहरात जाणार होती. चार पैसे घरात येणार होते. वाड्यावरच्या मुलांना आता कामासाठी बंदरावर जाऊन बरगड्या मोडून घेण्याची पाळी येणार नव्हती.

जयहिंदाचं राज्य खरंच येणार होतं. वाड्यावरची मुलं खूष होती. रामा गवंड्याला

यानंतर कामच काम होतं. त्याचे बाहू शिवशिवत होते. मर्सिलिनाच्या नवऱ्याला मर्सिलिनाची आठवण येत होती. हे सर्व ऐकून तिला खूप आनंद झाला असता. या गावावर तिचं किती प्रेम होतं ! मर्सिलिना गेली, आणि शेजाऱ्यांना उपरती झाली होती. त्यांनी आपले आढे मागे घेऊन मर्सिलिनाच्या घरी जायला रस्ता दिला होता. आणि चर्चची केस त्याने मागे घेतली होती. यानंतर तर गाव आणखीनच शहाणं होणार होतं.

रॉबी कोणता निर्णय घेईल ?

लिरियाना काळजीत होती.

''माय पळे गे, फादर येता.''

उषा, सोमतीनी ओरडून सांगितलं. सारे उत्सुकतेने पाहत होते. आज फादर किती वेगळे दिसत होते. त्यांनी आज झगा घातला नव्हता, तर त्या झग्यात त्यांनी काही गुंडाळून आणलं होतं. फादर पाठोपाठ पावलू येत होता.

''फादर किते आसा ह्येचे भीतर ?'' उषानं विचारले. जे फादरनी दाखवलं ते बघून, त्या दोघी किंचाळल्या.

''माय, सान्न बुरगे.''

''खरं ?''

ग्लोरिया पुढं झाली. तिच्या हातात फादरनी ते बोचकं दिलं. पहाटे जन्मलेली, आणि चर्चच्या दरवाजात ठेवलेली ती एक लहान मुलगी होती.

''कुणाची असेल ही मुलगी ?''

''कुणाची म्हणजे ? आपली, आपणा सर्वांची. आजपासून ती इथं राहील, सुवर्णा घेईल तिची काळजी.'' ग्लोरिया म्हणाली. पावलूचे डोळे भरून आले. त्याच्या पोरकेपणावर पांघरूण घालणारी मदरच जणू समोर उभी होती. रॉबर्टला ॲगाथामाय आठवत होती.

''माय, ही इथं राहणार ? आपण तिचं छान बारसं करू. पण नाव काय ठेवायचं ?'' उषानं विचारलं.

''प्रार्थना ! प्रार्थना ठेवू तिचं नाव !'' ग्लोरिया म्हणाली.

आणि जुजे गावात एका नव्या प्रार्थनेनं जन्म घेतला होता.

◆